मेकअप

दिलीपराज प्रकाशनाची सर्व पुस्तके आता आपण Online खरेदी करू शकता. आमच्या website ला कृपया अवश्य भेट द्या.
www.diliprajprakashan.in

मेकअप

(कादंबरी)

ग. वा. बेहेरे

दिलीपराज प्रकाशन प्रा. लि.
२५१ क, शनिवार पेठ, पुणे - ४११ ०३०.

प्रकाशक
राजीव दत्तात्रय बर्वे,
मॅनेजिंग डायरेक्टर,
दिलीपराज प्रकाशन प्रा. लि.,
२५१ क, शनिवार पेठ, पुणे - ४११ ०३०

© **रवि बेहेरे**
श्रीनिकेतन, ४०/२१,
भोंडे कॉलनी, पुणे ४११ ००४
Email : ravirajprakashan@gmail.com

प्रकाशन दिनांक - १५ सप्टेंबर २०१३

प्रकाशन क्रमांक - २०४०

ISBN : 978 - 93 82988 21 - 2

मुद्रक
Repro India Ltd, Mumbai.

टाइपसेटिंग
मधुराज प्रिंटर्स ॲण्ड पब्लिकेशन्स प्रा. लि.
स. नं. २९/८-९, पारी कंपनीजवळ,
धायरी, पुणे - ४११ ०४१

मुद्रितशोधन - मिलिंद बोरकर, पुणे

मुखपृष्ठ - सुहास चांडक

आतील सजावट - रेषविश्व ॲड, सागर नेने

मेकअप / Make-up

श्रेष्ठ दिग्दर्शक व्ही. शांताराम
आणि
यशस्वी चित्रपट व्यावसायिक
दादा मिराशी
यांना
सादर अर्पण

प्रस्तावना

मनुष्य कथा-कादंबरी यांसारख्या कलाकृती लिहायला का तयार होतो? लेखन करता येण्याची क्षमता ज्याच्याकडे आहे, ज्याला कथानकाची रचना करता येते आणि ज्याच्याजवळ सांगण्यासारखी गोष्ट आहे; तोच या फंदात पडतो. लेखकाची ही प्रतिमासृष्टी कल्पितावर आधारलेली असली तरी तिला वास्तवाचा आधार असतो. केव्हा तरी पाहिलेले, ऐकलेले, भोगलेले, टोचलेले अनुभव जमा होत जात असतात आणि त्यांना एक सुसंगत आकार देता येण्यासारखी परिस्थिती निर्माण झाली, म्हणजे गर्भाशयात वाढत असलेले हे मूल योग्य कालानंतर जन्माला येते. काहींच्या दृष्टीने ही कालमर्यादा महिन्या-दोन महिन्यांइतकी छोटी असते तर काहींच्या दृष्टीने ही कालमर्यादा पाच-पंचवीस वर्षांइतकी मोठीही असू शकते. लेखकाच्या अंत:करणात एकदा एखाद्या व्यक्तीची, घटनेची, दृश्याची ठिणगी पडली की, तिचा विस्तार होण्याचा हा काल असतो. आपल्या अनुभवविश्वातील व्यक्तिमत्त्वे, प्रसंग त्याला आठवू लागतात. कादंबरीत किंवा कथेत जी काही वळणे असतात, तीही मनात ठसठशीतपणे तयार होऊ लागतात. प्रत्यक्ष लेखन, हा तसा रुक्ष व्यवहार आहे. कागद, लेखणी, लिहिणारे हात एवढी साधने त्याला पुरतात. पण त्याच्या लेखणीतून उलगडत जाणारे प्रसंग नेमके कसे, केव्हा निर्माण होतात, हे सृष्टीचे गूढ आहे. प्रयत्न करूनसुद्धा खुद्द त्या लेखकाला तसे लेखन पुन्हा करता येईलच, असे नाही. असे काही तरी अदभुत

आकस्मिक लेखन प्रत्येक चांगल्या लेखकाच्या आयुष्यात घडलेले असते. हे आपणच लिहिले का, असा संभ्रम त्याला पडतो. कारण त्याच्या मनात जमा झालेल्या प्रसंगांपेक्षा वेगळ्याच प्रकारे वेगळाच प्रसंग प्रत्यक्षात लिहून झालेला असतो. प्रसंगाला अनुरूप असे शब्द त्याच्या लेखणीतून बाहेर पडत जातात. प्रतिभा-प्रतिभा असे ज्या वस्तूला म्हणतात, ती वस्तू म्हणजे लेखकाला लाभलेले एक वरदान असते. पाणी तेच असते, पण धरणांचे आकार वेगळे असतात. पाटांची लांबी-रुंदीही वेगळी असते. आकाशातून पडणारे हे सलीलत्व विविध प्रकारांनी, विविध आकारांनी आणि वेगवेगळ्या चैतन्यस्पर्शाने आपल्यासमोर येत असते. प्रत्येक लेखकाची शैली किंवा आशय व्यक्त करण्याची पद्धती यामुळेच वेगळी बनत जाते. बाराखडीतली तीच अक्षरे वेगवेगळी मायावी रूपे धारण करून साहित्यात अवतरत असतात. अतर्क्य असे घडवीत असतात. मानवी मनातील वासनांना त्यामुळे वेगवेगळी रूपे लाभतात. ललितकृतीची जन्मकथा सांगणे तसे सोपे नसते, कारण खुद्द लेखकालाही आपल्या मनात हे सारे केव्हा जमा झाले याचा पत्ता नसतो. लेखकाचे मन ही एक सेन्सेटिव्ह निगेटिव्ह आहे; जिच्यावर अनेक चित्रे उमटत असतात, एकमेकांत ती मिसळत असतात. मात्र लेखकाला जेव्हा एखादी घटना, व्यक्ती किंवा वासनांचे रूप व्यक्त करायचे असते; तेव्हा ती स्वच्छपणाने लेखकाला दिसू लागतात. पाहिलेले, भोगलेले, ऐकलेले व कल्पिलेले दाहक सत्य अचानकपणे लेखणीतून उमटते आणि तेव्हा वाचक तर विस्मित होतोच; पण लेखकही विस्मित होतो. चांगल्या लेखकांना हा अनुभव अनेकदा आलेला असतो. कारण ते कारागीर नसतात; कलावंत असतात. त्यांनी सांगितलेला अनुभव एका सार्वकालीन स्पर्शाने लकाकून उजळलेला असतो. त्यांनी एकाच माणसाची, एकाच कुटुंबाची, एकाच कालखंडाची कहाणी जरी सांगितलेली असली; तरी तिला स्थळाचे, काळाचे असे बंधन राहत नाही. डेन्मार्कचा राजपुत्र हॅम्लेट हा डेन्मार्कच्या सीमा

ओलांडून केव्हाच जगाचा होतो. पंधरा-सोळाव्या शतकातील त्याचा कालखंड त्याला एखाद्या मनात बंदिस्त करू शकत नाही. एका माणसाची ती कथा, संभ्रमित झालेल्या मनाची व्यथा होऊन जाते. मनुष्यजात आहे तोपर्यंत हॅम्लेटला आयुष्य लाभते. लेखकाचे मोठेपण ह्याच्यातच आहे. परमेश्वराने निर्माण केलेल्या व्यक्तीला जरा आहे, मृत्यू आहे; कलावंताने निर्माण केलेल्या व्यक्तीला नाही. माणसाच्या मृत्यूबरोबर त्याचे म्हणून जे असते, ते संपुष्टात येते. पण कलानिर्मितीतून निर्माण झालेला माणूस सदेह मागे ऊरू शकतो. अशा तऱ्हेने त्रिकालत्व लाभलेले व्यक्तिमत्त्व निर्माण करणे, हे प्रतिभासंपन्न लेखकालाच शक्य आहे. जगात कोठेही, कधीही जेव्हा संशयात्मा निर्माण होतो; तेव्हा हॅम्लेटचे रंग-रूप त्याला लाभते.

मी काही असा प्रतिभासंपन्न लेखक नाही. मानवी मनाचा खोलवर थांग घेणे मला जमण्यासारखे नाही. उन्मादसुख आणि अंतर्दुःख ही बटबटीतपणे कुणाच्याही लक्षात येतात. पण सुख आणि दुःख ही एकाच अवस्थेची रूपे आहेत. चैतन्याचेच ते एक संमिश्र चलनवलन आहे, हे समजण्यासाठी संपूर्ण जीवनाचाच अन्वयार्थ समजावा लागतो. तो समजण्याचे इंद्रिय काहींना फक्त नशिबानेच मिळालेले असते. वास्तववादी समजले जाणारे कित्येक साहित्य हे फोटोग्राफसारखे असते. त्यातील वास्तव दुःखाने आणि अन्यायाने आपण बैचेन होतो. एखादा अन्याय किंवा एखाद्या समाजाला भोगावे लागलेले दुःख साहित्यातून प्रगट होणारच. ते व्यक्तिगत किंवा सामूहिक दुःख प्रतिभासंपन्न कलावंत कालातीत करतो, सार्वकालीन करतो आणि मानवसमूहातील सार्वत्रिक दुःखाला तो स्पर्श करून जातो; तेव्हा श्रेष्ठ कलाकृतीचा जन्म होतो. दलित साहित्य, ग्रामीण साहित्य या ह्या काळाच्या गरजा जरूर असतील. त्यांना तेवढे महत्त्व त्या-त्या काळापुरते जरूर द्यायला हवे; पण साहित्याच्या या लांबलचक वाटचालीतील ते एक बिनमहत्त्वाचे वळण आहे, हे मात्र लक्षात ठेवले पाहिजे.

कोणत्याही अनुभवाला जेव्हा वर्तमानाचे घट्ट कोंदण असते, तेव्हा श्रेष्ठ कलाकृती निर्माण होत नाही. ज्याला घडून गेलेल्या सुख-दु:खाचा आणि भविष्यात निर्माण होणाऱ्या सुख-दु:खाचा एक सार्वकालीन संदर्भ निर्माण झालेला असतो, तेव्हा ते अभिजात साहित्य ठरते. तसे पाहिले, तर काही लेखकांच्या साहित्यिक कृतींना चार-सहा महिन्यांइतकेच आयुष्य लाभते. काहींना दहा-पाच वर्षे लाभते. पण त्यापलीकडे सहसा मराठी लेखकाची उडी जात नाही. हरिभाऊ आपटे, ना. सी. फडके यांसारखे मराठी साहित्यातील दिग्गज बघता-बघता विस्मृतीत गेले. मराठीत असे फारच थोडे साहित्यिक आहेत की, ज्यांचे साहित्यिक आयुष्य त्यांच्या प्रत्यक्ष आयुर्मर्यादेपेक्षा मोठे ठरले आहे.

त्याचे मुख्य कारण म्हणजे, मराठी लेखकांचे अनुभवविश्व फारच तोकडे आहे. सुख-दु:खाच्या पुन:प्रत्ययात उत्कटता नाही. जगातील श्रेष्ठ वाङ्मयात समाविष्ट होण्यासाठी लागणाऱ्या प्रतिभा-तत्त्वाचा तेथे अभाव आहे. अर्थात, माणसांच्या गरजा ते साहित्य भागवत असेल, पण ते काही श्रेष्ठ दर्जाचे साहित्य नाही.

मी तर रंजकप्रधान अनुभव रंगविणारा साधा ललित लेखक आहे. माझ्या मर्यादांची मला जाणीव आहे. माझ्या कथा-कादंबऱ्यांनी माझ्या वाचकांना सुख जरूर दिले असेल. विदूषकाचे आपल्याला स्मरण राहत नाही. क्षणिक सुखाचीही गरज असते, पण सार्वकालीन सुख-दु:खाचा स्पर्श ही माणसाच्या विकसनाची आवश्यकता असते. महाभारत हा ग्रंथ आपल्याला श्रेष्ठ वाटतो याचे कारण त्यातील माणसे आजही आपल्याला अधून-मधून भेटत असतात. ती माणसे नसतात, तर त्या प्रवृत्ती असतात. माणसांनी जग ओलांडून परग्रहावर पाऊल ठेवले आहे, पण माणसाचे मन मात्र आहे तसेच आहे. हव्यास, द्वेष, सूड, वासना यांचे स्वरूप बदलू शकलेले नाही आणि हे चिरंतन असणारे माणसाच्या दुर्बलतेचे, हव्यासाचे, क्षुद्रतेचे व औदार्याचे उमाळे आजही कायमच आहेत. मानवी मनाचे हे चलनवलन ज्याला जास्त खोलपणाने चित्रित

करता येईल, तो मोठा लेखक. लेखकाचे मोठेपण त्याच्या आयुष्यात लोकांना समजतेच, असे नाही. चिरंतनाचा स्पर्श झालेले साहित्य वर्तमानाच्या झळाळीत कधी कधी लक्षात येत नाही; पण तरीही ते मागे टिकतेच! कारण त्याची पाळेमुळे आदिमानवापर्यंत पोचलेली असतात. मनुष्य नावाचा जो प्राणी अवनीतलावर वर्षानुवर्षे वावरत आहे, त्या माणसाचे मर्म त्याच्या साहित्यकृतीत गोठवून ठेवलेले असते.

'मेकअप' ही कादंबरी म्हणजे, चित्रपटसृष्टीत वावरणाऱ्या काही माणसांचा आलेख आहे. हॅरॉल्ड रॉबिन्स यांनी अमेरिकन चित्रपटसृष्टीचा इतिहास तीन कादंबऱ्यांतून सांगण्याचा प्रयत्न केला. त्याच्याइतके परिश्रम अर्थातच मी घेतलेले नाहीत. अमेरिकन लोकप्रिय लेखक तपशिलाबाबत अत्यंत जागरूक असतात. तीन-चार वर्षे माहितीचे ढीग ते गोळा करतात. त्यामुळे त्यांच्या लेखनाची रंजकता आणि त्याची उपयुक्तता अधिक वाढते. मराठी लेखकांचा लेखन हा पूर्ण वेळचा व्यवसाय नाही. त्यामुळे खूप पूर्वतयारी करून अशा कादंबऱ्या लिहिणे त्यांना जमलेले नाही. मलाही ते जमलेले आहे, असे वाटत नाही. पण माझ्या सुदैवाने मराठीतले श्रेष्ठ दिग्दर्शक व्ही. शांताराम आणि परिवाराचा शेजार काही काळ मला लाभला. शांतारामांच्या चित्रपट कारकिर्दीतील 'प्रभात'चा कालखंड अगदी माझ्यासमोर घडला. त्यामुळे या कादंबरीत त्यांच्यासदृश असणारी एक व्यक्ती वाचकांना जाणवेल; पण ही कादंबरी म्हणजे त्यांची जीवनगाथा नव्हे, किंबहुना त्यांचे वैयक्तिक आणि कौटुंबिक जीवन या कादंबरीत मुळीच आलेले नाही. अन्य काही चित्रपटव्यवसायातील मातब्बर माणसे माझ्या नायकाच्या रूपात मी बेमालूम मिसळली आहेत. साम्य असेलच, तर ते शांतारामांच्या कलानिर्मितीबाबत आहे. तेही जसेच्या तसे आलेले नाही. या कथेत वावरणारे आणखी एक पात्र म्हणजे, कॉलेजमध्ये माझ्यापुढे वावरणारा हा देखण्या व्यक्तिमत्त्वाचा पुरुष 'दादा मिराशी' हे होय. एका मुलीच्या प्रेमात सापडून तो

पुणे सोडून थेट मद्रासला पोहोचला, तेथे फार मोठा लौकिक त्याने मिळवला. तमिळ चित्रपटसृष्टीत त्याला एक मानाचे स्थान मिळाले. त्याचेही वैयक्तिक जीवन मी कोठे कादंबरीत आणलेले नाही. तशा अर्थाने दादाजी आणि राघव ही दोन्ही व्यक्तिचित्रे काल्पनिकच मानली पाहिजेत. साम्य असेलच तर ते अगदी ढोबळ स्वरूपाचे, वरवरचे. त्यांच्या खासगी आयुष्याचा या कथानकाशी काहीही संबंध नाही, हे वर-वर पाहिले तरी कुणाच्याही लक्षात येईल. कारण मलाच ते आयुष्य माहीत नाही.

कादंबरी रंजक व्हायला हवी म्हणून काही स्त्री पात्रेही या कादंबरीत आलेली आहेत. ती तर सारी कल्पितच आहेत. ज्या साम्य असणाऱ्या व्यक्ती या कादंबरीत आहेत, त्यांचे चारित्र्यहनन होईल, असे माझ्याकडून काहीही लिहिले गेलेले नाही आणि जे काही थोडे स्वातंत्र्य मी घेतले आहे, ते मला घेऊ देण्याइतके कलावंतांचे हळवे मन त्या दोघांच्याहीपाशी असावे. या दोन्ही व्यक्तींबद्दल माझ्या मनात कुतूहल होते आणि जो आदरभाव होता, तो व्यक्त करण्याची संधी या कादंबरीमुळे मला मिळाली; म्हणून ही कादंबरी व्ही. शांताराम आणि दादा मिराशी ह्यांनाच अर्पण करणे उचित होईल.

❑

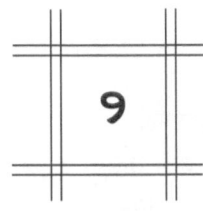

१

दादाजींच्या घरचा फोन आला, हे मला कळले तेव्हा मनातून मी थोडा घाबरून गेलो. दादाजींची तब्येत गेले कित्येक दिवस चांगली नाही, हे मी वृत्तपत्रांतून ऐकून होतो. महिन्याभरापूर्वी मी त्यांना भेटलोही होतो. पण त्या वेळेस ते काही इतके गंभीर आजारी दिसले नाहीत. ते थोडे थकलेले होते, इतकेच! मी त्यांच्या पत्नीला– चंद्रकलेला आजाराचे नेमके स्वरूप विचारण्याचा प्रयत्न केला. माझा दादाजींवर हक्क होता आणि चंद्रकलेवरही हक्क होता. दादाजींचा तर मी शागीर्दच होतो. आज सिनेमात मी जो कोणी आहे, तो दादाजींमुळेच. त्यांच्याकडे मी प्रथम क्लॅपरबॉय म्हणून कामाला लागलो आणि त्यांच्या करड्या शिस्तीत थपडा खात, शिव्या ऐकत चित्रपट-व्यवसायात बऱ्यापैकी जम बसवण्याइतकी अक्कल पैदा करू शकलो. जेव्हा जेव्हा मी मुंबईला जाई, तेव्हा दादाजींना भेटल्याशिवाय परतल्याचे मला स्मरत नाही. त्यांचे आणि माझे नाते सगळेच सांगायचे म्हणजे, ते एक मोठे पुराणच होईल. ते सांगून काही उपयोग नाही. त्याचे कारण चंद्रकलेचं व दादाजींचं लग्न झाल्यापासून माझी आणि त्यांची मैत्री ओसरलेली होती. हा दादाजींचा आजार ऐकल्यापासून मी त्यांना रोज फोन करीत होतो. दादाजी फोनवर येणे शक्यच नव्हते; पण चंद्रकलासुद्धा कधी फोनवर आली नाही. कुणी तरी नर्स 'तब्येत चांगली आहे, काळजी करण्याचं कारण नाही', असं काही तरी सांगायची आणि मग संतोष मानल्यावाचून मला गत्यंतर नसायचं.

गेल्या महिन्यात जेव्हा मी त्यांना मुंबईला भेटलो होतो, तेव्हा ते अर्धवट गुंगीतच होते. ते नुसते हसले. माझा हात त्यांनी आपल्या हातात घेतला. माझ्या डोळ्यांत पाणी आलं आणि मी त्यांचा हात थोडा घट्ट धरला. त्यांच्याशी बोलणं असं काही झालंच नाही. त्यांच्या आजाराचं स्वरूप चंद्रकलेनं विचारूनही कधी सांगितलं नाही. अर्थात, माझ्या मनावर कारण नसताना एक चरा उमटला.

माझ्याकडून करता येईल ते करण्याची माझी इच्छा होती; पण मला ते कोणी करू दिले पाहिजे ना! मी तिकडे मद्रासला, दादा तिकडे मुंबईला. रोजच्या रोज तर मला भेटणं शक्य नव्हतं. भेटून माझा उपयोग नव्हता, कारण चंद्रकला माझं स्वागत अगदी थंडपणानं करायची.

चंद्रकलेचही बरोबर होतं. माझ्याशी खेळीमेळीनं वागणं तिला कसं बरं शक्य होतं? माझ्या चित्रपटात तिनं पहिल्यांदा काम केलं, तेव्हा ती क्षुद्र नाची मुलगी होती. पुढे ती मोठी नटी होईल, असं मला वाटलंही नव्हतं. एक नवा गुलजार चेहरा हवा आणि प्रेक्षकांच्यापुढं तिचं मांस भरभरून उघडंवाघडं करता यावं, अशा अपेक्षेनंच पाच-पंचवीस मुलींतून मी तिची निवड केली होती. कुठेही आपण गेलो की, वस्तू चाखून पाहिल्याशिवाय खरेदी करीत नाही. आमच्या सिनेमाच्या जगात तर अशा सुंदर-नाजूक वस्तूंचा स्वाद पाहिल्याशिवाय कोणी त्यांना स्टुडिओच्या दारातसुद्धा उभं करीत नाही. भाग्याचा दरवाजा ठोठावू इच्छिणाऱ्या या तरुण स्त्रिया काय हवं ते द्यायला तयार असतात. काय हवं ते भरपूर देऊनसुद्धा पुष्कळ जणींची नशीबं उजळत नाहीत. पण चंद्रकलेचं नशीब थोरच म्हटलं पाहिजे. पहिल्या-पहिल्यांदा ती अडखळत काम करीत होती. लाजत होती, गर्दीला बुजत होती आणि माझी निवड चुकली की काय, अशी मला शंका यायला लागली. पण थोड्या सरावानं लक्षात आलं की, पैलू न पाडलेला हा हिरा आहे. रूप असूनही पुष्कळांना ते नीट दाखविता येत नाही. पण चंद्रकलेनं बघता-बघता असे काही शॉट्स मला दिले की, माझ्या लक्षात आलं– पाच-सात वर्षंतरी नवीन चेहरा शोधण्याचे सायास आपल्याला करायला नकोत. कॅमेऱ्याच्या दृष्टीने तिचं नव्हाळ रूप हा एक ठेवाच होता. तिचं हिंदी इतकं चांगलं नव्हतं; पण प्रयत्नांची पराकाष्ठा करून तिनं ते सुधारलं. तिचा उमलता देह मी कॅमेऱ्याच्या नजरेनं इतका ठसठशीतपणे प्रेक्षकांसमोर सादर केला की, एका चित्रपटात ती प्रसिद्धीच्या शिखरावर पोचली. ती माझ्या स्वाधीन आहे, असं मला वाटत होतं, पण एकदा तिला नवी क्षितिजं दिसली आणि ती एकदम स्वतंत्र झाली. तमिळी-मल्याळी अशा चार-पाच चित्रपटांत तिला एकदम रोल मिळाले. माझी तिच्यावरची पकड कमी झाली. ही संधी मिळेपर्यंत ती माझ्यासाठी काय वाट्टेल ते करायला तयार होती– एखाद्या इमानी दासीप्रमाणे. मध्यतरीच्या काळात ती अधिकच मादक आणि सिनेमॅटिक होत गेली. तिचे मॅनर्स बदलले, भाषा सुधारली; एवढेच नव्हे, तर प्रयत्नांती तिने इंग्रजी शिकून घेतले आणि एक दिवस तिने मुंबईच्या निर्मात्यांची ऑफर स्वीकारली आणि ती

मुंबईला निघून गेली. मी माझ्या हाताने तिला चित्रपटसृष्टीत आणली, पण माझ्या हातात मात्र ती राहिली नाही. मुंबईत गेल्यानंतरही तिच्या-माझ्या अधून-मधून गाठीभेटी व्हायच्या. पूर्वीच्या नात्यानं ती माझ्याशी वागे. माझ्याबद्दल ती कृतज्ञ आहे, असेही दाखवी. परंतु तिची दुनिया विस्तारत चालली होती आणि केवळ मला नाराज करायचे नाही, म्हणून चिमूटभर खिरापत ती माझ्या हातावर ठेवीत होती. पुढे-पुढे तर तेही कमी झाले. तिची शूटिंग शेड्युल्स एवढी गडबडीची होत गेली की, तिची-माझी गाठच पडेनाशी झाली. माझ्या फोनलाही तिच्याकडून जबाब मिळेनासा झाला. आमच्या जगात खरं तर फ्लेश इज फ्लेश आणि त्या बाबतीत मला कसलीच कमतरता नव्हती. पण चंद्रकलेची आठवण मनाला उगीचच जाळत असे.

खरे तर आमचा चित्रपटव्यवसाय ही एक अजब सर्कस आहे आणि या धंद्यातील खुब्या ज्याला माहीत आहेत, त्याची बुद्धी सुमार असली तरी त्याला चित्रपटव्यवसायात सर्व प्रकारचे यश लाभते. यश का मिळते, याची कारणे सांगता येत नाहीत. पण सामान्य प्रेक्षकांच्या दृष्टीने ज्याला त्यांच्या प्राथमिक गरजा पुऱ्या करता येतील, त्या दिग्दर्शकाचा चित्रपट चालतो. कोणत्याही भडक पण, प्रेक्षणीय मालमसाल्यावर या व्यवसायात उत्तम गुजराण करता येते. आपण आपल्यासाठी चित्रपट काढत नाही; लोकांसाठी काढतो, हे सूत्र पक्के ध्यानात ठेवायला पाहिजे. दादाजी या तंत्राचे वाकबगार.

- ०-०-०-

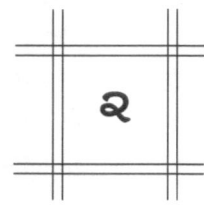

२

मूळचे दादाजी कोण होते, हे शोधशोधूनही कुणाला
सांगता येणार नाही; पण मला मात्र त्यांच्याकडूनच ते
अचानक कळले. भर बाजारात देहाची विक्री करणाऱ्या
एका हलक्या गणिकेच्या पोटी त्यांचा जन्म झाला. गणिकेच्या
घरात मुलगी झाली, तर तिला काही तरी सन्मानाची
वागणूक मिळते. पण मुलगा झाला की, आया-बहिणींना
गिऱ्हाईक आणून देण्यापलीकडे त्याचा उपयोग नसतो.
दादाजींचे बालपण उपेक्षेत, हलाखीत आणि अपमानात
गेले. दादाजी नऊ-दहा वर्षांचे झाले, त्या वेळेस त्यांना
त्या काळात गाजलेल्या नाटक कंपनीच्या मालकांनी–
वामनराव खर्शीकरांनी पाहिले. त्या वेळेस त्यांची माणिक
नाट्यसंस्था केवळ लहान देखण्या मुला-मुलींना घेऊन
नाटके करीत असे. बहुतांशी पौराणिक किंवा ऐतिहासिक
कथा, खूप मोठे ट्रिकसीन आणि अफाट जाहिरातबाजी
यांच्या जोरावर त्यांनी चांगलाच जम बसवला होता.
त्यांनी 'मथुरेचा चोर', 'बाल शिवाजी', 'पंढरीचा राणा'
अशा तऱ्हेची नाटके गाजविली. ते स्वत: शिकलेले होते.
चांगल्या व्युत्पन्न घराण्यात जन्माला आले होते. पण
नाटक-गाण्याच्या नादात घर सोडून त्यांनी हा व्यवसाय
पत्करला होता. बघता-बघता ते एक बऱ्यापैकी नाटककार,
उत्तमपैकी निर्माते या पदवीला येऊन पोचले होते. नव्या
मुलांच्या शोधात त्यांना नेहमीच गावोगावच्या रंडीबाजारात
चक्कर टाकावी लागे. तिथेच त्यांना राधेच्या कामाला
योग्य अशी मंजुळा नावाची एक तरतरीत मुलगी भेटली.
तिच्या पालक-मातेकडून त्यांनी तिला विकत घेतली.
राधेचे काम तर तिने उत्तम केलेच; पण पुढे जेव्हा जेव्हा
तरुण स्त्रीपात्राची गरज लागे, तेव्हा तेव्हा तिच्याकडेच ते
काम सोपविले जाई. रंगल्यानंतर ती होती त्यापेक्षाही
देखणी दिसायची. ती त्यांच्या कंपनीचे नवे आकर्षण
ठरली आणि त्यांची कंपनी अधिक जोमाने चालू लागली.
ती त्यांची आता सर्वमान्य अशी रखेली होती. त्याच

सुमारास राधा-कृष्णाच्या मधुरा भक्तीवर नाटक लिहावे, असे त्यांच्या मनात आले आणि ते कृष्णाची भूमिका करणारा नवा मुलगा शोधू लागले. त्याच सुमारास त्यांना दादाजींचा– म्हणजे श्रीरंग कामतचा शोध लागला.

दादाजी बालवयात किती देखणे आणि आकर्षक होते, याची कल्पना आजही त्यांच्या रूपाकडे पाहून येण्यासारखी आहे. त्या वेळेस दादाजींचा म्हणजेच श्रीरंगचा आवाज, शिकविलेली गाणी सुरेलपणे म्हणण्याइतका चांगला होता. त्यामुळे ते नाटक लोकप्रियतेचा विक्रम करून गेले. दादाजींचेही नाव झाले. पण पुढच्या कोणत्याच नाटकात दादाजींना भूमिका देण्यात आली नाही. वास्तविक, खर्शीकरांना स्पर्धक अशी कोणतीही नाटक कंपनी नव्हती. असे असताना त्यांनी या गुणी मुलाला पुढे संधी का दिली नाही, याचा खरोखरीच अचंबा वाटे. पण अचंबा तरी कसला? कोणाही नटाला डोईजड होऊ द्यायचे नाही, या त्यांच्या व्यावसायिक रिवाजानुसारच त्यांचा तो निर्णय होता. दोन्ही वेळेला जेवणखाण आणि वरखर्चाला रुपया-दोन रुपये अशीच सर्व मुलांची त्या काळात कमाई होती. एरवी अशाच अवस्थेत जर दादाजी राहिले असते आणि निबर होऊन नाट्यव्यवसायाला निरुपयोगी झाले असते, तर कोणालाच आश्चर्य वाटले नसते. पण एका चित्रपटनिर्मात्याने त्यांचे कृष्णाचे काम पाहिले. त्याला 'कृष्णलीला' नावाचा एक चित्रपट काढायचा होता. वामनराव खर्शीकरांची परवानगी घेण्यासाठी त्या निर्मात्याने त्यांना पाचशे रुपये दिले. ही रक्कम त्या काळी फारच मोठी होती. त्यामुळे वामनराव हुरळले आणि त्यांनी तो सौदा केला. 'कृष्णलीला' हा चित्रपट खूप गाजला आणि त्या निर्मात्याने आपले दैन्य कायमचे फेडले. ज्याने आपल्याला भाग्य मिळवून दिले, त्या मुलाला आपण दूर करू नये, म्हणून आणखी पाचशे रुपये देऊन त्या निर्मात्याने दादाजींना आपल्याकडे कायमचे नोकरीला घेतले आणि त्यांना दरमहा पंधरा रुपये पगार ते देऊ लागले. दादाजी स्टुडिओतच झोपायचे, तेथेच राहायचे आणि पडतील ती कामे करायचे.

श्रीरंग कामतला– दादाजींना आपला बाप कोण, हेही माहीत नव्हते. त्याला एक जन्मजात बुद्धी होती. स्टुडिओची झाडलोट करणे, चहा-पाणी-तंबाखू आणून देणे, शूटिंग चालू असताना काही कामासाठी मालक हाक मारतील तेव्हा अदबीने पुढे जाणे– एवढ्यावरच दादाजी अडकून पडले नाहीत. स्टुडिओत होणारी प्रत्येक गोष्ट ते लक्षपूर्वक पाहत. एडिटिंग असो, लायटिंग असो, फोटोग्राफी असो किंवा लॅबोरेटरी असो– हे चित्रपटाचे मायाजाल कसे निर्माण होते, हे समजून घेण्याची त्यांची उत्सुकता तेथे सहज पुरी होण्यासारखी

होती. तोंडात आर्जव होतं, वागण्यात अदब होती आणि मोह पडावा असं रूप होतं. त्यामुळे स्टुडिओतली सारी विद्या त्यांनी आत्मसात केली. नाचाचा सीन असला तरी पायांत घुंगरं बांधण्यापासून कोणकोणत्या मुद्रा आणि कोणकोणते भाव अंगप्रत्यंगांतून व्यक्त करावेत, हेसुद्धा त्यांनी शिकून घेतले. शाळा तर केव्हाच सुटली होती आणि आता तर शिकणं अशक्य होतं. अशा परिस्थितीत हाती मिळतील ती पुस्तकं वाचण्याचा त्यांनी सपाटाच चालवला होता.

- ० - ० - ० -

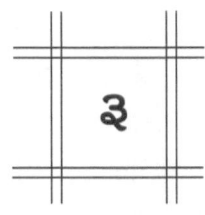

३

कोणत्याही गोष्टीची चित्रपटकथा कशी करतात, हे जेव्हा त्यांना समजले; तेव्हा त्यांना आश्चर्यच वाटले. जशा घटना घडतात तशा त्या चित्रपटात चित्रित करता येत नाहीत, तर एकाच ठिकाणी घडलेल्या सर्वच घटना सलगपणे एका वेळेला चित्रित कराव्या लागतात– मग दुसऱ्या ठिकाणी घडलेल्या. अशा तऱ्हेने स्थळानुसार घटनांची विभागणी करून त्याचे शूटिंग करणे आणि मग घटनेच्या कालानुक्रमाने ती फिल्म तोडून पुन्हा जोडणे म्हणजे चित्रपट निर्माण होतो, हे लक्षात आल्यावर वाचलेली कोणतीही कथा चित्रपटात कशी रूपांतरित करायची याचा त्यांना शोध लागला. कुठे गाणे घातले तर ते चांगले दिसेल, नाचाची आवश्यकता आहे काय, चेहऱ्यावरचा आविर्भाव दाखविण्यासाठी कॅमेरा जेव्हा चेहऱ्याच्या जवळ आणला जातो तेव्हा त्याला क्लोजअप म्हणतात– हे सारे तंत्र हळूहळू त्याच्या रक्तात भिनू लागले. वयाची विशी उलटायच्या आतच त्यांच्यापाशी एक संधी चालून आली.

ज्या स्टुडिओत ते काम करीत होते, तो ज्योती स्टुडिओ हा नटवरलाल गांधी यांच्या मालकीचा होता. ते एक दिग्दर्शक होते. बहुतांशी ऐतिहासिक किंवा पौराणिक अशा त्यांच्या कथा असत. कुठेही शिक्षण न घेतलेल्या त्या नटवरलालांजवळ एक व्यवहारी बुद्धी होती. त्यांचे चित्रपट चांगला गल्ला गोळा करीत. 'अंधकार' या नावाचा एक चित्रपट ते तयार करीत असताना ते गंभीर स्वरूपाच्या आजाराने आजारी पडले. चित्रपटात खंड पडला आणि वितरकाची तर घाई सुरू झाली. यावेळेपावेतो ऑफिसबॉय, क्लॅपरबॉय, एक हरकाम्या नोकर अशा वेगवेगळ्या स्थानांवरून नटवरलालांचा असिस्टंट म्हणून दादाजी काम करू लागले होते. तसे त्यांना आणखीही दोन चार असिस्टंट्स होते. पण प्रसंगानुक्रम टिपून ठेवणारा दादाजी त्यांच्या जास्त सहवासातील होता. त्यामुळे निकड उत्पन्न झाली, तेव्हा लावलेल्या सेटवर अर्धवट राहिलेले शूटिंग

नटवरलालांच्या सूचनेप्रमाणे उरकून घेण्यासाठी मोठ्या नाइलाजाने त्यांनी दादाजींना परवानगी दिली. आपल्या कुवतीनुसार हे काम दादाजींनी पुरे केले.

इतर सर्व तंत्रज्ञ आणि कलाकार दादाजींच्या स्वभावामुळे आणि वागण्यामुळे त्यांच्यावर प्रेम करीत होतेच. त्यांनी तर गरजेपोटी दादाजींना साह्य केलेच. पण त्याहीपेक्षा ज्या सफाईने त्यांनी ते चित्रीकरण उरकले, त्यामुळे सर्वच जण प्रभावित झाले. नटवरलालांची काम करण्याची पद्धती एकंदर सरळसोट अशी होती. चित्रपट तयार होत असे, पण फारशी स्पर्धा नसल्यामुळे तो यशस्वीही होत असे; परंतु त्यात कुठे बौद्धिक चमक दिसून येत नव्हती. पोरसवदा दादाजींनी जे चित्रीकरण केले, ते पाहून नटवरलाल खूश तर झालेच, पण बरे झाल्यानंतरही त्यांनी अधून-मधून दादाजींना चित्रीकरण करायला संधी देण्यास सुरुवात केली. आपल्या रिकामटेकड्या वेळात दादाजींनी सावळ्या तांडेलसारखी दर्यावर्दी जीवनावरील एका साहसी मुलाच्या गोष्टीवरून अर्धीकच्ची चित्रपटकथा तयार केली होती. एकदा, मालक खुशीत आल्याचे पाहून दादाजींनी ती चित्रपटकथा साभिनय वाचून दाखविली. नटवरलाल ती ऐकून प्रभावित झाले. ती गोष्ट तर त्यांनी स्वीकारलीच, पण त्याचे दिग्दर्शन करण्याचे कामही त्यांनी दादाजींवर सोपविले.

त्या दिवशीच चित्रपटसृष्टीवर ठसा उमटविणाऱ्या एका दिग्दर्शकाचा जन्म झाला. त्यानंतर नटवरलालकडे दादाजी दोन-तीन वर्षे नोकरीला राहिले. त्यांच्या पगारात शंभर रुपयांपर्यंत वाढ झाली. त्यांचा पुढचा चित्रपट दोन माणसांच्या सारखेपणामुळे एका छोट्या राज्यात रक्तमय क्रांतीचा एक प्रसंग कसा टळतो, यावर आधारलेला होता. त्यात कल्पनारम्य वातावरण होते. युद्धे होती. द्वंद्वयुद्धे होती. प्रणयप्रसंग तर होतेच होते. नाट्य, संघर्ष, पकड घेणारे संवाद यांनी त्या चित्रपटात भाऊगर्दी केली होती.

त्या चित्रपटाने तर पूर्वीचे सारे विक्रम मोडले आणि श्रीरंग कामत या नावाचा दबदबा निर्माण झाला. काही श्रीमंत सावकारांची दादाजींकडे ये-जा सुरू झालेली पाहून सुज्ञ अशा नटवरलालांनी दादाजींना भागीदारी देऊन शहाणपणा दाखवला. त्या वेळचा श्रीरंग हा अतिशय कष्टाळू तर होताच; पण परिणामकारक वाटेल अशा तऱ्हेने समाधान होईपर्यंत कोणताही शॉट ओके करायचा नाही, या त्याच्या आग्रहामुळे चित्रपट दीर्घकाळ लांबे आणि खर्चही थोडा जास्त होई. मात्र, तुलनेने इतरांपेक्षा तो चित्रपट अधिक पकड घेणारा असे. श्रीरंग कामत हा बघता-बघता यशाच्या पायऱ्या चढून गेला.

एक दिवस त्याने ती भागीदारीही तोडून टाकली आणि स्वतंत्रपणाने तो चित्रपटव्यवसायात स्वत:च्या पायावर श्रीरंग पिक्चर्स म्हणून चित्रपटनिर्मिती करू लागला.

आपला जन्म हीन कुळात झालेला आहे आणि त्यामुळे प्रतिष्ठित समाजात आपल्याला कधीही किंमत मिळणार नाही, हे त्याला माहीत होते. एवढ्यासाठी त्याने नव्याने परिचित झालेल्या केशव नाईक या संगीत-दिग्दर्शकाच्या मुलीशी– शांताशी हळूहळू सूत जमवले. ही मुलगी तशी दिसायला सामान्य होती. श्रीरंगासारख्या कलावंताची पत्नी म्हणून शोभावी असे तर तिच्याजवळ काहीच नव्हते. पण रूपसंपन्न स्त्रिया स्टुडिओत त्याला हव्या तितक्या उपलब्ध होत्या; त्याच्या लेखी प्रश्न होता तो फक्त खानदानाचा. आणि शांताच्या रूपाने सुसंस्कृत घरंदाज कुटुंबातील बायको त्याला लाभणार होती.

शांताच्या आईचा त्या लग्नाला कडाडून विरोध होता. गोवेकराला अस्सल कोण, घरंदाज कोण– याची माहिती ताबडतोब होतेच; पण शांताच्या बापाला म्हणजे नाईकांना भाग्यवंत ठरू पाहणाऱ्या दादाजींशी सोयरसंबंध ठरविताना मुळीच अडचण वाटली नाही. शिवाय श्रीरंग कामतशी असा सासरे-जावई संबंध निर्माण होण्यात त्यांचा व्यावहारिक फायदाही होता. त्यांनाही स्थिरता लाभणार होती. नोकरीची शाश्वती निर्माण होणार होती. लग्नाची बोलणी अशी काही करण्याची सोयच नव्हती, कारण नाईक जरी खानदानी कुळात जन्मलेला असला तरी संगीताच्या नादापायी घरदार सोडून बाहेर पडलेला होता. मुलीचे शिक्षण व रूप हेही बेताचे. त्यामुळे हुंडा देण्याऐवजी लग्नासाठी दहेज घेतला, असेच लग्नाचे स्वरूप होते. लग्न मोठ्या थाटामाटाने पार पडले. सगळा खर्च श्रीरंगनेच केला.

आपली आई म्हणवून घेणारी जी कोण स्त्री होती, तिचा संबंध श्रीरंगने फार पूर्वीच तोडून टाकलेला होता; कारण त्याला आपला पूर्वकाळ विसरायचाच होता. त्यामुळे नवरदेवाकडून व्यवसायातले लोक सोडले तर कोणी येणार नव्हतेच, पण नाईकांनी मात्र आपला सगळा गोतावळा लग्नाला आणला होता. एका प्रथितयश, धनवंत माणसाला समाजात प्रतिष्ठा हवी होती आणि ती त्याने विकत घेतली होती. शांताचा आणि त्याचा संसार फारसा सुखाचा होण्याची शक्यताच नव्हती. तशी शांता घरकामाला सुगरण होती, पण श्रीरंगसारख्या माणसाला कायमचा काबूत ठेवण्याची तिची पात्रता नव्हती. तिला मूल झालेच नाही. त्यामुळे तोही आकर्षणाचा विषय निर्माण झाला नाही. म्हणून, लौकिक

दृष्ट्या त्यांचा संसार व्यवस्थित चालू असला तरी तो केव्हाच संपुष्टात आलेला होता.

श्रीरंग कामत अष्टौप्रहर त्याच्या चित्रपटाच्या कामात दंग असायचा. नव्या कथा, नव्या नायिका, नवे चित्रपट, नवे विक्रम– यामुळे त्याचे आयुष्य सदैव घाईगर्दीत असे. कामाच्या निमित्ताने त्याने अधून-मधून स्टुडिओत थांबायला सुरुवात केली. यावेळेपावेतो त्याचा नवा स्टुडिओ विस्तृत जागेवर बांधला गेला होता. तिथेच त्याने स्वत:ला राहण्यासाठी उत्तम निवासस्थान बांधून घेतले होते. दिवस पालटले तसे त्याने अघळपघळ बोलणे सोडून दिले. त्याच्या स्टुडिओत एक विलक्षण कडवी शिस्त होती. सारे काही पूर्वनियोजित, असा त्याचा शिरस्ता असे.

त्याच्या त्या विलक्षण काटेकोरपणाबद्दल चित्रपटसृष्टीत त्याचा जसा दबदबा होता, तशी खासगी बैठकीत त्याची कुचेष्टाही होत असे. एखाद्या स्त्रीबरोबर चुंबनाला किती वेळ द्यायचा, आलिंगनात किती वेळ घालवायचा आणि एकूण शरीरव्यवहार किती मिनिटे व किती सेकंद करायचा– असे ठरवून हा करत असला पाहिजे, असे लोक बोलायचे. वागताना हा मनुष्य रुक्ष वाटायचा.; पण त्याने पत्करलेले हे सोंग आहे, हे काही कुणाच्या लक्षात यायचे नाही. कारण शूटिंग चालू असताना जर हसरे-अवखळ वातावरण हवे असेल, तर हाच मनुष्य सारी शिस्त गुंडाळून ठेवून एकदम थट्टामस्करी करायला लागायचा. प्रसंग गंभीर असेल, तेव्हा कडवा मुखवटा धारण करायचा. काही नृत्यमय वा आनंदाचा प्रसंग असेल, तेव्हा वातावरण एकदम खेळकर करायचा. एकदा अनेक तालमी घेऊनसुद्धा एक नृत्याचा सीन त्याच्या पसंतीला उतरेना. नृत्यशिक्षक राधाकिशनसुद्धा हैराण झाले. मग श्रीरंगाने स्वत:च पायांत घुंगरू बांधले. तबलजीला लय आणि ताल यांच्यातील फरक समजावून सांगितला आणि प्रत्यक्ष नाचून दाखविले. त्याचे नृत्य पाहून सगळ्यांनाच आश्चर्य वाटले, कारण त्यात नुसतीच जाणकारी नव्हती, तर सफाई होती आणि मग तो सीन तासाभराच्या आत चित्रित करण्यात आला. श्रीरंगने सांगितला त्याप्रमाणे.

दादाजींच्याबद्दल अनेक दंतकथा होत्या. त्यांच्या जन्माबद्दल, त्यांच्या स्वभावाबद्दल आणि त्यांच्या रंगेल जीवनाबद्दलही. वर्षातून ते बहुश: एकच चित्रपट काढत. इतरांच्या तुलनेने त्यांची ही चित्रपटनिर्मितीची क्रिया फारच सावकाश असे. पण त्याबद्दल दादाजींना मुळीच खंत नव्हती, कारण पूर्णत्व ही त्यांची मागणी असे. चित्रपटाबाबत संपूर्ण पूर्वतयारी झाल्याशिवाय ते चित्रपटाचा

मुहूर्तही करीत नसत. नुसती चित्रपटकथा, गाण्याचे रेकॉर्डिंग किंवा नृत्याची तालीम एवढ्यापुरती त्यांची तयारी नसे; तर सर्व लोकेशन, अँगल्स किंवा मॉब सीनची संपूर्ण योजना त्यांनी कागदावर चित्रित केलेली असे. त्यांचे शूटिंग क्राफ्ट हा गुप्ततेचा विषय असला, तरी सर्वांच्या कुतूहलाचा विषय असे. त्यांच्याकडे पगारी तंत्रज्ञ किंवा कलावंत होते, पण त्यांना पगार तसे फारसे नव्हते. शिवाय स्टुडिओतील कामाची पद्धत एखाद्या कारखान्यासारखीच असे. हजेरीपत्रक, गेटपास वगैरे सर्व गोष्टी लोकांना कटकटीच्या वाटत. पण नाइलाजाने का होईना, त्यांना स्वीकाराव्या लागत. एखाद्या गोष्टीचा निर्णय घेण्यासाठी त्यांना मुळीच वेळ लागत नसे, कारण त्याबाबत त्यांनी आधी विचार केलेला असे. त्या काळात चित्रपटसृष्टीत नावाजलेले कलावंतसुद्धा दादाजींच्या चित्रपटात एकदा एखादा रोल मिळावा यासाठी धडपडत. कारण दादाजींच्या हाताखाली काम करणे, त्यांच्या पसंतीला उतरणे, ही गोष्ट त्यांच्या लेखी मोलाची असे. एका थोर कलावंताने अन्यत्र त्याला लाखभर रुपये मिळत असताना तो रोल नाकारून दादाजींच्या चित्रपटातले काम स्वीकारले. चित्रपटातले काम पूर्ण झाल्यावर त्याच्या हातावर दादाजींनी दहा हजार रुपये ठेवले. तो एवढेच म्हणाला,

"आपण मला मुळीच मानद्रव्य दिले नसते तरी वाईट वाटले नसते. कारण इथे मी पैसा कमवायला आलो नव्हतो; शिकायलाच आलो होतो. पण माझ्या कलेची तुम्ही जी किंमत केलीत, ती जर लोकांना कळली; तर माझी मान शरमेने खाली जाईल. मला जिथे लाख रुपये मिळतात तिथे मी दहा हजारांवर तुमच्याकडे काम केले, तर अन्यत्रही माझी किंमत कमी केली जाईल. तुमची सांपत्तिक स्थिती एवढी वाईट असेल, याची मला कल्पना नव्हती. तुम्ही मला काहीच पैसे दिले नाहीत, हे तरी मी, तुम्ही दिलेलं द्रव्य नाकारून जगाला सांगून शकेन. त्यात माझा गौरव आहे."

यावर दादाजी काही बोलले नाहीत. तो कलावंत जायला निघाला, तेव्हा ते एवढेच म्हणाले, "याचा अर्थ, तुमचं माझ्याकडचं हे शेवटचं काम. मला हे एवढंच देणं शक्य आहे. अधिक देण्याची माझी ऐपत नाही, असं मुळीच नाही. पण नवशिक्या कलावंतांकडून तुमच्याइतकंच चांगलं काम मी करून घेऊ शकतो. हा चित्रपट तुमच्या नावामुळे चालणार नाही, तो माझा चित्रपट म्हणूनच ओळखला जाणार आहे. तुमची कला थोर आहे, यात मुळीच शंका नाही. पण माझं कोणत्याही बनलेल्या कलावंतामुळे कधी अडत नाही, हे लक्षात ठेवा. हे तुमचंच काम मी आमच्या कंपनीत असलेल्या तुकारामबुवा दानवेकडूनही करून

घेतलं असतं आणि चित्रपटाच्या दर्जात काहीही फरक पडला नसता. देण्या-घेण्याचा आधी व्यवहार ठरला असता, तर कदाचित याहीपेक्षा कमी रक्कम देऊन हा करार मी केला असता. राजहंस कलामंदिर या माझ्या बॅनरखाली नटांना महत्त्व नसतं; मी केलेल्या चित्रपटाचं महत्त्व असतं.''

तो नट दादाजींचे बोलणे ऐकून चकित झाला, कारण त्याला असल्या स्पष्टवक्तेपणाची सवय नव्हती. दादाजी पुढे म्हणाले, ''हे पैसे तुम्ही नाकारलेत, तरी मला त्यात लाजण्यासारखे काही वाटणार नाही. कारण गेल्या सहा महिन्यांत तुम्हाला जे-जे मी शिकविले, त्याची ही मी गुरुदक्षिणा समजेन. तुम्हाला वाटत असेल की, पैसे नाकारून माझ्यावर तुम्ही कुरघोडी केलीत. पण तुम्हाला हे माहीत नसेल की, एवढी रक्कम मी आजपर्यंत एकाही कलावंताला एका मुठीने दिलेली नाही. शिवाय हा चित्रपट प्रदर्शित झाला की, आजची तुमची चित्रपटव्यवसायातली किंमत दुप्पट झालेली असेल, कारण तुम्ही खूप काही शिकला आहात.''

तो चित्रपट कलाकार क्षणमात्र नि:शब्द झाला. दहा हजार रुपयांच्या नोटांची चळत टेबलावर होती. ती त्याने उचलली, पावतीवर सही केली आणि मस्तकाला ते द्रव्य लावीत त्याने ते खिशात ठेवले. काही न बोलता त्याने मान झुकवून नमस्कार केला आणि खालच्या मानेने तो निघूनही गेला.

दादाजी खिडकीपाशी आले. खिडकीतून त्यांनी खाली पाहिले, तेव्हा स्वकर्तृत्वावर निर्माण केलेली एक अद्ययावत अशी कलानगरी त्यांनी डोळा भरून पाहिली. या खिडकीतून त्यांनी अनेकदा आपली यशापयशे निरखून पाहिली होती. त्यांनी आयुष्यात कुस्करलेल्या तरुण मुली त्या वेळेस त्यांच्या पायांजवळ बसलेल्या असत. चित्रपटसृष्टीत आज नावारूपाला आलेल्या कित्येक स्त्रिया सर्वस्व देण्यासाठी याच खोलीत नम्रतेने उभ्या असायच्या.

- ० - ० - ० -

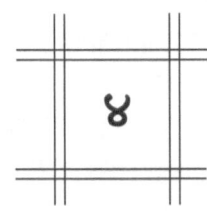

४

त्यांच्या प्रत्येक चित्रपटाची नवी नायिका चित्रनिर्मितीच्या कालखंडात सर्वार्थाने त्यांची असे. जितक्या उत्कंठेने ती स्त्री दादाजींच्या या ऑफिस-कम-बेडरूममध्ये प्रवेश करी, तितक्याच त्वरेने चित्रपट पुरा होताच ती या खोलीतून बाहेर काढली जाई. आयुष्यात अशा तऱ्हेची संधी मिळाली की, आपले नशीब उघडेल, अशा आशेने ते कौमार्य इथे प्रवेश करी. पण कितीही सुकुमारित्व असले तरी दादाजी त्यात अडकून पडत नसत. वाटेवरचा एक विसावा, यापलीकडे त्या स्त्रीला कधी महत्त्व आले नाही. त्यांच्या अलिप्त, कोरड्या अशा वागण्यामुळे या खोलीत कधी जिव्हाळा निर्माण झाला नाही. त्यामुळे कसल्याही भावबंधनात गुंतण्याचा दादाजींवर प्रसंगच आला नाही. स्त्रीकडून त्यांची मागणी सहकार्याची नसे; शरणागतीची असे. त्यांना सहचरी नकोच होती. आलेली स्त्रीही नशीब खुलण्याचा एक रस्ता, एक अपरिहार्य समर्पण या भावनेने या खोलीत प्रवेश करायची. राजहंस कला-मंदिराच्या चित्रपटात काम केले, म्हणजे चित्रपटसृष्टीची ही नकली दुनिया आपला स्वीकार करेल, हा विश्वास तिच्या ठायी पैदा झालेला असे. ती एक पायरी होती, वर जाण्यासाठी. पण त्या जवळपास वर्षभराच्या काळात तिला सर्वस्व द्यावे लागे. देखावा असे या निवासस्थानाच्या स्वामिनीचा, पण प्रत्यक्ष भूमिका सेविकेची. ती सेवा जातीने करावी लागे. या सेवेत कुचराई झाली तर चित्रपट चालू असला तरी आपली हकालपट्टी होईल याची खात्री असल्यामुळे मनात नसतानाही खालमानेने ती स्त्री दिवस काढी. दादाजींना पांढरा रंग आवडत असे, म्हणून तिला पांढऱ्या रंगाची साडी कायमची वापरावी लागे. दादाजींना स्त्रियांनी मोठे कुंकू लावलेले आवडत असे, म्हणून धर्माने मुसलमान असली तरी तिला तसे कुंकू लावून वावरावे लागे. राजहंस फिल्म कंपनीचे जसे राजहंस हे प्रतीकचिन्ह होते, तसेच राजहंस कलामंदिराच्या मालकाच्या स्वामित्वाचे हे धवल

वस्त्र आणि कुंकवाचा लाल ढळढळीत टिळा हेही एक स्वामित्वाचे प्रतीक होते. याही निवासस्थानात इमानदार नोकर-चाकर होते. तरीपण सूर्योदयापूर्वी उठून आपले सर्व प्रातर्विधी आटोपून दादाजींना आवडणारी कडक काळी कॉफी त्या दासीनेच करायची, हीही प्रथा होती. एवढेच नव्हे, तर दादाजी जिथे जिथे जाणार असतील तिथे तिथे सावलीसारखे नटून-थटून तिलाही दादाजींबरोबर जावे लागे. ती दादाजींना पसंत पडलेली वस्तू आहे, याची वार्ता चित्रपटजगतात ताबडतोब पसरत असे. एक वर्षाच्या कालावधीत दादाजींची छाप तिच्यावर इतकी पडे की– तिचे हसणे, बोलणे, वागणे– सारे काही बदलून जात असे. मग दादाजींकडून मुक्तता होण्याचा दिन आला– बहुधा ज्या चित्रपटात तिने काम केलेले असे, त्या चित्रपटाच्या प्रिमियरपूर्वीच तो यायचा– तेव्हा मात्र दादाजी तिला कौतुकाने निरोप देत. त्या वेळेस दादाजींना आवडे त्या मोरपंखी रंगाची जरीची साडी तिला भेट म्हणून मिळे. त्या शेवटच्या रात्री एखाद्या प्रियकराच्या उत्कंठेने दादाजी तिचा अखेरचा भोग घेत. त्यातही त्यांच्या अहंकाराचा भाग असेच. उसाचा सारा रस मी शोषून घेतला आणि आता चोयटीप्रमाणे मी तुला टाकून दिली– अशी भावना त्या शृंगारात निर्माण होई. विशेष आवडलेली असे, त्या स्त्रीचे खूप लाड होत. तेवढ्यानेच ती खूष होई.

वयाची पन्नाशी उलटेपर्यंत दादाजींचा हा क्रम चालू होता. पण पुढे त्यांनी त्यात बदल केला. माणसाचे पौरुषत्व त्या काळात हळूहळू कमी होत जाते, म्हणूनही त्यांनी हा बदल केला असावा; किंवा कदाचित चित्रपटाच्या व्यवसायाचे स्वरूप बदलले, हेही कारण असेल. हळूहळू चित्रपटसृष्टी नायिकाप्रधान न राहता नायकप्रधान होत चालली होती. त्यामुळे या व्यवसायात येणाऱ्या तरुण स्त्रियांना राजहंस स्पर्शाची आता तेवढी गरज राहिली नव्हती. अभिनयाऐवजी स्त्रीदेहाचे प्रदर्शन, ताजा चेहरा आणि कमनीय बांधा यामुळे कोणतीही स्त्री नायिका म्हणून चालण्यासारखी होती. अशा तात्पुरत्या दासी त्यांना अजूनही मिळाल्या असत्या. पण आता स्वत: चित्रपट काढण्याऐवजी आपला अद्ययावत स्टुडिओ भाड्याने देणे आणि 'राजहंस डिस्ट्रीब्युशन' ऑफिस चालवणे, हे त्यांना अधिक फायद्याचे वाटू लागले. किती तरी थिएटर्सवर त्यांचा कब्जा होता. सगळे जागतिक मानसन्मान मिळून झाले होते. चित्रपटसृष्टीत त्यांच्या नावाचा एक दबदबा होता. आजही ते चित्रपटनिर्मिती करीत होते. स्वत:चे डिस्ट्रीब्युशन ऑफिस असल्यामुळे धंदा तोट्यात जात नव्हता. तरीपण चित्रपटतंत्र बदलल्यामुळे 'राजहंस चित्र' हा ठसा स्पर्धेत मागे पडला होता, आणि जर शकीलाबानू

अन्सारी (चित्रपटातले नाव जयमाला) नावाच्या पंजाबी अभिनेत्रीचे प्रकरण घडले नसते, तर दादाजींच्या आयुष्याला नवे वळण लागले नसते.

जयमाला ही मूळची पंजाबी मुसलमान नटी. पंजाबी चित्रपटात काम करून तिने थोडा नावलौकिक मिळविला होता. चित्रपट-वृत्तपत्रात तिच्याबद्दल अधून-मधून बातम्याही येऊ लागल्या होत्या. ती मुंबईला येऊन स्थायिक झाली तेव्हा दादाजींचा लौकिक तिच्या कानांवर गेला होता. तिलाही जमले तर दादाजींच्या एखाद्या चित्रपटात काम करायचे होते. योग्य त्या मध्यस्थामार्फत तिने दादाजींकडे संधान बांधले. दादाजी त्या वेळेस हिंदू-मुस्लिम ऐक्यासंबंधी चित्रपट काढण्याच्या विचारात होते. जयमालेची त्यांनी स्क्रीनटेस्ट घेतली आणि तिला चित्रपटासाठी करारबद्ध केले. पण दादाजींची स्टुडिओमध्ये राहण्याची मागणी तिला काही मान्य होण्यासारखी नव्हती. ती तशी खालच्या कुळातली असली तरी आई-बाप-भाऊ-बहीण अशा अनेक जबाबदाऱ्या तिच्यामागे होत्या. आपली मागणी पुरी होईपर्यंत दादाजी चित्रपट सुरू करीनात व तिला करारातून मुक्तही करीनात. जी काही छोटी-मोठी कामे तिला मिळाली होती, ती कामेही त्यामुळे खोळंबली. ती कामे तिला सोडताही येत नव्हती, कारण त्यात मिळणाऱ्या पैशावरच तिचे घर चालणार होते. शेवटी वैतागून ती एकदा दादाजींकडे गेली. दादाजी त्या वेळेस आपल्या असिस्टंट्स, मॅनेजर्स आणि टेक्निशियन्स यांच्याबरोबर कसली तरी चर्चा करीत होते. जयमाला आली तेव्हा त्यांना वाटले की, आपल्या मागणीनुसार वागण्याचे कबूल करण्यासाठी ती आली. आपले स्वामित्व दाखविण्याची ही संधी मिळाली, म्हणून तसे ते खूष होते. पण ती आली ती अस्वस्थ मन:स्थितीत आणि संतापलेल्या अवस्थेतच. येता-येताच कोचावर बसण्याऐवजी आणि दादाजींना नमस्कार करण्याऐवजी ती म्हणाली, ''दादाजी, आपण हा काय तमाशा चालविला आहे? आपण चित्रपट तरी सुरू करा, नाही तर मला करारातून मुक्त करा. मला आता अधिक थांबणे शक्य नाही.''

दादाजी हसून म्हणाले, ''ठरवू या. आताची मीटिंग संपू दे. मग निवांतपणे बसून ठरवू.''

संतापाने थरथरत जयमाला म्हणाली, ''मला आत्ताच्या आत्ता उत्तर हवंय. थांबायला मला अजिबात वेळ नाही. मला काय तुम्ही खेळणं समजता? का लाचार असलेली रांड समजता? मला तुमच्या चित्रपटात काम करण्याची मुळीच इच्छा उरलेली नाही.''

दादाजी अवाक् झाले. आपल्या नोकरांसमोर तिने केलेला हा अपमान

त्यांना सहन होत नव्हता. रागावण्यापेक्षा तुच्छतेने तिचा अपमान करण्यातच आपली प्रतिमा कायम राहील याचा चट्कन निर्णय घेऊन ते म्हणाले, ''तुम्ही आलात, बरं झालं. नाही तरी हा चित्रपट रद्द करण्याचाच आम्ही निर्णय घेतला आहे. तुम्हाला हे सांगावं कसं, हाच माझ्यापुढचा खरा प्रश्न होता. स्क्रिप्टची गरज विचारात घेतली, तर तुमचा सेक्सी चेहरा त्याला उपयोगी नाही. पण माझ्यातल्या हळव्या कलावंताला ते सांगण्याचं एक कलावंत म्हणून धाडस होत नव्हतं. तुम्हालाच करार मोडायचाय असं तुम्ही म्हणता, तेव्हा कटुता निर्माण होण्याचा प्रश्न नाही.'' व्यवस्थापक पत्की यांच्याकडे बघून ते म्हणाले, ''पत्की, बाईंच्या बरोबर केलेल्या कराराची एक प्रत आपल्या फाईलमध्ये असेल, ती काढा. बाईंना घेऊन ऑफिसमध्ये जा. त्यांच्याकडून स्वखुशीने उभयतांनी हा करार रद्द केला आहे; एवढेच नव्हे तर विसारापोटी त्यांना दिलेले पाच हजार रुपयेही त्यांच्याकडेच ठेवायची आपण परवानगी दिली आहे, अशी नोंद करा. सही घ्या. प्रथेप्रमाणे साडी-चोळी देऊन त्यांना निरोप द्या. बाई, तुम्ही जाऊ शकता. पत्की तुमचा व्यवहार पूर्ण करतील.'' आणि परत चालू असलेल्या चर्चेत भाग घेण्यासाठी त्यांनी जयमालाकडे पाठ फिरविली.

जयमालेला वाटले होते की, आपल्या अटी थोड्या शिथिल करून चित्रपटाचे शूटिंग दादाजी सुरू करतील; कारण आतापर्यंत चित्रपटाची सर्व प्राथमिक तयारी पूर्ण झाली होती. गाणीही ध्वनिमुद्रित झाली होती. एक गझल तर तिने स्वत:च गायली होती. चित्रपट कोणत्याही क्षणी सुरू करता येईल, अशी सर्व पूर्वतयारी झाली असताना आपल्या अवास्तव व गुलामगिरीच्या मागण्यांबाबत दादाजी आग्रह करणार नाहीत, अशी तिची समजूत होती. लहानपणापासून ती दादाजींचे चित्रपट पाहत आली होती आणि त्या चित्रपटातूनच सिनेमाव्यवसायाचे आकर्षण तिला निर्माण झाले. स्त्रीकडे पाहण्याच्या चित्रपटातील दादाजींच्या दृष्टीत व वास्तवातील दृष्टीत फारच अंतर आहे, हे पाहून तिला थोडा धक्का बसला होता. दादाजींच्याबरोबर केव्हाही आणि कुठेही झोपायची तिची तयारी होती, कारण तिला त्या गोष्टींचा खूपच अनुभव होता. ती क्रिया अपरिहार्य आहे, असे समजून चालण्याची सवय तिने लावून घेतली होती. 'चमडीसे चमडा लगता है' ह्यापेक्षा त्या व्यवहारात तिला काही गैर वाटत नव्हते आणि तिच्या आई-बापालाही. पण स्टुडिओत राहायचे आणि हिंदू संस्कृतीप्रमाणे कुंकू लावून नऊवारी पांढऱ्या साडीत मिरवायचे, ही गोष्ट तिला मुळीच पटण्यासारखी नव्हती. चित्रपटातली भूमिका म्हणून ती कोणत्याही सतीसावित्रीच्याही भूमिका

करायला तयार होती; पण तिच्या रोजच्या दैनंदिन धार्मिक आचारधर्मात बदल करायला तिचा विरोध होता. शिवाय राजहंस स्पर्शाची एवढी किंमत द्यावी, इतका काही भक्तिभाव तिच्या उरी दाटलेला नव्हता. जी भूमिका तिला देऊ करण्यात आलेली होती, तीही एका मुस्लिम नायिकेची. त्यामुळे तिला असल्या या थोतांडाची गरजही वाटली नव्हती. आपल्या रूपाचा आणि सौष्ठवाचा तिला अभिमान होता. दहा-पंधरा वर्षांपूर्वी ती सिनेमात येण्याजोगत्या वयाची असती, तर दादाजींच्या त्याही इच्छा तिने पुरविल्या असत्या. पण आता दादाजींच्या त्या मागण्या तिला तद्दन मूर्खपणाच्या वाटत होत्या. दादाजीच पडते घेतील आणि घरी राहून आपल्याला चित्रीकरणात भाग घेता येईल, या कल्पनेने ती या भूमिकेचा विचार करत होती. या चित्रपटात काम केले तर आपला भाग्योदय होईल, हे समजण्याइतके शहाणपण तिला होते. पण अखेरीस एकीकडे त्यांच्या अवास्तव मागण्या आणि दुसरीकडे आपल्याजोगती भूमिका या द्वंद्वातच तिला निर्णय घ्यायचा होता. अनेक पुरुषांच्या संगतीत एखादी स्त्री बावरली की, तिला हळूहळू व्यवहारी शहाणपण यायला लागते. या व्यवहारी शहाणपणातूनच तिला हा करार मोडायचा होता. थोडी माघार घेतली असती, थोड्या सवलती दिल्या असत्या, तर ती कदाचित दादाजींना शरण गेली असती. पण दादाजींनी ते रस्ते एकदमच बंद करून टाकले.

दादाजी उताराला लागलेले होते अन् त्यांच्या कीर्तीचा सुगंधही. आता पूर्वीचे वैभव त्या उरलेल्या कीर्तीत नव्हते. एक चांगले कथानक असलेला चित्रपट काढण्याचा त्यांचा हा प्रयत्न जयमालेच्या दुराग्रही भूमिकेमुळे लांबणार होता. खरे पहायला गेले तर त्यांचा शारीरिक आग्रह हा आता पूर्वीइतका उग्र राहिला नव्हता. पण अनेक वर्षांची सवय त्यांना माघार घेऊ देत नव्हती, एवढेच. घटना घडायच्या त्या चट्कन वेगाने घडून गेल्या. पैसा ही गोष्ट त्यांनी नेहमीच दुय्यम मानली होती, कारण त्यांचा अहंकार त्याहूनही त्यांना महत्त्वाचा वाटत होता. प्रतिमेला जपण्याबद्दल ते जागृत असत. विलासी जीवनाची त्यांना कधीही आवड नव्हती. गेली अनेक वर्षे स्टुडिओत वावरताना डकची पांढरी पँट आणि पांढरा शुभ्र शर्ट या वेशातच लोकांनी त्यांना पाहिले होते. बाहेरच्या समारंभाला जाताना मात्र ते थ्री-पीस सूट घालून वावरत. तो एक गडद निळ्या रंगाचा सूट लोकांच्या परिचयाचा होता.

आपल्याबद्दल लोकांच्या मनात कुतूहल सतत राहावे याविषयी ते जागरूक असत. चित्रपट काढताना त्यांची दृष्टी धंदेवाईकच असे. कधी सामाजिक सुधारणा,

सेवाव्रती माणसाची कहाणी, कधी सामाजिक समता– असले विषय ते त्याला ठिगळासारखे जोडून टाकत. दादाजीचे चित्रपट ध्येयवादी दिग्दर्शकांचे आहेत, असा त्यांचे स्तुतिपाठक उल्लेख करीत. त्यांना सुपारीच्या खांडाचेही व्यसन नव्हते. आपली शरीरप्रकृती त्यांनी काळजीपूर्वक तंदुरुस्त राखली होती. स्त्रीसंबंधांत-सुद्धा त्यांचा अतिरेक नव्हता. वेळापत्रकानुसार वर्तन हे त्यांच्या जीवनाचे सूत्र होते. कमीत कमी पण पौष्टिक आहार आणि चोवीस तास श्रम यासाठी त्यांना काही करावेच लागले नाही. ते गुणधर्म त्यांच्या रक्तातच होते. आपले जातवाले, गाववाले किंवा पूर्वपरिचित लोक यांना त्यांनी कधी जवळ केले नाही. चित्रपटसृष्टीत जे-जे नवीन तंत्रज्ञान आले, ते-ते त्यांनी अवगत करून घेतले. एवढेच नव्हे, तर कितीही किंमत द्यावी लागली तरी आवश्यक ती सारी आधुनिक यंत्रसामग्री खरेदी करून आपला स्टुडिओ अद्ययावत करून टाकला होता. पण तंत्रज्ञानात पारंगत होत गेलेला हा माणूस चित्रपटाच्या निर्मितीला आवश्यक असणारी कलात्मकता हरवत चालला होता. नव्याने उदयाला आलेले सिंधी-पंजाबी तरुण दिग्दर्शक आणि निर्माते यांनी चित्रपट निव्वळ करमणूकप्रधान करून समृद्धीचे नवे रस्ते शोधले होते. नायक-नायिकांच्या नव्या जोड्या निर्माण होत होत्या. दादाजींच्या मते, त्या सवंग प्रेमाच्या कथा असल्या तरी त्या लोकांना आवडत होत्या.

हा जो नवा चित्रपट त्यांनी योजला होता, तो तशा अर्थाने स्फोटक म्हणजे हिंदू-मुसलमान संबंधातला होता. म्हणून यापुढे नवी नायिका शोधून काढण्यात व चित्रपट चालू करण्यात चित्रपटनिर्मितीला होणारा विलंब ही त्यांच्या दृष्टीने एक अत्यंत घातक अशी घटना होती. कोणाही नव्या नटीला घेऊन ते चित्रपट पुरा करू शकले असते. पण नाटकासारखीच चित्रपटाच्या प्रत्येक सीनची कसून तालीम घेण्याच्या क्रियेमुळे थोडा वेळ लागला असता, इतकेच.

-०-०-०-

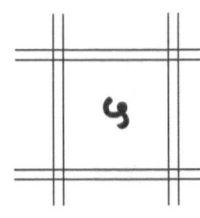

५

–आणि याच कालखंडात चंद्रकलेची त्यांची ओळख मीच करून दिली. चंद्रकलेची व त्यांची नजरानजर झाली आणि त्यांचा नेहमीचा कोरडेपणा टाकून ते एकदम भारावून गेलेले माझ्या लक्षात आले. बरेच दिवस मनात निर्माण केलेले एखादे स्वप्न साक्षात समोर उभे राहावे, असे त्यांचे वागणे वाटले. रीती-रिवाजानुसार चंद्रकलेने माझेच अनुकरण करून त्यांच्या पायाला स्पर्श करून नमस्कार केला, तेव्हा त्यांचा हात तिच्या पाठीवर अधिक काळ रेंगाळलेला मला जाणवला. नेहमीची प्रथा अशी की, चित्रपटात नव्याने प्रवेश करू इच्छिणाऱ्या स्त्रीने नम्रतेने दादाजींकडे एखादा लहान-मोठा रोल मागायचा आणि दादाजींनी 'पुढच्या चित्रपटात पाहू... अधून-मधून येत चला'– असे म्हणायचे. ती प्रथा आज मोडली गेली. तिने आतापर्यंत काय काय केले, याची चौकशी दादाजींनी केली. उत्साहाच्या भरात चंद्रकलाही आपले कर्तृत्व सांगू लागली. दादाजींनी तिला मुळीच आडकाठी केली नाही. मध्येच दादाजींनी हल्ली काय करता, असा प्रश्न केला. 'आहेत, काही साइड रोल्स आहेत. पण म्हणण्यासारखा रोल नाही', असे जेव्हा ती म्हणाली; तेव्हा दादाजी म्हणाले, 'माझ्या नव्या चित्रपटात एक रोल आहे. तुम्हाला जमण्यासारखा असला तर मी तो देईन. अर्थात मला तुमची स्क्रीन टेस्ट घ्यावी लागेल. तुमचे एक-दोन तमिळ चित्रपट मी पाहिले आहेत. तुमची निवड मला करता येईल, असे वाटते. माझ्याकडे कडक शिस्त असते. ती तुम्हाला जमेल की नाही, याचा विचार मला करावा लागेल.'

एखाद्या भारलेल्या अवस्थेत गेलेला माणूस ज्याप्रमाणे गुंगून जातो, त्याप्रमाणे चंद्रकलाही भारून गेली होती. ती म्हणाली, 'तुमचे सगळे नियम मला माहीत आहेत. खूप ऐकलंय मी तुमच्याबद्दल. वेळा पाळाव्या लागतात, अळंटळं चालत नाही, तालमी कराव्या लागतात; एवढंच नव्हे, तर तुमचा चित्रपट संपेपर्यंत दुसरीकडे

काम करता येत नाही. ठाऊक आहे मला. पण तुमच्या हातून शिक्षण मिळालेले पहिल्या श्रेणीचे कलावंत या मुंबईत किती आहेत, हेही मला माहीत आहे. मला तुमच्या सगळ्या अटी मान्य आहेत.'

'माझं शेड्युल विचित्र असतं. त्यामुळे तुम्हाला इथं राहणंच सोईस्कर वाटेल. येथे तुमच्यासाठी मी उत्तम व्यवस्था करू शकतो. स्वतंत्र जागा आहे. पण सकाळी सातला हजर राह्यचं, तर दुरून कुठून इथं येणं तुम्हाला जमणार नाही.'

'मी इथेच राहीन; त्यात काही अवघड नाही. नाही तरी माझी आजची जागा इतकी काही चांगली नाहीय.'

'ठीक आहे. उद्या सकाळी तुम्ही सात वाजता हजर राहा. तुमची स्क्रीन टेस्ट मी घेईन आणि लगोलग निर्णय घेईन.' माझ्याकडे वळून दादाजी म्हणाले, 'तू आहेस का रे उद्या? असलास, तर तूही हजर राहा. आमचं तंत्र आता जरा जुनं झालंय. तुमच्यासारख्या तरुणाचं मत घेतलेलं बरं.'

एरवी कधी कुठल्याही व्यक्तीबद्दल दादाजी विशेष अगत्य दाखवीत नसत. मी त्यांचा शागीर्दच होतो. तेव्हा मला त्यांच्या घरात मुक्तद्वार होतेच. पण चंद्रकलेलासुद्धा दादाजींनी घरगुती मानून अंतर्गृहात नेले. कॉफी-बिस्किटे दिली. तिच्या प्रत्येक हालचालींवर त्यांचे लक्ष होते, हे माझ्या ध्यानात आले. अर्थात, त्यांच्या त्या निरीक्षणाचा संबंध त्यांच्या पुढच्या आयुष्याशी काही घडणार आहे, असे मात्र मला वाटले नव्हते. मग त्यांनी उत्साहाने आम्हा दोघांना घेऊन स्टुडिओतल्या सर्व विभागांत हिंडवून आणले. मला स्टुडिओ नवा नव्हताच, पण चंद्रकलेला होता. मुंबईतले काही स्टुडिओ तिने पाहिले होते. मद्रासला तर पाहिले होतेच होते. पण त्या सर्वांपेक्षा इथली टापटीप, शिस्त, स्वच्छता पाहून तिच्यावर नक्कीच परिणाम झाला असावा. नियती या क्षणी काही संकेत ठरवीत असेल, अशी मला चुकूनही जाणीव नव्हती; परंतु याच क्षणाला काही विशेष महत्त्व येणार होते.

चंद्रकलेला तिच्या घरी सोडावे म्हणून दादाजींनी आपली गाडी दिली; त्यानेही मी आश्चर्यचकित झालो. राजहंस कलामंदिराची ती प्रथा नव्हती आणि दादाजींची तर मुळीच नव्हती. तासा-दोन तासांच्या मुलाखतीत दादाजींत आमूलाग्र बदल झाला होता. मी मात्र गाडीत काही न बोलता चंद्रकलेच्या घरी पोहोचल्यावर दादाजींच्या स्वभावाबद्दल तिला सांगितले, "ते तुसडे आहेत, टास्क मास्टर आहेत आणि ते कुठल्याही कलावंताची तमा ठेवीत नाहीत. दादाजी म्हणजे नुसते एक यंत्र झाले आहेत." यावर ती नुसतीच हसली. अनेक स्त्रियांशी संबंध

आल्यामुळे स्त्री आपल्याला अचूक ओळखता येते, असा मला गर्व वाटत होता. या वेळेस मात्र माझे गर्वहरण होणार होते, याचा मला तेव्हा तरी अंदाज आलेला नव्हता.

मी मद्रासला परतलो आणि इकडे काय झाले याचा मला पत्ताही नव्हता. चित्रपटाचे शूटिंग कदाचित सुरू झाले असेल, एवढेच मी समजून चाललो होतो. फार तर दादाजींच्या प्रथेप्रमाणे त्यांच्या चित्रपटातील ती नायिका तेवढ्या काळापुरती त्यांची व्यक्तिगत जीवनातील नायिकाही झाली असावी. वास्तविक, दादाजींच्या शागीर्दाजवळ चंद्रकला काही काळ वावरलेली आहे, ही गोष्ट काय दादाजींना माहीत नसेल? तमिळ चित्रपटसृष्टीत तिला नाव मिळाले होते. एवढेच नव्हे, तर मुंबईच्या चित्रपटसृष्टीतसुद्धा ती हळूहळू जम बसवू लागली होती, याही गोष्टी त्यांना ज्ञात होत्या. दादाजींच्या कडक शिस्तीत चंद्रकला बदलणार होती, का चंद्रकलेच्या विभ्रमात आणि सौष्ठवात दादाजी गुंतणार होते– एवढेच पाहण्याचे आता बाकी होते.

चंद्रकला माझ्या स्टुडिओत जेव्हा प्रथम आली, तेव्हा ती कुणाची नव्हती. तिचे वागणे-बोलणेसुद्धा अगदी अनगड, थोडेसे असंस्कृत वाटण्याइतके खालच्या पातळीचे होते. मी तिला जवळपास नव्याने जन्म दिला, स्त्री म्हणून आणि कलावंत म्हणूनसुद्धा! दाक्षिणात्याप्रमाणे ती काळी होतीच; पण तिचा काळेपणा शिसवीच्या लाकडाप्रमाणे तेजस्वी होता. अंगप्रत्यंगांतून ओसंडणारी तिची प्रमाणबद्धता, नैसर्गिकपणे बोलण्या-चालण्यातून व्यक्त होणारे तिचे स्त्रीत्व हे कोणालाही घायाळ करेल, असेच होते. ती कुमारिका होती किंवा नाही, हे मी निश्चयाने सांगू शकत नसलो तरी तिने जो माझ्याशी पहिला एकांत केला; तो पहिलाच होता, हे दाखविण्याचा अभिनय मात्र तिने उत्तम केला होता. शिक्षणाचा संस्कार तिच्यावर झालेला नव्हता. पण तिचे प्राकृत शहाणपण ठायी-ठायी जाणवत असे. मी तिला जेवण्या-खाण्यापासून सुसंस्कृतपणाचे जे-जे धडे दिले, ते तिने तीक्ष्ण बुद्धीच्या विद्यार्थ्याप्रमाणे पहिल्या पाठ्यातच अंगात मुरवून टाकले. मद्रासमधून ती मुंबईला जेव्हा गेली, तेव्हा ती एक सुसंस्कृत स्त्री म्हणूनच गेली होती. मला हळहळ वाटली. पण तिला रोखण्याचे माझ्यापाशी काही शस्त्र नव्हते. तिने मला सरळ विचारले, ''माझ्याशी लग्न करता का? तर, मी कायमची राहीन इथं– तुमच्यापाशी.'' लग्न करणे तर मला शक्य नव्हते, कारण माझे लग्न आधीच झालेले होते. किंबहुना, त्या लग्नामुळेच तर मला मुंबई सोडून मद्रासला पळून यावे लागले होते!

- ० - ० - ० -

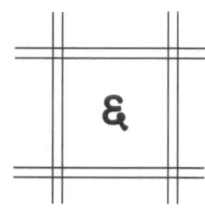

६

म्हटले तर तो एक प्रेमविवाह होता. पण खरे म्हणजे, तो राक्षसविवाहच होता. एका प्रतिष्ठित प्राध्यापकाची मुलगी मेघना दामले माझ्या रूपावर, चित्रपटातील माझ्या स्थानावर खूश होती. पहिल्यापासूनच रस्त्यावर वाढल्यामुळे माझ्यात एक धश्चोटपणा आलेला होता. समाजातील प्रतिष्ठित स्तरातील व्यक्तींशी माझा संबंधच यापूर्वी आलेला नव्हता. सतत भेटीगाठी झाल्यामुळे ती मुलगी वारंवार माझ्याकडे येऊ लागली. तिच्या वडिलांना तिने माझ्यासारख्याकडे यावे-जावे, हे मुळीच पसंत नव्हते. चार-दोनदा त्यांनी मला शिवीगाळ करून हाकलले होते. आपल्या मुलीला भेटण्याची बंदी घातली होती. पोलीस इन्स्पेक्टर मित्राच्या साह्याने मला जरबही दिली होती. पण या त्यांच्या कृत्यामुळेच मीही चिडीला पेटलो होतो. तसे दादाजींच्याकडे मला काही कमी नव्हते. प्रतिष्ठा नव्हती, पण दादाजींचा विश्वास होता. दादाजींच्या दबावाखाली कोणीही मोठे होणे शक्य नव्हते. पण दादाजींच्या संगतीत मी खूप काही शिकलो होतो. दादाजी दिग्दर्शन करतात म्हणजे काय, हे त्यांची स्क्रिप्ट्स मला पाहावी लागत असल्याने समजू लागले होते. माझा त्यामुळे फायदा झाला होता. मला चित्रपटविद्या समजली आहे, असे आमच्या इंडस्ट्रीतले लोकही समजायचे. दादाजी त्यांच्या ऐन कर्तृत्वाच्या भरात होते. त्यांच्या संगतीत राहणे, हाही एक अभ्यासक्रम होता. त्यांनी चित्रपट दिग्दर्शित करावा म्हणून विजय राघवन या नावाचे धनिक निर्माते त्यांच्याशी बोलणी करीत होते. चित्रपट मुंबईत होणार असेल, तर आपण साह्य करू, असे दादाजींनी थोड्या भिडस्तपणाने मान्य केले. कारण साऊथ सर्किटचे ते डिस्ट्रीब्युटर होते. दिग्दर्शक म्हणून आपले नाव असणार नाही, तर आपल्या कुठल्या तरी असिस्टंटचे नाव असेलच, हे त्यांनी सांगितले होते. पण त्या वेळेस मी तेथेच असल्यामुळे ते म्हणाले, "आमचा हा राघव तुमच्या चित्रपटाचा दिग्दर्शक असेल, मी त्याला सगळी मदत

करीन. शिवाय राघवचा राघवन् करणे अगदी सोपे आहे. म्हणजे तमिळी चित्रपटाचे परभाषिकांनी दिग्दर्शन केलेलं नाही, असंही भासविता येईल.''

माझ्याजवळ हा एवढाच खरा आधार होता. ही बोलणी चालू असतानाच हे माझे प्रेमप्रकरण रंगात आले होते आणि मला प्राध्यापक दामले यांनाही धडा शिकवायचा होता. खरे तर मुंबईत राहून हा धडा शिकविता आला असता, तर मला बरे वाटले असते. पण मग कदाचित दादाजींचे दडपण आले असते. कदाचित मेघनेला कोंडून ठेवण्यात आले असते. काहीही घडू शकले असते. मेघना त्या वेळी कायदेशीर दृष्ट्या वयात आलेली होती. आम्ही काही करायचे ठरविले असते, तर कुणी आमचे वाकडे करू शकत नव्हते. परंतु मेघनेला एवढे धारिष्ट्य येण्याइतपत तिच्या-माझ्या गाठीभेटीच होत नव्हत्या. अजून आमचे प्रेम एक काफ लव्ह होते. दुसऱ्या कोणाबरोबर बापाने लग्न लावलेच असते, तर तिने बंड वगैरे काही केले नसते. सरळ-सरळ त्या माणसाबरोबर ती संसार करत राहिली असती. तेव्हा, जे काही करायचे ते ताबडतोब केले पाहिजे; थोडी धिटाई दाखविली पाहिजे, असे मी ठरविले. एक गोष्ट बरी झाली होती की, माझा विजय राघवन् यांच्याशी चांगला परिचय झालेला होता. तमिळ भाषेशी थोडा-थोडा परिचय होऊ लागला होता. सुदैवाने ते दादाजींबरोबर वाटाघाटी करीत मुंबईतच राहिले होते. त्यामुळे मी त्यांच्याकडे गेलो व त्यांना सांगितले की, मुंबईत पिक्चर्स काढण्यापेक्षा मद्रासमध्ये काढणे स्वस्त पडेल. एवढेच नव्हे, तर कलावंतांच्या तारखा मिळविणेही सोपे जाईल. दादाजींकडची नोकरी सोडून मी मद्रासला यायला तयार आहे; एवढेच नव्हे, तर काही अडचण आलीच तर दादाजी हे माझे गुरूच आहेत, त्यांच्याकडून मी केव्हाही मदत मागू शकेन. तेव्हा नि:शंकपणाने तुम्हाला हवा तसा चित्रपट मद्रासमध्ये राहूनच निर्माण करता येईल. त्यांना ती कल्पना पसंत पडली. हा चित्रपट आपण भागीदारीत काढू, असे त्यांनी मला सुचविले. हे तर मला फारच फायद्याचे होते. दादाजींकडून मी काही ज्ञान कमविलेच असेल, तर त्याचा कसही लागणार होता. शिवाय सर्वच पैसे विजय राघवन गुंतविणार होते. त्यामुळे हा प्रयोग यशस्वी झाला, तर माझे भाग्य उजळणार होते आणि नाहीच झाला, तरी दादाजींचा आश्रय तुटणार नव्हता. दादाजींच्या तालमीत नाही म्हटले तरी प्रसंगी चोवीस तास काम करण्याची सवय लागलेली होतीच. तमिळ भाषेवर माझे प्रभुत्व आज नव्हते; पण एकदा पाण्यात पडल्यावर पोहण्यावाचून गत्यंतर उरणार नव्हते. माझ्या अटीही काही फारशा नव्हत्याच. मला बरोबरीची व सन्मानाची वागणूक मिळायला हवी आणि चित्रपट

तयार होईपर्यंत दरमहा पाचशे रुपये नियमितपणे मला मिळायला हवे होते. विजय राघवन् यांना ही कल्पना पसंत पडली, अटी मान्य झाल्या.

मग महत्त्वाच्या गोष्टी राहिल्या त्या– दादाजींची परवानगी घेणे, विजय राघवन यांच्याबरोबर योग्य ते करार-मदार करणे आणि त्यापेक्षा सर्वांत महत्त्वाची गोष्ट म्हणजे मेघनेला गुप्त निरोप पाठवून घराबाहेर काढणे. पळून जायचे, या कल्पनेने ती क्षणभर बिचकेल; त्याहीपेक्षा या कल्पनेतल्या चित्तथरारक कृतीचा तिला मोह पडेल, असे मी गृहीत धरले होते. तिला घराबाहेर काढायचे नि ताबडतोब मद्रास मेलमध्ये बसून मद्रासलाच घेऊन जायचे. आपल्याबरोबरचे करार-मदार पाहून तिला हिंमतही येईल इतका दिलासा तिला द्यायचा. विजय राघवन यांच्याशी माझे बोलणे पूर्ण झाले होते आणि करारही झाला होता. अर्थात, या चित्रपटापुरती दादाजींनी परवानगी दिली होती. दादाजींनीच राजहंसच्या वकिलाकडून राघवन आणि माझे करारपत्रही करून घेतले. त्यामुळे तर सारेच काम अगदी सोपे झाले. मद्रासला पोचताक्षणीच राहायचे कुठे, लग्न केव्हा करायचे आणि संसार कसा मांडायचा– याबाबत वडीलधारे म्हणून विजय राघवन सगळी जबाबदारी घेणार होते. अर्थात, मी मेघनेला पळवून नेणार आहे, एवढी गोष्ट सोडून बाकी सगळे काही मी त्यांना सांगितले होते. सकाळी दहाला त्या वेळेस मद्रास मेल सुटत असे. रेल्वेतले बुकिंग क्लार्क्स आणि एक असिस्टंट स्टेशन मास्तर वाघमारे हे राजहंस कलामंदिरातील माझ्या स्थानामुळे माझे चांगले परिचित होते. ओळीने तीन-चार दिवस मी फर्स्ट क्लासच्या कुपेचे रिझर्व्हेशन करून ठेवले होते आणि ज्या दिवशी मेघना गुप्तपणे मला भेटेल, त्या दिवशी मुंबईतून पलायन करायचे, असे ठरवून टाकले होते. माझे मद्रासला जाणे गुप्त राहावे, म्हणून विजय राघवनशी झालेला माझा करार अगदी गुप्त ठेवा आणि माझी चौकशी करायला कोणी आले तर मी कलकत्त्याला जातो आहे असे सांगा, अशी दादाजींना मी विनंती केली. दादाजींनी कारणे विचारली, तेव्हा जी सुचेल ती थाप मी त्यांना दिली. मी मुंबई सोडणार आहे, ही गोष्ट कुणालाही माहीत नव्हती. माझी मुंबईतील सगळी आवरा-सावर करून मी केव्हाही मुंबई सोडण्याच्या तयारीत होतो. अंगावरच्या साडीशिवाय काहीही घेऊन न येणाऱ्या मेघनेच्या गरजेच्या गोष्टींची मी खरेदी केली. मंगळसूत्रसुद्धा मी गंठवून घेतले होते. तिला विश्वास वाटेल आणि तिच्या ठायी धीटपणा येईल यासाठी आवश्यक ते सारे काही मी माझ्या अकलेनुसार केले. परमुलखात आणि परभाषिकांत जाण्याचा धीटपणा इतक्या तडकाफडकी ती दाखवू शकेल किंवा काय, एवढाच

काय तो प्रश्न होता.

परंतु एक गोष्ट तर खरीच होती की, माझे चित्रपटसृष्टीतले स्थान तिला पुरेपूर माहीत व्हावे, याविषयी मी पुरेपूर काळजी घेऊन राजहंस कलामंदिर तिला दाखविले होते. तरुण वयात सिनेमाचे आकर्षण असते ते पुरविण्यासाठी मी तिला दहा-पाच वेळा सिनेमाला नेले होते आणि तिथे मला विशेष सन्मानाने वागवले गेलेले तिने पाहिले होते. तशी ती चवचाल मुलगी नव्हती. त्यामुळे सिनेमाच्या अंधाराचा फायदा घेऊन मी तिला कधी स्पर्श केला नाही किंवा लगट करण्याचा यत्न केला नाही. ती मला झिडकारीत नसली तरी स्पर्शाचे वेळी अंग चोरून घेत असे. घरंदाज घराण्यातील तशी शालीन मुलगी सहजगत्या त्या चोरट्या स्पर्शापलीकडे मला जाऊ देणार नाही, हे मला माहीत असल्यामुळे मीही कधी रासवटपणाने भलती अपेक्षा केली नाही. पण स्पर्श ही गोष्ट मुळात अशी आहे की, निरागस अशा हृदयातसुद्धा मीलनाची स्वप्ने सुरू होतात. आज ना उद्या सर्व अडचणी पार करून आपण एकत्र येऊ शकू, असे बेत मन करू लागते, आणि सगळ्यांच्या मर्जीविरुद्ध आपण आपला प्रियकर शोधला, हे थ्रिल तर या वयात फारच मोठे आकर्षण ठरणार होते.

माझ्या मनासारखे सर्व घडले. कॉलेजमध्ये जाण्यासाठी मेघना वडिलांच्या बरोबर निघाली आणि आपल्या वर्गात जाऊन पोचली. पहिला तास संपल्यावर माझी चिठ्ठी तिला मिळाली. वाचल्याबरोबर ती उत्कंठेने मला भेटायला गुपचूपपणे कॉलेजबाहेर आली. मी तिला स्टेशनसमोरच्या इराण्याच्या हॉटेलमध्ये घेऊन गेलो. फॅमिलीरूममध्ये गेल्याबरोबर मी तिला सारा माझा बेत सांगितला. ती हादरली. पण मला निश्चितपणे नोकरी मिळालेली आहे; गेल्याबरोबर आपल्याला लग्न करायचे आहे आणि आता मी केवळ असिस्टंट राहिलो नसून एक दिग्दर्शक झालो आहे, हे समजल्यावर आणि विशेषत: मी तिच्यासाठी केलेले मंगळसूत्र पाहिल्यावर ती तयार झाली. अर्थात, एक साहस हे आकर्षण तर त्यात होतेच; पण त्याहीपेक्षा आपले आयुष्य निश्चित बदलणार आहे आणि ते आपले आपण बदलणार आहोत, हा निग्रह विशेष स्वरूपाचा वाटला असावा. पण वडिलांनी शोधाशोध केली तर काय, या तिच्या प्रश्नावरही माझे उत्तर होते. मी सांगितले की, स्टेशनवर माझी वाट पाहत राजहंस कलामंदिराचे व्यवस्थापक पत्की उभे आहेत. वकिलाकडून जे पत्र मी तयार करून आणले आहे, त्यावर सही करून ते त्यांच्याकडे द्यायचे. त्या पत्राची एक प्रत दामल्यांना द्यायची, दुसरी प्रत दादाजींकडे द्यायची. पोलीस चौकशी झालीच, तर ती प्रथम दादाजींकडे होईल

आणि दादाजी आपल्या अक्कलहुशारीने तो प्रसंग हाताळतील. पत्रात आपण वयात आलेले असून राजीखुशीने राघव केदारी यांच्याशी विवाहबद्ध होत आहोत, असे लिहिलेले होते. त्यामुळे कायदेशीर असा कोणताही अडथळा पोलीस निर्माण करू शकणार नाहीत, अशी तिची खात्री पटविण्यात मी यशस्वी झालो. पत्कींना विश्वासात घेतलेलेच होते. मी बरोबर काय काय घेतले आहे, हे जेव्हा तिला सांगितले; तेव्हा ती चकित होऊन माझ्याकडे पाहायलाच लागली. कपडे, स्त्रीला लागणारे प्रसाधनसाहित्य वगैरे साऱ्या गोष्टींचा विचार करून इतका योजनापूर्वक बेत आखलेला असेल याची तिला कल्पना नव्हती. थोड्या अभिमानाने आणि कौतुकाने तिने माझ्याकडे पाहिले. तिच्या डोळ्यांत जेव्हा विश्वास दिसला, तेव्हा हा बेत यशस्वी झाला, हे माझ्या लक्षात आले. गाडीची वेळ होत आलेली होती. मेघनेला परत संशयाचे जाळे निर्माण करण्याला वेळसुद्धा न देता मी तिला स्टेशनवर नेले. बॅगा घेऊन तिथे पत्की उभेच होते. आम्हाला पाहताक्षणीच त्यांनी हसून आमचे स्वागत केले, शुभेच्छा दिल्या आणि मी त्यांच्याजवळ पोचवायची पत्रे दिली. ती घेऊन ते निघून गेले. विजय राघवनला तार करण्याचे आश्वासनही त्यांनी दिले. स्टेशनवर आपल्याला ओळखणारे कुणी आहे किंवा काय, इकडे मेघनेचे लक्ष होते.

पण तसे काही फारसे घडले नाही. अगदी थांबून ओळख दाखविणारे कुणी भेटलेच नाही. आपण पोचवायला आलोत अशा, थाटात मेघना शेवटपर्यंत प्लॅटफॉर्मवर उभी होती. गाडी सुरू होणार एवढ्यात चट्‌कन माझा हात धरून ती गाडीत चढली आणि आम्ही तडक आमच्या कूपेमध्ये गेलो. कूपेचे दार बंद करीपर्यंत गाडी चालूसुद्धा झाली.

मेघनेचा हात अजून माझ्या हातातच होता. तिने राहू दिला; तो आधार म्हणून, का नव्या साहसी वाटचालीत स्निग्धता निर्माण व्हावी म्हणून, हे सांगणे कठीण आहे. आम्ही आता एकमेकांचे कायमचे जीवनसाथी होणार होतो यात कसलीच शंका नव्हती. सुरक्षित बंदिस्त अशा कूपेमध्ये आमच्या मनाची धडपड आता संपली होती आणि नव्यानं वेगळी सुरू झाली होती. आयुष्यात एवढ्या चांगल्या शालीन स्त्रीचे सहचर्य माझ्यासारख्याला प्रथमच मिळाले होते. मेघना तर या घटनेमुळे हादरलीच होती. पण पुरुषासारखा पुरुष असूनसुद्धा मी अगदी गोंधळून गेलो होतो.

"अशक्य ते घडलं, नाही?"

"मला तर खरंसुद्धा वाटत नाही!"

"खरं तर आपली नीट चांगली ओळखसुद्धा नाही. लग्नाबाबत आपण गंभीरपणे बोललोसुद्धा नव्हतो. असा धीट निर्णय तू कशाच्या बळावर घेतलास?''

"तू कशाच्या बळावर घेतलास?''

"तुझ्या डोळ्यांत मला विश्वास दिसला होता.''

"आणि मलाही तुझा भरवसा वाटला म्हणून.''

"तुझा भरवसा खरा करण्यासाठी आपण मद्रासला जाऊन आपला लग्नविधी पुरा होईपर्यंत अगदी एकांत असला तरीसुद्धा मी तुला स्पर्श करणार नाही.''

"इतकं काही कॉन्झर्व्हेटिव्ह असण्याची गरज नाही... पण तेवढी गोष्ट टाळून...''

"तेवढी म्हणजे कोणती?''

"हे बघ, उगाच अडाणीपणाचं सोंग आणू नकोस. तुला मी काय म्हणतेय, ते समजलंय.''

"समजलं सगळं गं; पण कृतीत आचरता आलं पाहिजे ना! जिच्याबरोबर छत्तीस तासांनी आपलं लग्न व्हायचंय, अशा तरुण अन् विलक्षण सुंदर स्त्रीबरोबर छत्तीस तास शेजारी-शेजारी नुसते बसून काढायचे आहेत. अशा वेळेला संयम पाळणं शक्य आहे काय?''

"हे पाहा, आता मी तुझी बायको होणार आहे; तुझ्याशी लग्न करणार आहे. हावरटपणानं, अधाशीपणानं सुख ओरबाडून घेण्यात काय मजा आहे? एवढासुद्धा संयम ज्याला पाळता येत नाही, अशा प्रियकरावर प्रेम तरी कसं करणार? आता प्रश्न केवळ काही तासांचा आहे. मी माझं आयुष्य आता तुझ्यावर सोपविते आहे ते केवळ विश्वासावर. मलासुद्धा माझंच आश्चर्य वाटतंय– इतक्या बंदिस्त वातावरणात वावरलेल्या माझ्यासारख्या मुलीनं हे धाडस केलंच कसं?''

मी हसलो, तिला आपल्या जवळ ओढली आणि तिचे मस्तक आपल्या छातीवर टेकवीत म्हणालो,

"एका फारशा न शिकलेल्या, उच्च वातावरणात न वाढलेल्या माझ्यासारख्या निराधार माणसावर तू प्रेम केलंच कसं– याचा मी विचार करतोय. तुझ्या डोळ्यांत जो करारीपणा आहे– जी तिखट धार आहे, त्यानं तुला दुःख होईल असं काही माझ्याच्यानं होणार नाही.''

प्रथमच माझ्या लक्षात एक गोष्ट आली. ती म्हणजे, या वेळेस तिने आपले अंग चोरले नव्हते; उलट ती मला बिलगली होती. विश्वासाने विश्वास

वाढतो, त्याप्रमाणे प्रेमाचा उबारा प्रेमही वाढवितो. मी तिचा चेहरा आपल्याकडे वळविला आणि तिच्या गालावर आपले गाल घासत एवढेच म्हणालो,

"तू मला आहेस आणि मी तुला आहे; यापेक्षा या घटकेला तरी मला काही नकोय.''

ठरल्याप्रमाणे मद्रासला निर्विघ्नपणे पोचलो आणि सशास्त्र लग्नविधी पार पाडला. विजय राघवन यांनीच कन्यादान केले. लग्न होईपर्यंत आमचा मुक्काम विजय राघवन यांच्याच घरीत होता. लग्न झाल्यावर मात्र स्टुडिओजवळच असणाऱ्या स्वतंत्र जागेत आम्ही प्रवेश केला आणि आमचा संसार सुरू झाला. या गोष्टीला आता किती तरी वर्षे झाली. प्राध्यापक दामल्यांचा विरोधही उरला नाही. परंतु तो सारा प्रसंग मात्र आमच्या चित्रपटसृष्टीत दंतकथा म्हणून वापरला जातो.

ओळखीच्या वातावरणात मुंबईत माझे निवांतपणे चाललेले आयुष्य सोडून मला अगदी अपरिचित अशा मद्रासला स्थायिक व्हावे लागले ते मेघनेमुळे. मी आल्या-आल्या जर पहिली कोणती गोष्ट केली असेल, तर तमिळ भाषेचा एखाद्या विद्यार्थ्याप्रमाणे साक्षेपाने अभ्यास केला. सुदैवाने ज्या चित्रपटाच्या दिग्दर्शनासाठी मी इथे आलो होतो, ते 'रक्तबीजम्' हे चित्रही कल्पनेपलीकडे यशस्वी झाले. पैसा, कीर्ती या साऱ्या गोष्टी यथाक्रम माझ्याकडे चालून आल्या. मी चार-पाच चित्रपट विजय राघवन यांच्याबरोबर काढले, ते सारेच यशस्वी झाले. याचे कारण यशस्वी असणाऱ्या मराठी चित्रपटांच्या तमिळी भाषेतल्या त्या आवृत्त्या होत्या. कथा, चित्रकथा, दिग्दर्शन सारेच माझे असे. त्यामुळे पैशांचा ओघ वाढू लागला. विजय राघवन कुटुंबाशी माझे संबंध घरगुती स्वरूपाचे राहिले. जरी मी स्वत:च्या मालकीचा स्टुडिओ उभा केला, स्वत:ची चित्रपटसंस्था काढली; तरी मी त्यांच्यासाठीसुद्धा अधून-मधून चित्रपट काढीत होतो. तमिळ भाषेच्या आणि चित्रपटांच्या जगात मला स्वतंत्र कीर्ती प्राप्त झाली. माझे घर झाले, स्टुडिओ झाला आणि इतक्या अल्पावधीत की– हे सारे मला मुंबईला राहून आयुष्याच्या अखेरपर्यंत मिळविता आलेच नसते.

दादाजींच्या कृपेनेच मी चित्रपटसृष्टीत आलो, त्यांच्यामुळेच चित्रपट दिग्दर्शनाचे पहिले स्वतंत्र काम मला मिळाले आणि ते मिळाले म्हणूनच मेघनेसारख्या देखण्या स्त्रीशी माझे लग्न झाले. मेघना विलक्षण सुंदर होती. त्यामुळे खरे तर तिच्याशी प्रतारणा करण्याचा विचार माझ्या मनात कधी यायला नको होता. काही दिवस मी संयम पाळला. पण भरतच्या जन्माच्या वेळेस बाळंतपणासाठी म्हणून मेघना मुंबईला गेली आणि माझ्या आयुष्यात स्त्रियांची ये-जा सुरू झाली. मी

चित्रपटक्षेत्रात नाव कमवू लागलो तसतसे माझ्या भोवतालचे जगही बदलू लागले. रोज नवनव्या तरुण मुली चित्रपटात शिरण्याच्या आमिषाला बळी पडून सिनेमाच्या क्षेत्रात येऊ लागल्या. त्यांतील दहा-पाच मुलींना सिनेमात संधी मिळे. बाकीच्या कुणाच्या तरी रखेल्या आणि पुढे-पुढे तर कॉलगर्ल म्हणून स्थिरावत.

-०-०-०-

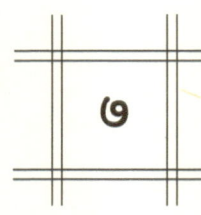

७

अशाच कालक्रमणेत चंद्रकला माझ्या भरत स्टुडिओच्या प्रांगणात एक दिवस अचानकपणे आली आणि मला तिच्यात एक वेगळी चमक दिसली, म्हणून मी तिच्यात एरवीच्या मानाने अधिक गुंतलो. एरवी माझा स्त्री-पुरुषसंबंध इतका शारीरिक असे की, त्यात गुंतागुंतीचा प्रश्नच उत्पन्न झाला नाही. माझ्या या तशा अर्थाने स्वैर असलेल्या जीवनाची काहीच बातमी मेघनेला लागत नव्हती, असे नाही. तिला काही गोष्टींचा थांगपत्ता लागत असणारच. पण ज्या व्यवसायात मी उभा जन्म घालवला, त्या व्यवसायातील नीतिमत्तेची, माझ्या स्वभावाची आणि एकूणच मला प्राप्त होणाऱ्या संधीची तिला जाण होती. माझ्याबद्दल काही वार्ता कानी आलीच तर ती खोटी आहे आणि आपला नवरा इतक्या सहजासहजी घसरणार नाही, असे ती सांगणाऱ्याजवळ म्हणायची. लोकांना त्याचे आश्चर्य वाटे. कारण नाही म्हटले तरी लहान-मोठ्या प्रकरणांचा थोडाफार गवगवा होई. पण त्या सर्व गोष्टींकडे तिने जाणीवपूर्वक पाठ फिरविली होती. पहिल्या-पहिल्यांदा मेघनेचा हा मला भोळसटपणा वाटला. तो भोळसटपणा नव्हता, तर तोच शहाणपणा होता, हे इतक्या वर्षांनंतर माझ्या लक्षात आले आहे. कारण पापाला एकदा स्वीकृती मिळाली की, मग माणूस निर्लज्ज बनतो. आपण आपल्या बायकोपासून अनेक लफडी चोरून ठेवतो याचा एक शरमिंदेपणा नाही म्हटले तरी माझ्याजवळ असायचा आणि या शरमिंदेपणामुळे अपराध लपविण्यासाठी माझे घरातील वागणे नेहमीच अधिक आपुलकीचे असे. त्यावर मेघना खूष होई. शिवाय, एका मागोमाग एक भरत, ललिता आणि अश्विनी अशी मुलेही तिला होत गेली.

या मुलांच्या रगाड्यात व जबाबदाऱ्यांत ती रमून गेली होती आणि त्या घरगुती आनंदोत्सवात व जबाबदाऱ्यांत अधूनमधून का होईना, पण सामील होण्यास ती मला भाग पाडू शकत होती. परप्रांतात येऊन तिने अनेक मित्र-

मैत्रिणी जोडल्या होत्या. मराठी माणसांचे, सिनेकलावंतांचे; एवढेच नव्हे, तर सुसंस्कृत अशा अनेक माणसांचे आमचे घर म्हणजे एक केंद्रस्थान झाले होते. तीपण माझ्याइतकेच तमिळ सफाईने बोलू शकत होती. ती मुळात सुंदर होतीच. शिवाय तीन मुले होऊनही तिने आपला टवटवीतपणा कायम राखला होता. का कुणास ठाऊक, तिचा मला उगाचच एक धाक वाटत असे. माझ्यापेक्षा तिचे वाचन चांगले होते. अधूनमधून ती इंग्रजी, मराठी, तमिळी या तिन्ही भाषांत बऱ्यापैकी लेखन करायची. लहान समूहासमोर मोजके पण ठसठशीत भाषण करायची. घराचा सारा कारभार तिचा तीच सांभाळायची. पण कुठल्याही चित्रपटाच्या मुहूर्ताला म्हणूनसुद्धा ती स्टुडिओत यायची नाही. अगदीच अत्यावश्यक असेल व आपली गैरहजेरी अकारण जाणवेल तेवढ्या प्रसंगापुरती नाइलाज म्हणून ती माझ्याबरोबर येई. तिच्या या क्षमाशील, उदार आणि शहाणपणाच्या वागणुकीमुळे मलाच माझ्या वागण्यावर पुष्कळदा नियंत्रण घालावे लागे. स्त्रीला आपला प्रियकर किंवा पती सर्वथा आपला असावा, असे वाटते. पण ही स्वामित्वाची अहंकारी वृत्ती तिने केव्हाच धारण केली नाही. त्यासाठी कोणताही कलह आमच्या घरात झाला नाही. माझ्या अन्य जीवनात ती डोकावलीच नाही किंवा माझ्या अन्य गोष्टींची चाहूल तिला लागली आहे, असे कधी तिने दाखविले नाही.

इतर प्रकरणांपेक्षा चंद्रकलेच्या प्रकरणात मी थोडा अधिक गुंतलो होतो. त्यामुळे एक अनवस्था प्रसंग निर्माण झाला होता. काही रुसण्या-फुगण्यातून चंद्रकलेचा आणि माझा संबंध भावनात्मक पातळीवर येत होता. एकदा रात्री मी कबूल केल्याप्रमाणे तिच्या घरी गेलो नव्हतो, तेव्हा तीच माझ्या घरी आली. माझे आणि तिचे काही संभाषण चालू होते. एवढ्यात मेघना बाहेर दिवाणखान्यात आली. मी आमचे चालू असलेले संभाषण थांबून थोडी सारवासारव करून मेघनेची आणि तिची ओळख करून द्यायला लागलो. यावर हसून मेघना म्हणाली, ''यांची माझी ओळख करून देण्याची गरज नाही. मी यांना ओळखते. पण कोणत्याही परिस्थितीत त्या या घरी आलेल्या मला चालणार नाहीत. त्यांचं जे काही काम असेल, ते त्यांनी खुशाल उद्या सकाळी तुम्ही स्टुडिओत गेल्यावर करावे. आता त्या आलेल्या आहेत, म्हणून गृहस्थी धर्माला जागून मी त्यांच्यासाठी कॉफी आणली आहे. पण यापुढे त्यांनी घरी येण्याची मुळीच आवश्यकता नाही.'' वातावरण थोडे तंग झाले; आणि ते होणारच होते. चंद्रकलेला वाटत होते की, माझ्या बायकोने जवळपास तिला हाकलून देण्याची केलेली भाषा मला आवडणार

नाही; मी चंद्रकलेची बाजू घेईन. पण तसे करणे मला शक्य झाले नाही. अशा संबंधांत आणि घटनांत चारित्र्याचे काय तेज असते याचा मला प्रथमच प्रत्यय आला. चंद्रकला तशी अनगड आणि संस्कारहीन मुलगी होती. आपल्याला इथे येण्याचा अधिकार नाही आणि आपली समोरच्या या तेजस्वी स्त्रीशी कधी तुलनाच होऊ शकणार नाही, या जाणिवेने आलेला राग गिळून टाकत तिने कॉफीसुद्धा न घेता घरातून काढता पाय घेतला. तिच्या येण्याचा किंवा तिच्या आणि माझ्या संबंधांचा इतका जाहीर उघड असा पुरावा हाती येऊनसुद्धा मेघना या विषयावर एक शब्दही बोलली नाही. फक्त त्या एकाच रात्री तिने मला स्पर्शसुद्धा करू दिला नाही. एवढेच नव्हे, तर ती आमच्या शय्यागृहाऐवजी मुलांच्या खोलीत जाऊन झोपली. तिचे ते अबोल, परंतु निषेधात्मक वागणे मला पुष्कळ काही सांगून गेले.

मेघनेचे माझ्यावर प्रभुत्व किती आहे, हेही मला जाणवले. तिची क्षमा मागावी, असे मला वारंवार वाटत होते. पण तेवढ्यासाठीसुद्धा माझ्या अपराधांची कबुली देण्याची हिंमत माझ्यात उरली नव्हती. मी रात्र तळमळत काढली. पण सकाळी सहा वाजता नेहमीप्रमाणे कॉफीचा ट्रे घेऊन मेघना माझ्या खोलीत आली, तेव्हा रात्री जे काही घडले त्याची पुसटशी खूणसुद्धा तिच्या चेहेऱ्यावर नव्हती. तिने तर तो विषय काढलाच नाही आणि मलाही काढू दिला नाही. जणू काही काही घडलेच नव्हते. नित्याप्रमाणे तिचा हसतमुख चेहरा, कुटुंबातील बारीकसारीक प्रश्नांवर चर्चा झाली. तो रविवार होता. रविवार असला तरीही स्टुडिओमध्ये मी जात असे. शूटिंग नसले तरीही. पण आज तिने "कुठे तरी आपण पिकनिकला जाऊ या... मुलेही सारखी तुम्ही त्यांना पुरेसे भेटत नाहीत म्हणून कुरकुरतात." असे सांगून जवळ असलेल्या एका पिकनिक स्पॉटवर जाण्याचे ठरविले आणि लवकर तयार व्हायला सांगितले. माझ्या अंघोळीची तयारी करून ठेवून ती मुलांना तयार करण्यासाठी निघून गेली, तेव्हा मी अगदी अवाक् झालो. वास्तविक, चंद्रकलेची मी समजूत घालावयाची, काल रात्री, निदान आता उठल्याबरोबर तरी गरज होती. पण माझा तो रस्ताही तिने बंद केला. एरवी रात्रीसारखे काही घडले नसते, तर कामाची सबब सांगून मी चंद्रकलेकडे सहज जाऊ शकलो असतो. पण अपराधाच्या जाणिवेमुळे असेल किंवा मेघनेच्या विलक्षण व्यक्तिमत्त्वामुळे असेल; ते काही मी करू शकलो नाही. सबंध दिवसभर मेघनेच्या आणि मुलांच्या सहवासात मी होतो. मुले तर खुशीत होतीच, पण मेघनासुद्धा खुशीत होती.

स्वामित्व लादण्यापेक्षा ते स्वीकारायला दुसऱ्याला आपखुशीने भाग पाडणाऱ्या मेघनेसारख्या स्त्रीचे कर्तृत्व हे माझ्या संसाराचे भूषण होते. साखळ्यांनी बांधून वनराजाला पिंजऱ्यात कोंडून ठेवण्यापेक्षा नजरेच्या इशाऱ्याने त्याला धाकात ठेवणे अधिक मनोबलाचे लक्षण आहे. तो दिवस अतिशय सुखात गेला. संध्याकाळी परतल्यावर मी स्टुडिओत फोन केला; तेव्हा चंद्रकलेचा दहा-वीस वेळा फोन येऊन गेला, हे मला समजले. मी बाहेर जायला निघालो, तेव्हा मेघनेने 'कुठे जाता?' असा प्रश्नसुद्धा विचारला नाही.

चंद्रकलेच्या आणि माझ्या संबंधांची खरे तर काल रात्रीच इतिश्री झाली होती. एखाद्या कस्पटाप्रमाणे आपली झालेली हकालपट्टी चंद्रकलेसारखी स्त्री सहजासहजी विसरेल, असे मला वाटले नव्हते. पण तिथेही मला आश्चर्याचा धक्का बसला. मी एका कलहप्रसंगाला तोंड द्यायच्या तयारीने तिथे गेलो; त्याऐवजी अपराधी वृत्तीने चंद्रकलेने माझे स्वागत केले, हे पाहून मी आश्चर्यचकित झालो. गेल्या-गेल्याच तिने माझ्या गळ्यात पडून रडायला सुरुवात केली. आपण रात्री घरी यायला नको होते; आपली चूक झाली, असे ती स्फुंदून-स्फुंदून पुन: पुन्हा सांगू लागली. काल रात्री तर राहोच, पण आज सबंध दिवस मी तिला भेटलो नाही, याबद्दल चिडण्याऐवजी आज तरी मी आलो, यामुळे तिला प्रेमाचा अगदी उमाळा दाटून आलेला होता. आजपर्यंत केवळ एक शरीर... मांसल सुंदर शरीर यापलीकडे मी चंद्रकलेची कधी कदर केली नव्हती. शरीराव्यतिरिक्त अन्य काही भाषा आम्ही बोलतच नव्हतो. एक विलक्षण उत्तम कामोत्सव यापलीकडे तिच्याकडून माझी काही अपेक्षाही नव्हती. पण आज प्रथमच चंद्रकलेचे वेगळे रूप मला भेटले. अभिनेत्रीचा मुखवटा गळून पडला होता. एक प्राकृत स्त्रीरूप मी आज पाहत होतो. तिचे सगळे वागणे अंतर्बाह्य बदलले होते. आज तिच्या ठायी मला एका स्त्रीचे आर्जवी समर्पण दिसले. नम्र, लाघवी आणि पुरुषार्थाला समर्पणाने जिंकणारी एक नवी स्त्री मी तिच्या ठायी पाहिली.

चंद्रकलेचा हा नवा अवतारच पुढे तिच्या जीवनाला वळण देण्यास कारणीभूत ठरला. वास्तविक, तमिळ चित्रपटसृष्टीत अवघ्या दोन-तीन वर्षांत ती चांगलीच नावारूपाला आली होती. हे जग सोडून हिंदी चित्रपटाच्या महासागरात उडी घेण्याची तशी तिला गरज नव्हती. कदाचित त्या रात्रीच्या प्रसंगात ती एक धडा शिकली. तो म्हणजे, आपले स्थान आपल्याला शोधले पाहिजे. ती मद्रासलाच राहिली असती, तर माझ्या प्रवाहातून ती कधीच मुक्त झाली नसती. नृत्य, अभिनय, नाट्य या साऱ्या गोष्टी तिच्याजवळ अंगभूत होत्या. तिने हिंदी भाषेचे

ज्ञान प्रयत्नपूर्वक करून घेतले होते. दाक्षिणात्य हेल तिच्या गळ्यातून काढून टाकण्यात ती यशस्वी झाली होती. तिचे वागणे, बोलणे या सगळ्यांना एक सुसंस्कृत झळाळी येऊ लागली होती. कामापुरते इंग्रजी ती सफाईने बोलायला लागली. हलकीफुलकी पुस्तके ती पूर्वीही वाचत होती; पण जेव्हा ती मद्रास सोडून मुंबईला गेली, तेव्हा तिची साहित्यातील समजदारी वाढलेली होती.

खरे तर चंद्रकला हे माझ्या बागेत लावलेले आणि फुलविलेले एक झाड होते. अगदी लहानशी ऑफर येऊनसुद्धा तिने हातात असलेला यशस्वी व्यवसाय सोडून मुंबईला जाण्याचे का ठरविले असेल? ती मद्रासमध्ये असेपर्यंत आणि नंतरही काही काळ माझ्याशी विलक्षण आत्मीयतेने वागत असे. माझा सल्ला प्रत्येक बाबतीत घेतल्याचे ती नाटक करी. पण आत कुठे तरी अग्नी धुमसत होता. पराधीन जीवनातून स्वतंत्रपणे जगण्याची आकांक्षा त्या रात्रीच्या प्रसंगामुळे चेतविली होती. मला न दुखविता माझ्या पकडीतून बाहेर पडण्याचा तिचा प्रयत्न होता. अर्थात, आज मी हे म्हणू शकतो.

त्या वेळेस मला ते जाणवले नव्हते. ती मुंबईला गेली आणि हळूहळू मुंबईतल्या चित्रपटजगताला त्यांच्या दृष्टीने या नवागत ताज्या फुलाचे स्वागतही झाले. मी मुंबईला जाई, तेव्हा तिची-माझी गाठ-भेट हमखास होई. पूर्वीइतकेच आपुलकीचे आमचे संबंध होते. मद्रासमध्ये अपुरे राहिलेले चित्रपट पुरे करण्यासाठी तिला अधून-मधून यावे लागे, तेव्हाही तिची माझी गाठ-भेट होई आणि लागट असे शरीरव्यवहारही होत होते.

मुंबईच्या माझ्या एका मुक्कामात अशाच एका तृप्त क्षणानंतर तिने मला दादाजींची भेट होईल का, असे विचारले.

दादाजींची भेट हा इतरांना एक मुश्कील असणारा योग होता, पण माझ्या लेखी त्यात कठीण काहीच नव्हते. त्यासाठी मला भेटीची वेळसुद्धा ठरवून घेण्याची गरज नव्हती. त्याचप्रमाणे ही भेट अनौपचारिक ठरेल, अशी माझी जवळपास खात्री होती. ज्या नायिकांची निवड दादाजी करीत, त्या जातीची चंद्रकला नव्हतीच. तमिळ चित्रपटक्षेत्रात का होईना, पण चंद्रकलेचे नाव झालेले होते. म्हणजे, ती तशी अगदीच नगण्य अभिनेत्री नव्हती. दादाजींना आपण वाटेल ते कलावंत निर्माण करू शकतो, असा गर्व होता. त्यामुळे नाव कमावलेल्या आणि त्यामुळे अवाजवी मानधनाची अपेक्षा करणाऱ्या नटांच्या ते वाट्याला जात नसत. चंद्रकलेलाही मुंबईत आल्या-आल्या दुय्यम भूमिकांत का होईना, पण

आवर्जून स्थान मिळाले होते. अजून त्यांपैकी कोणताच चित्रपट प्रकाशित झाला नव्हता; पण तिच्या रूप-गुणांचा आणि नृत्यकौशल्याचा गवगवा चित्रपट नियतकालिकांतून होऊ लागला होता. मी फारसे आढेवेढे न घेता तिला घेऊन दादाजींकडे गेलो. अजून शूटिंग सुरू झाले नसल्यामुळे आणि नायिकेची शोधाशोध चालू असल्यामुळे दादाजी तसे रिकामेच होते. ते सकाळी आठ वाजता स्टुडिओत येतात, हे मला माहीत होते. स्टुडिओत त्यांना गाठण्याऐवजी घरीच त्यांना भेटावे आणि ते घर म्हणजे स्टुडिओतील त्यांचे निवासस्थान, असे ठरवून मी चंद्रकलेला काही सूचना देऊन त्याप्रमाणे दादाजींच्या भेटीला घेऊन गेलो.

पांढरीशुभ्र कडक इस्त्रीतली साडी आणि मोरपंखी ब्लाऊज घालून ती माझ्याबरोबर आली. भला थोरला कुंकवाचा टिळा तिने कपाळावर लावला होता. केसांत मोगऱ्याची वेणी माळली होती आणि गळ्यात एक असा नेकलेस घातला होता की, ज्याच्यावर प्रकाश पडला की वेगवेगळे रंग परावर्तित होत होते. तिने कसलाही मेकअप केलेला नव्हता, याचे मात्र मला आश्चर्य वाटले. कारण एरवी मेकअपशिवाय ती घराबाहेर पाऊलही टाकीत नसे. तिचा कृष्णवर्ण सुंदर होताच. शिवाय तिची नर्तिकेची कमनीय आकृती चमकदार शिसवी लाकडातून कोरलेल्या मूर्तीसारखीच वाटायची. आज तर ती विलक्षण सुंदर दिसत होती. इतकी सुंदर की, मला वाटले– दादाजींची भेट काय केव्हाही घेता येईल; पण आताच या क्षणीच भोग घ्यावा! मी तिच्याजवळ जाऊन तिच्या अंगचटीला जाताच तिने प्रतिबंध केला आणि ती हसून एवढेच म्हणाली, "आल्यानंतर!" नुसत्या कटाक्षातून निमंत्रण देण्याचे तिचे सामर्थ्य पूर्वी अनुभवले होते आणि आमंत्रित केल्यानंतर ती सर्वांगाने समर्पण करी, याचाही अनुभव घेतलेला होता. अनेकदा तिच्याविरुद्धही ती मला वश झालेली होती. त्यातले काहीच मला अपरिचित नव्हते. पण स्वेच्छेने ती जेव्हा लाभत असे, तेव्हा स्त्रीत्वाची परिसीमा ती गाठे. मी मन आवरले आणि तिला घेऊन टॅक्सीने दादाजींकडे गेलो.

तिची दादाजींबरोबर पहिली भेट कशी झाली, हे मी सांगितले आहे, असे मला वाटते. मी मद्रासला परतलो आणि पुढे त्या भेटीचे काय झाले याचा विचारही मनातून काढून टाकला होता. आमचे स्वागत एरवीपेक्षा निराळे झाले, एवढेच माझ्या ध्यानात होते. पण हे स्वागत चंद्रकलेचेच होते, हे एक दिवस मला अचानक कळले.

-०-०-०-

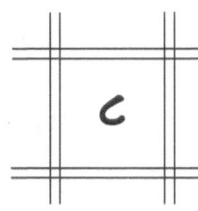

८

दादाजींच्या नव्या चित्रपटाची नायिका म्हणून तिची निवड केली आहे, हे 'फिल्मफेअर'मध्ये मी वाचले; त्या वेळी तिचा दादाजींबरोबर एक फोटोही छापलेला होता. तीही प्रथा नवीच होती. मी चौकशी करण्यासाठी तिच्या घरी फोन केला; त्या वेळेस मला कळले की, स्टुडिओत राहण्याचा आग्रह दादाजींनी सोडलेला असूनही ती स्टुडिओत राहण्यासाठी गेली आणि दादाजींचा चित्रपट चालूही झाला होता.

चंद्रकला आता प्रथम श्रेणीच्या अभिनेत्रींत जाऊन बसली होती, हे उघड होते. पण हे घडणे माझ्या सोईचे नसल्यामुळे मला काही तरी हरवल्यासारखे वाटले. मी महिनाभर मुंबईत जाऊ शकलो नाही, कारण माझ्याच चित्रपटाचे शेड्युल वेगवेगळ्या कारणांमुळे बिघडलेले होते.

महिन्याभरानंतर दादाजींच्या या महत्त्वाकांक्षी चित्रपटाबद्दल स्टुडिओवार्तेत एक विस्तृत लेख आला होता. दादाजी नेहमीसारखा मंद गतीने चित्रपट निर्माण करीत नसून एखाद्या झपाटलेल्या वाघाप्रमाणे या चित्रावर तुटून पडले होते. गेल्या महिन्याभरात चित्रपटांचे दोन सेट्स झालेले होते आणि दुसऱ्या दोन सेट्सची मांडणी चालू होती. चित्रपटाच्या रशप्रिंट्स दादाजींनी पत्रकारांना प्रथमच दाखविल्या होत्या आणि वृत्तपत्रांनी चंद्रकलेच्या कामाची फार स्तुती केली होती. यात अनपेक्षित असे काहीच नव्हते. दिग्दर्शक मागेल तो परिणाम देण्याचे चंद्रकलेचे कसब मी स्वत:च अनुभवले होते. त्यामुळे दादाजींसारख्या कसलेल्या दिग्दर्शकाला तिचा अभिनय पुरून उरेल, यात मुळीच शंका नव्हती. पण यानंतर आलेल्या एका बातमीनंतर मी एकदम हादरून गेलो. दादाजी व चंद्रकला यांनी अत्यंत साधेपणाने आपला विवाह समारंभ उरकून घेतला, ही ती बातमी होती. बातमी धक्कादायक होतीच.

पहिले लग्न झालेले असताना दादाजींनी हे दुसरे

लग्न कसे केले, याचा अचंबा तर मनात निर्माण झालाच; पण त्याहीपेक्षा दादाजींशी लग्न केल्याने चंद्रकला चित्रपटातून निवृत्त झाल्यासारखी झाली, असा त्याचा अर्थ होता. तिने केले असते, तर फक्त दादाजींच्याच चित्रपटात काम केले असते. म्हणजे, ग्लॅमरस आणि सेक्सी अशी तिची प्रतिमा आता संपुष्टात आली होती.

चंद्रकला ही आता दादाजींची प्रॉपर्टी झाली होती. माझ्यापासूनसुद्धा ती आता खूप दूर गेली होती.

मनात एक वैफल्य अकारण दाटून गेले. कलावंत म्हणून चंद्रकलेचा किती उपयोग आहे, हे मला माहीत होते. पण आता कलावंत म्हणून तिचा जवळपास अस्त झालेला होता. माझे-तिचे भावनिक आणि शारीरिक असे जे काही संबंध होते, ते आता पुसून टाकले गेले होते. चंद्रकला आता अशा स्थानावर जाऊन पोचली होती की, तिच्याजवळ जाऊन पोचणे ही एक अशक्य गोष्ट होती. दादाजींच्या आणि माझ्या संबंधांवरही त्यामुळे काही विपरीत परिणाम होण्याची शक्यता होती; कारण माझे आणि चंद्रकलेचे जे संबंध होते, ते काय दादाजींना ठाऊक नसतील? मलाही अवघड होणार आणि दादाजींना अवघड होणार. याला एकच मार्ग होता. तो म्हणजे, त्या दोघांपासून दूर राहणे. मी तो माझ्या परीने अनुसरण्याचा प्रयत्न केला होता. मी यशस्वी झालो असे नाही, कारण दादाजींना आणि त्याहीपेक्षा चंद्रकलेला भेटण्याची माझी उत्सुकता मी जरी दाबून धरली असली तरी चंद्रकलेची आठवण मला सारखी होतच होती.

आमच्या क्षेत्रात वेगवेगळ्या नवागत मुली आयुष्यात येत राहतातच, तशा त्या येतही होत्या. पण का कुणास ठाऊक, शरीरव्यवहारातली माझी चवच बिघडली होती. मानवी रक्ताला चटावलेला वाघ अन्य भक्ष्याकडे दुर्लक्ष करतो आणि शिकारीसाठी मानवाचा शोध काढतो. मला हवी होती चंद्रकला. भेटलेल्या तरुण स्त्रियांत मी चंद्रकलाच शोधत होतो आणि तशी चंद्रकला न मिळाल्याने माझी उपासमार होत होती.

तशी माझी चंद्रकलेची भेट झाली ती सुमारे साडेतीन महिन्यांनी. मला चित्रपटाच्या प्रिमियरला बोलावणे आले होते; पण मुंबईच्या प्रिमियरचे निमंत्रण स्वीकारण्याचे मला धाडस झालेच नव्हते. म्हणून त्याच दिवशी असणाऱ्या बंगलोरमधील प्रिमियरला मी गेलो. अवघ्या तीन-साडेतीन महिन्यांत पुरा केलेला हा दादाजींचा पहिलाच चित्रपट होता; किंवा कदाचित हिंदी चित्रपटसृष्टीत कमीत कमी वेळात तयार झालेलाही हाच चित्रपट असेल. दादाजींच्या चित्रपटाला जो

वेळ होई, तो कलावंतांच्या तारखा मिळविण्याच्या अडचणीमुळे होत नसे. कारण बिझी शेड्युल्ड असणारे नट त्यांच्या चित्रपटात नसत. याही वेळेला ते नव्हते.

त्यांच्या चित्रपटाला उशीर होई याचे मुख्य कारण– त्यांचा असणारा परफेक्शनचा आग्रह. एवढ्यासाठी अनेकदा शूटिंग थांबवून, झालेले रद्द करून ते सेटही बदलत. चित्रपटकथा बदलत किंवा काय वाटेल ते बदलत. एकदा तर त्यांनी चार रिळांचे शूटिंग झालेले असताना नायिका चित्रपटाला शोभेल असे काम करीत नाही, असे ठरवून नायिकाच बदलली होती. अर्थात, त्यांच्या या दीर्घसूत्रीपणाबद्दल किंवा विचक्षणेबद्दल दंतकथाच जास्त होत्या. त्यांनी यापूर्वी तयार केलेला चित्रपट लवकर, म्हणजे सात महिन्यांत पूर्ण केलेला होता. म्हणजे ही त्यांची वेगाने काम करण्याची सर्वांत अधिक गती होती. शंभर दिवसांच्या आत हिंदी चित्रपट सहसा तयार होत नाहीत. याचाच अर्थ, हा चित्रपट लवकरात लवकर निर्माण करण्यासाठी त्यांनी फारच परिश्रम केलेले असावेत.

आपली सर्व पुण्याई वापरून त्यांनी चित्रपट रिलीज करण्यासाठी थिएटर्सही मिळविली होती. या वयात त्यांचा हा वेग आणि झपाटा पाहून कुणालाही आश्चर्य वाटेल; मलाही ते वाटले. मात्र इतरांच्या मानाने कमी याचे कारण चंद्रकलेला रिटेक्स लागत नाहीत, हे मला अनुभवानेच माहीत होते. ती प्रसंग आणि संवाद नीट समजून घेई. सेटवरची हालचाल इंचा-इंचागणिक आखून घेई. मुळात हे सारे सुरू झाले होते ते तिच्या नाजूकपणामुळे. तिला प्रखर प्रकाश सहन होत नसे. आवश्यक तितका कमीत कमी वेळ शॉटसाठी लागावा, यासाठी ती अतिशय दक्ष असे. तिच्या रूपापेक्षा तिची स्मरणशक्ती अतिशय तल्लख होती. शिवाय, आता ती दादाजींच्या मनाची स्वामिनी झाली होती; राजहंस कलामंदिराची मालकीण झाली होती. आपले नैपुण्य जगाला दिसले पाहिजे, हा अभिनिवेश तर तिच्या ठायी असणारच, कारण तो तर तिचा स्वभावधर्मच होता. पण आपल्या नवागत पत्नीचे कर्तृत्व जगाला लवकरात लवकर दिसावे, म्हणून दादाजींनीही प्रयत्नांची पराकाष्ठा केलेली होती. दादाजींच्या स्टुडिओतच लॅबोरटरी होती. रीळ संपताच ते प्रोसेस करून आपली कामगिरी कशी झाली आहे ते पाहण्याचा त्यांना पूर्वीपासून नाद होताच. सेट मोडण्यापूर्वी आपल्या कामाची तपासणी ते करीत असत. या वेळेला तो ताण त्यांनी जास्ती घेतलेला होता. स्टुडिओतले सारे फ्लोअर्स त्यांनी या वेळी वापरलेले असणार. आऊट डोअरचे शूटिंग रिझल्ट्स हवे तितके चांगले नसतात, म्हणून बहुतेक हा सर्व चित्रपट स्टुडिओतच शूट

केलेला असावा.

दादाजींचा हा नवा चित्रपट मी पाहिला आणि क्षणमात्र अवाक् झालो. कारण हा चित्रपट ध्येयवादी म्हणून कृत्रिम आणि कंटाळवाणा नव्हता. दादाजींनी आपले नेहमीचे तंत्र या वेळेस साफ बदलले होते. यात कथा तर हृद्य होतीच, पण एरवी तंत्रदृष्ट्या उत्कृष्ट असूनही दादाजींचे चित्रपट नाटकासारखे वाटत– थोडे कृत्रिम आणि प्रसंगी न पटणारे; पण या वेळेला ती कृत्रिमता कुठे दिसली नाही. कथेला एक विलक्षण वेग होता. दंगलीचे प्रसंग त्यांनी फारच सुंदर टिपले होते.

नायक-नायिकेच्या गाठी-भेटी भावपूर्ण होत्या. विशेषत: फाळणीच्या वेळी जी हत्याकांडे झाली, त्यांचे दर्शन तर हृदयद्रावक होते. परंतु त्यात एका जमातीने दुसऱ्या जमातीवर हल्ला केला, अशी दृश्ये टाळलेली होती. एक असहाय समाजाचा तो उभा-आडवा छेद होता. हिंदू आणि मुसलमान या दोन्ही जमातींतील क्रौर्य त्यात दाखविलेले होते.

मुसलमानांनी हिंदू स्त्रियांना दिलेला आश्रय किंवा हिंदूंनी जीव धोक्यात घालून वाचविलेली मुस्लिम कुटुंबे– असे मानवी कारुण्याचे, पराक्रमाचे आणि धीरोदात्तपणाचे असे अनेक प्रसंग त्यात होते. संदेश असा कोणताच नव्हता. असलाच, तर तो इतका काव्यात्मकपणे मांडलेला होता की, त्यात माणसाचे पशुत्व तेवढे लक्षात राहत होते. चित्रपटातला नायक म्हणजे तत्कालीन परिस्थिती आणि नायिका मात्र चंद्रकलाच होती. लाहोरच्या रंडीबाजारातील एक देहविक्रय करणारी वेश्या एका हिंदू जमीनदारात मनाने गुंतली आणि ते कुटुंब वाचविण्यासाठी तिने आटापिटा केला, त्याची ही गोष्ट होती. भारतात सुरक्षितपणे येऊनसुद्धा ती अखेरीस मारली जाते. मारणारे तिचे धर्मबंधूच असतात. पण तरीही जाती-जमातीचा हा झगडा राहत नव्हता, असे काही त्याला काव्यात्मक रूप दिले होते.

हे सारेच थोडे अघटित होते. दादाजींच्या तत्त्वज्ञानाशी किती तरी विसंगत गोष्टी या चित्रपटात उघड-उघड दिसत होत्या. चंद्रकलेचा देह, तिची सुकुमारता हे सारेच ज्या पद्धतीने चित्रपटात चित्रित झाले; त्यामुळे चंद्रकलेच्या अभिनयाची, रूपसौष्ठवाची चांगलीच छाप प्रेक्षकांवर पडत होती. दादाजींनी यापूर्वी कधीही सेक्सी शॉट्स घेतलेले नव्हते. या चित्रपटात तर त्यांची फार गरजही नव्हती. घेतलेली सारी दृश्ये सुंदर होती, काव्यात्मकता वाढविणारी होती आणि गल्ला तर गोळा करणारीच होती.

या चित्रपटाने एक विलक्षण हवा निर्माण केली होती. एरवी चित्रपटातील

हा महर्षी जवळपास विझत आलेला आहे, असे लोक समजून चालत होते. मग हा विझलेला निखारा एकदम पेटला कसा? याचे कारण इतरांना माहीत नसले तरी मला माहीत होते, हा विझलेला निखारा पुन्हा पेटविला होता तो अर्थात चंद्रकलेने आणि चंद्रकलेलाच ते शक्य होते. आपला कमनीय, सुंदर देह तिने एका प्रौढाला अर्पण करून त्याचे तारुण्य जागे केले होते. अचपळ आणि चंचल अशा चंद्रकलेच्या रूपसौष्ठवाला दादाजींनी प्रौढपणा दिला होता. ही देवघेव समजून घेणे मला आवश्यक वाटले. एके काळी चंद्रकला माझ्यापासून दूर गेली– दुसऱ्याची– आणि तोही असा तसा नव्हे तर माझे गुरू दादाजी यांची- मालमत्ता झाली याचा मला अतिशय विषाद वाटला होता. पण आता तो संपुष्टात आला होता. कारण असा चित्रपट मी कधीच काढू शकलो नसतो, किंवा चंद्रकलेच्या अभिनयशक्तीला आव्हान देणारी अशी भूमिका मी निर्माण करू शकलो नसतो. चंद्रकलेबद्दलच्या माझ्या आकर्षणात आता तिच्याबद्दलच्या आदराची छटा दिसू लागली.

दादाजींना कौतुकाचा, अभिनंदनाचा फोन करावा, असे मला वाटले. पण फोनपेक्षा पत्र लिहून माझ्या भावना अधिक व्यक्त होतील, असे वाटल्यामुळे मी चित्रपट पाहिल्यानंतरच्या माझ्या साऱ्या भावना व्यक्त करणारे पत्र लिहिले. पत्रात चंद्रकलेचाही खूप गौरव होता. दादाजींनी ताबडतोब उत्तर दिले. ते पत्र औपचारिक असण्याचे काही कारण नव्हते आणि तसे ते नव्हतेच. त्यांच्या या नव्या प्रतिमेच्या उड्डाणाचे यश त्यांनी चंद्रकलेच्याच कर्तृत्वाला दिले, तेही नि:संकोचपणाने. पत्राखाली एक ओळ चंद्रकलेनेही लिहिली होती. ती अशी होती : बायकोचे कौतुक करणाऱ्या नवऱ्याच्या शब्दांवर फारसा विश्वास ठेवू नये.

याचा अर्थ दोघांचा कलासंसार तर सुखाचा होताच, पण त्यांचे सांसारिक साहचर्यसुद्धा सुखदायी असले पाहिजे. दादाजी तर एखाद्या अल्लड प्रेमिकाप्रमाणे चंद्रकलेवर भाळून गेले होते. पण चंद्रकलासुद्धा दाहक सूर्य आपण कसा हातात झेलला या आपल्या यशावर मनोमन संतुष्ट असल्यासारखी वाटत होती.

मी मुंबईला गेलो आणि त्या दोघांना भेटलो. का कुणास ठाऊक, माझ्यातला अकारण निर्माण झालेला चोरटेपणा हा चित्रपट पाहिल्यानंतरच कमी झाला होता; प्रत्यक्षात तर तो फारच कमी झाला होता. दादाजी अंतर्बाह्य बदलले होते. त्यांचे कपडे बदलले, वागण्याच्या रीती बदलल्या; एवढेच नव्हे, तर त्यांचे जे पूर्वी थंड असे जे एक व्यक्तित्व सतत जाणवत असे, ते आता संपूर्ण पुसले गेले. याउलट, ते अधिक खेळकर व प्रसन्न असे वाटू लागले. चंद्रकला संतुष्ट

असावी, हसतमुख असावी यासाठी त्यांचा जाणीवपूर्वक प्रयत्न चाललेला होता. विश्रांतीसाठी ते पंधरा दिवस युरोपची सफरसुद्धा करून आले. या चित्रपटाच्या यशामुळे मध्यंतरी विसरल्या गेलेल्या दादाजींच्या कर्तृत्वाचा खूपच बोलबाला झाला. या चित्रपटाने लोकप्रियतेचा एक नवा उच्चांक गाठला. दादाजी वास्तविक वयाने किती तरी मोठे पण नव्या बदललेल्या आधुनिक वेशभूषेमुळे आणि नव्या लौकिकामुळे ते किती तरी तरुण वाटत होते. शिस्तशीर वागण्यामुळे, निर्व्यसनीपणामुळे अन् योग्य ते व्यायाम, आहार, पथ्य पाळण्याची सवय असल्यामुळे अगोदरच त्यांची प्रकृती अतिशय चांगली होती. स्त्रीच्या आसक्तीबद्दल त्यांचा एके काळी असणारा दुर्लौकिक या नव्या सहजीवनामुळे तर पुसला गेलाच; पण उलट विषम असले तरीसुद्धा एक सुखी जोडपे हा त्यांचा नवा लौकिक त्यांनाही अधिक तरुण ठेवण्यास उद्युक्त करीत होता. हा चित्रपट करताना त्यांनी अमाप कष्ट घेतले होते. तसे ते नेहमीच घेत. पण या वेळेस त्यांनी कुठेही कसूर ठेवली नाही. या चित्रपटाचे यश ते चवीचवीने काही दिवस भोगतील आणि नवविवाहित पत्नीबरोबर मौजमजा करतील, असे जे वाटत होते; ते मात्र खोटे ठरले. त्यांनी परदेशी पळून जाव्या लागलेल्या एका क्रांतिकारकावर चित्रपट काढण्याचे लगोलग घोषित केले. चित्रपटकथा आणि संवाद लिहिण्याचे काम त्यांनी एका मातब्बर अशा लेखकाकडे सोपविले आणि कधीही दाखविला नाही असा वेग या चित्रपटनिर्मितीच्या वेळीही दाखविला.

या चित्रपटासाठी त्यांना माझी गरज होती, कारण या चित्रपटात आऊटडोअर शूटिंग खूप होते. हा चित्रपट केरळमधल्या बॅकग्राऊंडवर चित्रित करण्याचे ठरले, कारण ज्या क्रांतिकारकावर हा चित्रपट निघत होता, तो साऊथ अमेरिकेतील पॅराग्वे या देशात निर्वासित म्हणून राहत होता. त्याने या देशाचे नागरिकत्वही स्वीकारले होते. एवढेच नव्हे, तर त्या देशाचा तो शेतीमंत्री म्हणून नियुक्त झाला होता. तिथल्या राजकीय जीवनात आणि शेतीविषयक प्रयोगात त्याने खूप नावलौकिक प्राप्त करून घेतला होता. त्या देशाचे भौगोलिक वातावरण त्यातल्या त्यात केरळमधल्या वातावरणाशी मिळते-जुळते होते. मला तर मल्याळम येत होतेच, पण चंद्रकलेलाही येत होते. त्या चित्रपटात चंद्रकलेला त्या क्रांतिकारकाच्या समर्पित वृत्तीच्या प्रेयसीची भूमिका होती. तो चित्रपट आंतरराष्ट्रीय पातळीवर गाजेल, अशी त्याची रचना मुद्दाम केलेली होती.

नेहमीप्रमाणे याही चित्रपटाची आखणी अगदी तपशिलासह दादाजींनी केली होती. स्वत: दादाजीच त्यात नायकाची भूमिका करणार होते आणि म्हणून

त्यांना एका अशाच दिग्दर्शकांची गरज होती की, ज्याला दादाजींच्याच तंत्रानुसार काम करण्याची सवय होती. दिग्दर्शक दादाजीच होते; परंतु ते स्वत: भूमिका करताना त्रयस्थपणे पाहून चित्रपट निर्माण होण्याची त्यांना आवश्यकता वाटत असल्यामुळे त्यांनी माझ्या साह्याची अपेक्षा केली आणि ती अपेक्षा पुरी करण्यात मलाही धन्यता वाटत होती.

कारण साधे होते. मी चित्रपटविद्येचे धडे दादाजींच्या हातूनच गिरविले होते. मी स्वतंत्रपणे खूप लौकिक कमविला असला तरी दादाजींच्या मानाने तसा मी कुणीच नव्हतो. शिवाय ज्या तमिळ चित्रपटक्षेत्रात माझा काही लौकिक होता, ते कलात्मकदृष्ट्या काही फारसे उच्च दर्जाचे नव्हते. या निमित्ताने पुन्हा माझा राजहंस कलामंदिराशी संबंध येत होता. एवढेच नव्हे, तर हिंदी चित्रपटसृष्टीतले एक महत्त्वाचे पान मी लिहिणार होतो. माझ्या हातात असलेल्या जबाबदाऱ्या मी लवकर पुऱ्या केल्या, स्टुडिओची नीट व्यवस्था लावून दिली आणि दादाजींच्या युनिटमध्ये सामील झालो.

तिथे मला दादाजींचे आणि चंद्रकलेचे वेगळे रूप पाहायला मिळाले. दादाजी बदललेले होते, हे तर यापूर्वीच माझ्या लक्षात आले होते. आता तर ते सर्वच कलावंतांच्या बाबतीत सहानुभूतीने वागत असत. चंद्रकलेवर ताण पडणार नाही, असे शेड्युल त्यांनी आखले होते. एरवी त्यांचे शूटिंग स्क्रिप्ट इतके पूर्वसिद्ध आणि परिपूर्ण असे की, आयत्या वेळेस सहसा बदल केले जात नसत पण आता अधिक परिणाम व्हावा म्हणून एखादी गोष्ट सुचविली आणि दादाजींना पसंत पडली, तर त्यात बदल होत असे. किंबहुना, ह्या चित्रपटकथेत समर्पित वृत्तीच्या नायकाचे जे प्रेमप्रसंग होते, ते चित्रित करताना त्यांनी बऱ्याच गोष्टी माझ्यावर सोपविल्या होत्या आणि मीही माझे जास्तीत जास्त कसब वापरून ते प्रेमाचे प्रसंग अधिक हृद्य करण्याचा प्रयत्न केला होता. दादाजींनी माझी नेमणूक त्या चित्रपटात का केली, हे मला त्या वेळेस समजले.

- ० - ० - ० -

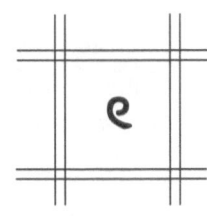

९

चंद्रकला ही आता त्यांची पत्नीच होती. त्यामुळे ते प्रणयप्रसंग चित्रित करताना आपल्याकडून प्रमाणबद्धता राखली जाणार नाही, अशी त्यांना भीती वाटत असावी. शिवाय प्रत्यक्ष काम करणाऱ्या त्या दोघांकडे अलिप्तपणे, परंतु काव्यात्मक पातळीवर हे प्रसंग चित्रित करणे तिऱ्हाइताला अधिक शक्य होते. प्रत्यक्ष प्रेम करणे आणि प्रणयाचा अभिनय करणे, ह्या दोन गोष्टी भिन्न आहेत. ते समजण्याची पात्रता दादाजींजवळ होती. शिवाय प्रौढ प्रेम हे शारीरिक पातळीच्या पलीकडे जायला हवे. त्यात एक गूढ, अनामिक आकर्षण असायला हवे. त्यात काहींना काही तरी उदात्तता, आर्तता आणि त्याहीपेक्षा त्या क्रांतिकारकाचा जगावेगळा जीवनक्रम जाणवायला हवा होता. दादाजी सारे प्रसंग आधी समजावून सांगत असत. पूर्वी चर्चा होत नसे, पण आता चर्चाही होई. सारे साधले पाहिजे, इकडे फक्त मी लक्ष ठेवीत होतो. या चित्रपटाची भव्योदात्त पार्श्वभूमी विसरून चालण्यासारखी नव्हती. प्रादेशिक किंवा राष्ट्रीय सीमा ओलांडून एका आंतरराष्ट्रीय स्तरावर सतत वावरायचे होते. इंग्रजांच्या रोषाला बळी पडलेला एक क्रांतिकारक निराधार अवस्थेत अन्य परक्या एका देशात आसरा घेतो आणि तिथल्या लोकजीवनाशी एकरूप होतो. एवढेच नव्हे, तर तिथल्या जनतेने जुलमी राज्यकर्त्यांविरुद्ध केलेल्या बंडात सहभागी होतो आणि नानाविध अडचणींना तोंड देत तिथल्या लोकनायकाला साह्य करतो. या पार्श्वभूमीवर एकाकी अवस्थेत वावरणाऱ्या या क्रांतिकारकावर त्या देशातल्या लोकनायकाची बहीण आशिक होते. ती त्याला सर्वस्व देते. पण अखेरीस पुन्हा उद्भवलेल्या बंडखोरांच्या चकमकीत धैर्याने लढणाऱ्या या क्रांतिकारकाला मृत्यू येतो, अशी हृद्य कथा चित्रित होत होती. अनुभव केवळ नवाच नव्हता; रोमांच उठविणारा होता.

या चित्रपटात चंद्रकलेने आपले काम रसरसून केले होते. कमीत कमी भाषेच्या बळावर तिला अभिनय

करायचा होता, त्याला ती पुरून उरली. पण अभिनेत्री म्हणून मला माहीत असलेल्या तिच्या कौशल्यापेक्षा तिचे-दादाजींचे असलेले संबंध पाहून मात्र मी फारच प्रभावित झालो. संपूर्ण दिवस ती आमच्याबरोबर उन्हातान्हात, उघड्यावर काम करीत होती. मेकअप पुसला की, दादाजींची ती सहचारिणी होई. दादाजींच्या प्रत्येक लहानसहान गोष्टीत तिचे लक्ष असे. वास्तविक, नोकरांचा ताफा आमच्याबरोबर होता. निवासस्थानाची व्यवस्थाही अतिशय सोईस्कर अशी होती. दादाजींची सेवा करायला कंपनीतले कित्येक सेवक तत्पर असत. पण ती त्यांना तशी सेवा करायला संधीच देत नसे. सकाळच्या पहिल्या कॉफीपासून त्यांची सारी व्यक्तिगत सेवा ती करी. अंघोळ, त्यांना आवडणारे भोजन, या साऱ्या गोष्टींवर तिची काळजीपूर्वक नजर असे. त्यांचे हे सहजीवन दृष्ट लागण्यासारखे किंवा मत्सर करण्यासारखे होते. चंद्रकला माझ्याशीसुद्धा शरणभावाने वागली होती, पण येथे भक्तिभावही होता. दादाजी प्रत्यक्ष असताना तिचे वागणे कधी शारीरिक लगटीचे नसे किंवा त्यांच्या वैयक्तिक संबंधांचा कोणताही परिणाम तिच्या वागणुकीवर होत नसे. अगदी अलिप्तपणे, तरी रसरसून साऱ्या गोष्टींत ती भाग घेई. तिच्या ठायी असणारा दादाजींबद्दलचा आदर जाणवल्याशिवाय राहत नसे. आयुष्याच्या उतरत्या काळात दादाजींना अशी पत्नी, अशी कलावती लाभावी याचा सूक्ष्म मत्सर माझ्या मनात निर्माण होई. दादाजी आणि आपण यांतील वयातील अंतर जाणवू नये, म्हणून तिने प्रौढपणाचा एक बुरखा पांघरलेला होता. तो तर तिला फारच शोभून दिसत होता. चित्रपटात ती एका तरुण स्त्रीच्या भूमिकेत वावरत होती. पण प्रत्यक्षात मात्र तरुण स्त्री असूनही ती प्रौढ स्त्रीचा अभिनय करीत होती.

नेहमीच्या शेड्युलच्या वेगाप्रमाणे चित्रपट पुरा होत होता. आवश्यक असे तेव्हा मी अधून-मधून मद्रासला जात होतो. पण मी येईपर्यंत काम खोळंबलेले असे. मी प्रत्यक्ष हजर असल्याशिवाय चित्रपटातला शॉट घ्यायचा नाही, अशी दादाजींची आज्ञा होती. माझाही काही स्वतंत्र आर्थिक पसारा होता. तो सावरण्यासाठी मला अधून-मधून जावे लागे. दादाजी मला आढेवेढे न घेता परवानगी देत. पण चंद्रकला मात्र नाराज असे. तिच्या लेखी तिच्या नवऱ्याचा म्हणजे दादाजींचा चित्रपट हा तिच्या अग्रहक्काचा विषय होता.

हा चित्रपट पुरा झाला आणि आमचे युनिट केरळमधून हलले. डबिंगसाठी किंवा एडिटिंगसाठी दादाजींना माझी गरज नव्हती, कारण या दोन्ही गोष्टी दादाजींच्या हातचा मळ होता. आता चित्रपटात त्यांची प्रत्यक्षात गुंतागुंत नव्हती. आवश्यकच असले तर पुन्हा काही शॉट्स घ्यावे लागले असते, तरी तशी माझी गरज नव्हती.

या चित्रपटाच्या प्रिमियरला मी आलेच पाहिजे, अशी केवळ दादाजींची नव्हे, तर चंद्रकलेचीही आज्ञा होती आणि मी जाण्याचेही ठरविले होते. ह्या चित्रपटाच्या टायटल्समध्ये माझे नाव नेमके कोणते राहील, याबद्दल मला कुतूहल होते. पण ते कुतूहल वेगळ्याच तऱ्हेने शमणार आहे, याची मला मुळीच कल्पना नव्हती.

इकडे चित्रपट सर्व प्रोसेसिंगमधून तयार होऊन प्रदर्शनाची तारीखही ठरली. चित्रपटाचा खूप बोलबाला झालेला होता. पोस्टर्स देशाच्या महत्त्वाच्या जागी लागली होती. वृत्तपत्रांतून मोठमोठ्या जाहिराती येऊ लागल्या होत्या. पंतप्रधानांसाठी एक खासगी शो आयोजित करण्यात आलेला होता आणि त्याचेही वृत्त वृत्तपत्रांत झळकलेले होते आणि पंतप्रधानांनी दादाजींचा गौरव केला होता. दादाजींना कलाजीवनाच्या त्यांच्या प्रदीर्घ सेवेबद्दल 'भारतभूषण' पदवी मिळणार, अशी वदंता निर्माण झाली.

याच सुमारास एक दिवस स्टुडिओतला फोन खणखणला. तो चंद्रकलेचा फोन होता, हे समजल्याबरोबर मी सावरून बसलो. तिच्या बोलण्याचा नेमका अर्थ मला समजला नाही. पण मी ताबडतोब दुसऱ्या दिवशी यावे आणि माझ्या नेहमीच्या रिट्झ हॉटेलवर न उतरता जुहू येथे उभारलेल्या सनफ्लॉवर या हॉटेलमध्ये उतरावे, अशी सूचना तिने केली. उद्या दुपारी एक वाजता ती माझी वाट पाहणार होती. काम खासगी स्वरूपाचे होते. त्यामुळे मुंबईच्या वास्तव्याची मी वाच्यता करू नये, असेही तिचे म्हणणे होते. या गुप्ततेचा मला अर्थ समजला नाही. माझे मुंबईतले वास्तव्य तसे गुप्त ठेवणे फार कठीण होते. चित्रपटसृष्टीत मला ओळखणारी माणसे खूप होती, शिवाय मुंबईतही माझे ऑफीस होते. मुंबईत मला भेटणाऱ्यांची रीघ लागत असे आणि आता तर या नवागत चित्रपटामुळे मला भेटण्यासाठी पत्रकार उत्सुक असणारच होते.

अगदी गुप्ततेने मला मुंबईला जायचे आहे याचा अर्थ, मी मुंबईस जातो आहे हे स्टुडिओत कुणाला कळता कामा नये, असा होता. मला हे थोडे विचित्र वाटत होते. मी हैदराबादला किंवा कलकत्त्याला जातो आहे असे सांगितले असते, तरीसुद्धा तिथे माझी प्रतीक्षा करणारे लोक असणारच होते आणि स्टुडिओचाही फोन तिथे सारखा खणखणणार होता. नेहमीच्या ट्रॅव्हलिंग एजन्सीकडून मुंबईचे तिकीट रिझर्व्ह करण्यासारखे नव्हते. सगळाच चोरीचा मामला होता. प्रसिद्धीच्या झोतात असलेल्या माणसाला हा असा कारभार करणे कठीण असते, याचा अनुभव आला. बंगलोरमार्गे मी मुंबईला जायचे ठरविले आणि कुणाच्याही लक्षात येणार नाही, अशा पद्धतीने मुंबईला गेलो.

'सनफ्लॉवर'मध्ये माझ्या नावाने सूट बुक केलेला होता. 'सनफ्लॉवर' हे अगदी नव्याने निघालेले आलिशान हॉटेल होते. व्यावसायिक घरंदाज गिऱ्हाइकांचे वळण अजून त्या हॉटेलला प्राप्त झाले नव्हते. मला ओळखणारे तिथे फारसे कुणी नव्हते. पंजाबी, सिंधी संस्कृतीचा वरचष्मा होता. पण हॉटेल होते मात्र अतिशय छान. पाचव्या मजल्यावरच्या या निवांत सूटमधून समुद्राचे दर्शन होत होते. माझ्या येण्यातली गूढता सोडली, तर नेहमीसुद्धा तिथे उतरायला हरकत नाही, असे हे हॉटेल पाहून मला वाटले.

मी स्नान केले, प्रवासाचा शीण घालविला आणि चंद्रकलेची वाट पाहत बसलो. एखाद्या गुप्त ठिकाणी संकेत करावा, हे चंद्रकलेला शोभत नव्हते. मलाही ते आवडले नव्हते, तरीही मी आलो होतो. दादाजींना हे कळले तर काय होईल, याचा विचार माझ्या मनात येत होताच. किती दिवस झाले– चंद्रकला माझ्यापासून दूर गेली; एवढेच नव्हे, तर आमच्या क्षेत्रातल्या एका थोर दिग्दर्शकाची धर्मपत्नी झाली. तरीही तिचे एक सुप्त अनावर आकर्षण मला होतेच. जगात अनेक फुले आपण पाहतो, पण एखाद्याच फुलाचा रंग-गंध-स्पर्श आपल्या जिव्हारी भेटतो. चंद्रकलेशी एके काळी असणारी माझी जवळीक जरी आता विस्मृतीच्या प्रदेशात गेली असली, तरीही त्याचा सल अंत:करणात होताच. किंबहुना, केरळमधील दादाजींच्या संगतीत तिला वावरताना पाहिल्यावर तो सल मला अधिकच टोचत राहिला होता. आपले कामिनीचे रूप बदलून टाकून तिने एक प्रौढ सात्त्विक असे नवे आकर्षक व्यक्तिमत्त्व धारण केलेले, असले तरीही तिचे मूळचे शारीरिक रूप मला कधीच विसरता आले नव्हते. तिची मागणी मी तिच्याशी लग्न करावे, अशी होती. दादाजींनी तिच्याशी जे लग्न केले, ते तशा अर्थाने कायदेशीर नव्हतेच. दादाजींच्या प्रथम पत्नीला त्यांनी अधिकृतपणे घटस्फोट कुठे दिला होता? मलाही तसे करता आले असते. मेघनेच्या करारी व्यक्तिमत्त्वामुळे मात्र ते सोपे नव्हते; पण अशक्यही नव्हते. तिला प्रतिष्ठा हवी होती; मी ती देऊ शकत नव्हतो. तिला दोष द्यावा, अशी परिस्थिती नव्हती. पण आता या बदललेल्या परिस्थितीत तिचे माझ्याकडे काय काम असावे? ती माझ्याशी दादाजींच्या घरी, स्टुडिओत किंवा डिस्ट्रीब्युशन ऑफिसमध्ये बोलू शकली असती... मग ही गुप्तता का? आणि ही गुप्तता तरी खरोखरीच राखता येईल काय? मुंबई ही एक प्रचंड महानगरी आहे आणि इथे कुणी कुणाचा नसतो. प्रकाशातल्या व्यक्तींनासुद्धा इथे कुणी ओळखत नाही. वाट पाहण्याचा हा काळ मला अगदी असह्य झाला.

-०-०-०-

१०

एक वाजला आणि इंटरकॉममधून मला भेटायला कुणी मिसेस कामत आलेल्या आहेत, असा निरोप मिळाला. मी एकदम सावरून बसलो आणि प्रतीक्षा संपण्याचा क्षण आला, म्हणून नि:श्वास टाकला. चंद्रकला आलेली मला जाणवली. तिची पावले तर नादबद्ध तऱ्हेने वाजत होतीच आणि ती माझ्या सूटच्या दाराशी येताच थांबली.

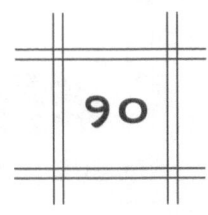

तिने हलक्या हाताने बेल वाजवली. खरे म्हणजे, मी दार उघडेच ठेवले होते. त्यामुळे तिचा स्पर्श होताच दार उघडले. ती आली. तिने स्मितहास्य केले. मागच्या हाताने दरवाजा बंद केला. त्या वेळेस मी खिडकीजवळ दुसऱ्या टोकाला जाणीवपूर्वक उभा होतो. आज ती इतकी वेगळी दिसत होती की, मी थक्क झालो. दादाजींच्या सहवासात आल्यापासून तिच्या वस्त्रांतसुद्धा बदल झाला होता. बहुतेक वेळा मी तिला पाहिली ती पांढऱ्याशुभ्र जरीकाठाच्या साडीत. घरी काही वेळा ती अन्य रंगाची साडी वापरायची. याचा अर्थ इतकाच होता की, दादाजींनी तिला विशेष सवलत दिली होती. तिच्या रूपाला, रंगाला कांजीवरम किंवा मदुराई साडी शोभून दिसत होती आणि मद्रासमध्ये असताना ती त्याच साड्यांचा वापर करायची. आज तिच्या अंगावरची साडी ही बहुश: मीच तिला भेट दिली असावी, असे मला क्षणभर वाटून गेले.

ती आली आणि चालत-चालत येऊन कोचावर बसली आणि म्हणाली, "केव्हा आलास?"

"मी सकाळच्याच प्लेनने आलो. बंगलोरने यावे लागले. तासाभरापूर्वी पोचलो."

"मजेत आहेस?"

"मजेत नसायला काय झालं? तू माझ्या आयुष्यातून कायमची निघून गेलीस, एवढीच म्हणावी तर उणीव म्हणावी लागेल."

"माझी आठवण होते?"

"आठवण? इतक्या निकट आलेल्या माणसाची

केवळ आठवण होते काय? ही गोष्ट खरी आहे की, तुझी मागणी मी पुरी शकलो नव्हतो. मला ते शक्यही नव्हतं. पण तुझं काही त्यामुळे बिघडलं आहे, असं काही दिसत नाही. दादाजींसारखा मोठा मासा गळाला लागल्यावर तुला माझी आठवणसुद्धा राहण्याचं कारण नाही.''

''तू जरी थोड्या कुत्सितपणे हे बोलत असलास, तरी ते खरं आहे. तुला सारा माझा इतिहास माहीत आहे. मला हवं होतं ते स्टेटस. माझ्याकडे पाहण्याची सगळ्यांची दृष्टी एक भोगवस्तू अशीच असणार. पण खरं सांगू? कुणाची रखेली म्हणून राहण्यात अभिमान बाळगण्यासारखं काय आहे? अगदी हव्या त्या पुरुषाला कोणत्याही नात्यानं मी केव्हाही मिळवू शकले असते. पैसा तर माझ्या पायी चालून येत होताही आणि पुढेही आला असता; पण माणसाला खरा पैसा लागतो तरी किती? माणसाचा हव्यास अनावर आहे; तो गरजा वाढवीत राहतो आणि पैसा मिळवायला भाग पाडतो. खरं सांगू? अत्यंत गरिबीत मी वाढले आहे. समाजाकडून तुच्छता व उपेक्षा सहन केली आहे. चित्रपटात मी आले, कारण त्यावर माझा काही इलाजच नव्हता. चित्रपटनटी म्हणजे काही झालं तरी? वेगळ्या प्रकारे देहविक्रय करणारी एक वेश्याच! एवढंच की, आपलं गिऱ्हाईक मी काही वर्षांनंतर निवडू शकत होते. समाजात माझ्यासारख्या स्त्रीबद्दल कुतूहल असतं. मला पाह्यला गर्दीही उसळलेली असते. पण त्या गर्दीतल्या प्रत्येक माणसाच्या डोळ्यांत माझ्या शरीराबद्दल विकृत वासना सतत वावरत असते. या जीवनाला अर्थ नव्हता. पैसा, कीर्ती, चाहते यांच्या जगात एकदा वावरावं लागलं की, मग स्त्रीला सारी लज्जा विकावीच लागते. मीही विकली आहे– नाइलाजानं. तुला सारं माहीत आहे. तुझे आणि माझे संबंध होते, त्याच वेळेला तुझे इतर स्त्रियांशी संबंध चालूच होते. अनेक स्त्रीदेहांसारखा माझाही एक देह! मला मनातून लग्न व्हावं, मुलं व्हावीत, एकाच माणसासाठी आपला देह राखून ठेवावा, त्याच्यासाठी वाट पाहावी– असं वाटलं, तर त्यात फार काही गैर असं होतं का? माझ्यावर जबाबदारी होती आईची, भावंडांची. ती हजार-पाचशे रुपयांत भागली असती. ती पत्करून मला सन्मानित करणं फारसं कठीण नव्हतं. ज्या जगात मी वावरत होते, त्या जगात ते काही जमलं नाही. म्हणून मी छोटी दुनिया सोडून हिंदी चित्रपटाच्या दुनियेत आले. देहाचा सौदाच करायचा असेल, तर तो अधिक किफायतशीरपणे का करू नये– हा माझा विचार काही चूक होता काय? मुंबईत मी आले आणि माझ्या लक्षात आलं की, मी अगदी खुल्या रंडीबाजारात आले आहे! इथले कायदे-कानून आणखीनच

काही वेगळे होते; तरीही जमवून घेणं मला भाग होतं. दादाजी भेटलेच नसते, तर मी एक नामांकित नटी म्हणून गाजू लागले असते. सेक्सी, धीट अशी माझी प्रतिमा निर्माण करण्याचा इथल्या पत्रकारांनी चंग बांधला होता. माझी किंमत वाढवण्याचा तो एक सोपा उपाय होता. दादाजी भेटले आणि सारे प्रश्न एकदम बदललेच.''

''दादाजींना तू इतक्या लवकर कसं जिंकून घेतलंस, याचं मला आश्चर्य वाटतं.''

''सोपी गोष्ट होती. दादाजी विलक्षण अहंकारी पुरुष आहेत. त्यांना स्वामित्व गाजविण्याची हौस आहे. कुणावरही सहजगत्या भुलण्याइतके ते वाहून जाणारे नाहीत. ते सारं मी ऐकून होतेच. पण प्रथमदर्शनीच त्यांच्याबद्दल माझं जे मत झालं, ते 'हा एक बर्फाचा खडा आहे' असंच झालं. गोठलेला, कठोर, न विरघळणारा; पण मला हेही माहीत होतं, या माणसानं खरं प्रेम कुणावर केलं नाही आणि कुणी तसं याच्यावरही केलं नाही. चित्रपटासाठी एक नवा चेहरा किंवा एक तातडीची गरज यापलीकडे प्रथमदर्शनी तरी त्यांनी मला काही किंमत दिली नाही.''

''पण त्यांना आवडणाऱ्या रंग-रूपाचा तुझ्याजवळ अभाव होता. त्यांना तू पसंत कशी पडलीस, याचंच मला आश्चर्य वाटलं.''

''इथंच तुझी चूक झाली. भिन्न प्रकृतिधर्माचंच माणसाला आकर्षण असतं. शिवाय त्यांना हवी होते तशी मी बदलायला तयार होते ना! स्वत:चंच स्वप्न विसरून मी संपूर्णतया त्यांच्या स्वामित्वाला शरण गेले– आपणहून गेले. हा त्यांच्या यशाचा त्यांना तुरा वाटला. उतरत्या वयाच्या माणसाला अखेरचा म्हणून एक सोबती हवा असतो. मला त्यांनी निवडली ती माझ्या रूपाकडे पाहून किंवा माझ्या उपयुक्ततेकडे पाहून नाही; तर त्यांच्या आयुष्यात मी अखेरपर्यंत त्यांना सोबत देईन, असं त्यांना वाटलं. मी त्यांना सरळच सांगितलं की, कायमचं असं अप्रतिष्ठेचं आयुष्य जगायला मी तयार नाही. तुमच्यासाठी मी वाटेल ते करीन; फक्त मला तुमच्याकडून सन्मान हवा आहे.

''मला हे माहीत आहे की, ते माझ्यापेक्षा वयानं खूप-खूप मोठे आहेत आणि त्यांच्या-माझ्यातलं हे अंतर कायम राहणार आहे. कसलंही बंधन न मानणारा आणि वाटेल तो धोका पत्करणारा तो एक सावध जुगारी आहे, हे मी ओळखले होते. मीसुद्धा एक जुगार नव्हते का खेळत? भाषा, रीतीरिवाज यांत मी त्यांच्यापासून इतकी वेगळी होते की, त्यांचं-माझं जमणार कसं? कदाचित,

आमच्यातलं सर्व बाबतींतलं भिन्नत्व हेच त्यांना आकर्षण वाटलं असेल. मी त्यांना प्रथमच सांगितलं की– तुमची मालमत्ता, स्टुडिओ यापैकी काहीही मला नकोय; तसं मी लिहूनच द्यायला तयार आहे. मला हवंय ते तुमचं नाव, तुमचं पत्नीपद, तुमची प्रतिष्ठा. ते तुम्ही द्यायला तयार असाल, तर मी तुमच्यासाठी सर्वस्व द्यायला तयार आहे, हे सारं बोलणं अर्थातच एकाच वेळेला झालेलं नाही. स्टुडिओतच मी राहत होते. सकाळी, रात्री त्यांच्या गाठी-भेटी व्हायच्या. त्या वेळेला हे बोलणं व्हायचं. मी त्यांना हेही सांगितलं की, आज चित्रपट धंद्यात यश माझ्या पायाशी चालून आलेलं आहे; पण मला या यशाची काही मातब्बरी नाही. कारण ते काही काळापुरतेच आहे हे मला माहीत आहे. आणखी एक पाच-सात वर्षं फार तर या जगात मला किंमत मिळेल आणि मग निराश्रित विधवेप्रमाणे किंवा हाती लागेल त्या माणसाबरोबर लग्न करावं लागेल. आज मी कुणी तरी असतानाच माझ्या करियरवर पाणी सोडून अभिमान वाटेल असा पुरुष मिळविण्यासाठी मी तयार आहे. माझं लग्न कायदेशीर आहे किंवा नाही याचीसुद्धा मी चिंता करणार नाही. दादाजी या साऱ्या संभाषणातून हळूहळू विरघळत होते आणि एक दिवस त्यांनी होकार दिला. नुसता होकार दिला नाही; तर चित्रपटातल्या-वृत्तपत्रातल्या दोन-तीनशे श्रेष्ठ व्यक्तींच्या समक्ष माझ्याबरोबर लग्न केलं. अर्थात, या लग्नाची जाहीर वाच्यता आम्ही केलेली नव्हती. नंतर या विवाहाचं सचित्र वृत्त सर्व वृत्तपत्रांतून आलेलं तू पाहिलं असशील. माझ्या दृष्टीनं हा भाग्याचा दिवस होता. खरोखरीच एका थोर पुरुषाशी माझं लग्न झालं. तेही खूप बदलले. त्यांना संतुष्ट करणं आणि त्यांच्या सुखात आपलं सुख पाहणं, हा माझा धर्मच होता. त्यांनी पण मला सुखी करण्याचा आटोकाट प्रयत्न केला. डिस्ट्रीब्युशन ऑफीस माझ्या मर्जीविरुद्ध माझ्या नावानं केलं. आता तो कारभार माझा मीच सांभाळते; दादाजी मुळीच लुडबूड करीत नाहीत. दादाजींच्या स्वामित्वाबद्दलच्या कल्पना घट्ट आहेत. पण माझ्यावर किती प्रेम करू अन् नको, असं त्यांना वाटतंय. दादाजी आता अगदी पुरते बदलले आहेत. किती बदलले आहेत, ते तुला कळणार नाही. त्यांच्या प्रेमाचं उतराई कसं व्हावं, हेच मला समजत नाही.''

''पण मला असं सांग– तू इतकी तरुण, दादाजी इतके वृद्धावस्थेकडे झुकणारे... तू कशी आहेस हे मला माहीत आहे... तुमचं सेक्स लाइफ समाधानकारक असणं शक्यच नाही... तुला हे किती दिवस निभवेल?''

चंद्रकला हसली. ''पहिली गोष्ट अशी की, दादाजींशी लग्न जाणीवपूर्वक केलं, तेव्हाच काही आनंदाला मी मुकेन असं गृहीत धरलं होतं. मी काही डोळे

झाकून त्यांच्याशी लग्न केलेलं नाही. शिवाय शारीरिक व्यवहाराबद्दल मला एक घृणा उत्पन्न झाली आहे. म्हणजे, त्याची गरज संपलेली आहे, असं नाही. पण त्याची आतून ओढ वाटत नाही. पण त्याही बाबतीत माझे अंदाज चुकले. दादाजी जरी वयस्कर असले, तरी त्यांनी आपली शरीरप्रकृती अतिशय चांगली राखली आहे. त्यांची वासना अजूनही प्रज्वलित आहे. पुरुष म्हणून त्यांच्यात कसलीच कमतरता नाही. उलट, मला संतुष्ट करण्यासाठी असेल किंवा माझं रूप त्यांना मोहात पाडत असेल, त्यांच्या-माझ्या वयातील अंतर जाणवावं, असं काहीच घडलेलं नाही. कधी कधी पुढचा विचार करून मीच माघार घ्यायला लावते. अगदी तरुणाच्या आवेशानं ते माझ्यावर तुटून पडतात. आजपर्यंत मला भेटलेल्या पुरुषांपेक्षा त्यांचं पुरुषत्व अधिक प्रबल आहे– आजही.''

''असं जर असेल, तर तुझ्या सुखात कसलीच कमतरता नाही.''

''खरोखरीच नाही! तशी मी अगदी भाग्यवान बाई आहे. दिवसभर राबण्यासाठी आम्हा दोघांना पुरेसे उद्योग आहेत. परस्परांविषयी मानसिक व शारीरिक अशी दोन्ही आकर्षणं आहेत. म्हणून रात्री केव्हा एकदा आम्ही भेटतो, यासाठी वाट पाहवी लागते.''

''असं आहे तर... मग आज ही गुप्त भेट कशासाठी?''

चंद्रकला पुन्हा एकदा हसली. तिचं हसणं या वेळेला धारदार होतं. तिला सुचवायचं होतं की, जरी मी गुप्तपणानं आले तरी दादाजींना त्याबद्दल काही वाटणार नाही; इतका दादाजींचा माझ्यावर प्रगाढ विश्वास आहे आणि त्यांच्याशी बेइमानी करण्याची कल्पनाही माझ्या मनांत नाही. ती म्हणाली, ''तुझ्या मनात नानाविध शंका आल्या असतील. मी असंतुष्ट असल्यामुळे पूर्वीच्या प्रियकराला संकेत स्थळी बोलावून माझ्या इच्छा पुऱ्या करणार असेन. पण तुझे हे सगळे होरे चुकणार आहेत; कारण तुझा सगळा दृष्टिकोनच मुळी शारीरिक प्रेमावर आधारलेला आहे. दादाजींबद्दल माझा आदर इतक्या पराकोटीचा आहे की, खरोखरीच त्यांच्या सुखासाठी मी काय वाटेल ते करीन. आज ते करायला मी तयार झालेच आहे. एरवी असला काही विचारसुद्धा माझ्या मनात आला नसता. खरं सांगू? मला आता कसलीही इच्छा नाही, कुणाचंही आकर्षण नाही. पण दादाजींसाठीच मला एरवी चमत्कारिक वाटणारा निर्णय घ्यावा लागला आहे. दादाजींनी एवढी संपत्ती मिळविली, कीर्ती मिळविली; पण त्यांना त्यांच्या मागं त्यांचं नाव लावणारा कुणी वारस नाही. त्यांची पहिली बायकोही त्यांना मूल देऊ शकली नाही. त्यांच्या आयुष्यात पुष्कळ स्त्रिया येऊन गेल्या. बाजारू असतील, पण त्या स्त्रिया

होत्या. त्यांनी त्यांच्यापासून गर्भ राहू दिला नसेल किंवा राहिलाही नसेल. पण दादाजींना कुणी वारस नाही, ही गोष्ट निश्चित. माझ्यात काही दोष असेल, म्हणून मी सर्व तऱ्हेची तपासणी करून घेतली. गर्भप्रतिबंधक साधनं वेळोवेळी वापरण्यानं माझ्यातच काही दोष निर्माण झालेला आहे किंवा काय, याची खात्री करून घेतल्यानंतर मोठ्या नाइलाजानं आणि दादाजींच्या लक्षात येणार नाही अशा गुप्ततेने मी युरोपमध्ये असताना त्यांचीही तपासणी करून घेतली होती. त्यांना यातलं काही माहीत नाही. ते मलाच काय, पण कुठल्याच स्त्रीला कधीच संतती देऊ शकणार नाहीत. मला त्यामुळे अगदी धक्का बसला. हा धक्का मला मूल हवं होतं म्हणून नाही; मला मूल झालं नाही तरी माझी काही तक्रार नाही, पण दादाजींना मूल होऊ शकत नाही, ही गोष्ट माझ्या मनाला लागून राहिलीय. त्यांच्यासाठी एवढं तरी मला केलं पाहिजे. ते त्यांच्यापासून गुप्त ठेवलं पाहिजे, म्हणून आजच्या भेटीत गुप्तता आली. कुठल्याही मानी पुरुषाला ही गोष्ट सहन होणार नाही आणि दादाजींनी निपुत्रिक राहावं, ही गोष्ट तरी मी कशी सहन करू? म्हणून मी एक लोकविलक्षण निर्णय घेतला आहे. एवढ्यासाठी मी तुला बोलावून घेतलंय. दुसऱ्या कुणाला मी हे दुःख सांगणार? तूच कदाचित हे समजू शकशील. कारण दादाजी आणि मी यांच्या संबंधांतला तू एक दुवा आहेस. मी तुझ्याकडे भीक मागणार आहे...''

मी चट्कन उठलो. तिच्याजवळ गेलो. तिच्या खांद्यावर हात ठेवला आणि तिच्या डोळ्यांत पाहू लागलो. तिथे वासनेचा स्पर्शही नव्हता; होती एक अपार कारुण्याची छटा. मी तिला उभी केली आणि तिच्या पाठीवरून हात फिरवला... तेव्हा माझ्या लक्षात आले की, ती रडते आहे. मी तिला काही काळ अश्रुपात करू दिला. तिचे हे सारेच वागणे अद्‌भुत होते. मला चिरपरिचित असलेली ही चंद्रकला नव्हती. माझ्या केवळ स्पर्शानं थरारणारी आणि माझ्या वासना चेतविणारी ती स्त्री नव्हतीच. तिच्या देहाचा कणन्‌कण मी माझ्या स्पर्शानं एके काळी भोगलेला होता. पण आता जाणवणारा देह हा दुसराच होता. एका अपरिचित स्त्रीला मी मिठीत घेतलेले होते.

पण शेवटी देह हा कर्पुरासारखा असतो. तो स्पर्शानं जळू लागतो. हळूहळू तिचे अश्रू ओसरले आणि माझ्या लक्षात आले की, तिचा देह आता पेटू लागलेला आहे. अर्थात, हे पेटणे वडवानलासारखे नव्हते; समईच्या ज्योतीसारखे होते. देहाचा थंडपणा संपून जाऊन कामाग्नी पेटायला तिथे वेळ लागेल. पण वेळानंतर का होईना, हा अग्नी प्रज्वलित होईलच.

तिची वस्त्रे मी उतरविली होती. तिने विरोध केला नाही; पण नकळत तिच्या हातून प्रतिकार होत होताच. मात्र, प्रथम कर्तव्याच्या भावनेने आणि नंतर तिच्या देहाच्या आकर्षणाने मी तिला संपूर्ण विवस्त्र केली. तिने मान खाली घातलेली होती. तिला मी बिछान्यावर नेली, तेव्हा तर तिने डोळे मिटूनच घेतले. एका चंदनी बाहुलीचा मी भोग घेणार होतो; एक सचेतन देह मुळी माझ्या हातात नव्हताच! पूर्वस्मृतींच्या बळावर मी तिला उत्तेजित करू लागलो. ती थोडी फार सैल झाली. माझ्या एके काळच्या मालकीचा, तृप्तीचे हुंकार देणारा एका लावण्यवती तरुणीचा हा देह मला उत्तेजित करायला पुरेसा होता.

दुसऱ्याची वस्तू चोरटेपणाने भोगण्याचा विकृत आनंद– हाही कदाचित माझी वासना प्रज्वलित करीत असेल. तिने आपल्यापरीने खूप प्रयत्न केला. माझ्या डोळ्याला डोळा देणे तिने टाळले. तिच्या उत्तमांगाने व्याकुळतेने केलेली मागणीही तिने झिडकारली; पण वासनेच्या पुरात सारे संकेत, सारी बंधने हळूहळू गळत जातात तशी ती आताही गळत गेली आणि एका विलक्षण तृप्तीची सांगता झाली. मला वाटले होते त्यापेक्षा तिच्या देहानं अधिक साथ दिली. तिच्या डोळ्यांत आकर्षणापेक्षा, तृप्तीपेक्षा एक कृतज्ञतेचा भाव होता. ठरल्याबरहुकूम एक गोष्ट पार पडली, असे योजकतेचे साफल्यही कदाचित तिच्या मनात असेल. तिचा थंडपणा अखेरी-अखेरी ओसरला.

पण पूर्वी जे कामयुद्ध चाले, त्याचा मात्र मागमूस नव्हता. स्त्रियांच्या बाबतीत अनेकदा आपली फसगत होते. आपल्या मर्जीनुरूप हव्या त्या तऱ्हेने आपण स्त्रीला भोगतो, असे आपल्याला अनेकदा वाटते. पण चतुर स्त्री तो आपला अहंकार तृप्त करण्यासाठी आणि मीलनाची खुलावट वाढविण्यासाठी पुढाकार घेत नसली तरी खरे म्हणजे तीच पुरुषाला भोगत असते– हवी तशी. कितीही पुरुषार्थी पुरुष असला तरी पुरुषच हरलेला असतो. चंद्रकला तर माझ्या पूर्वीच्या काळात एक चतुर कामिनी होतीच आणि पुरुषाला कसे खेळवावे, उत्तेजित करावे अन् अखेरीस हवा तसा भोग कसा मिळवावा, यात वाकबगार होती.

जे काही आज घडले, ते प्रसन्न होते. एक तर किती तरी कालावधीनंतर आम्ही एकत्र आलो होतो. हरवलेली वस्तू सापडल्याचा आनंद मला लाभला होता. पण आजची चंद्रकला वेगळीच होती, यात शंका नाही. तिला प्रौढ शहाणपण आलेले होते. मला घायाळ करण्याचा किंवा उत्तेजित करण्याचा तिने अजिबात प्रयत्न केलेला दिसला नाही. एके काळी ती माझी दासी होती– माझ्या इच्छेनुसार मी मागेन ते देणारी, पण हे दासीपण तिच्या डोळ्यांत आज मला

मुळीच जाणवले नाही.

ती निघून गेली, पण जाता-जाता तिने माझे आपणहून एक चुंबनही घेतले. एवढाच एक मृदू भाग सोडला, तर तिला भोगूनही मी अभुक्त राहिलो होतो. तिला जे हवे होते, ते असे एकाच वेळी शरीरव्यवहार करून जमेलच, अशी खात्री नव्हती; म्हणून का होईना, तिची संगती मला काही काळ लाभणार होती. पुढच्या भेटीचा संकेत ठरवून ती निघून गेली. ती जाताक्षणीच एक मोठी पोकळी निर्माण झाली. तिच्याशिवाय ही खोली, ती शय्या– एवढेच नव्हे, तर खोलीतले सारे चैतन्य हरवून गेल्यासारखे मला वाटले.

स्त्री ही गोष्ट मला काही अपूर्वाईची नव्हती. कुणासाठी उसासे सोडावेत किंवा पुन:प्रत्ययासाठी वाट पाहायला लागावी, असे प्रसंग माझ्यावर फारसे कधी आलेच नव्हते. माणसाच्या प्राथमिक गरजांसाठी स्त्रीसंग ही एक अपरिहार्य गोष्ट आहे, असे मी धरून चाललो होतो. मला वाटते– प्रमाथी तारुण्यकाळात ज्या गोष्टीचे अप्रूप वाटत नाही, त्याच गोष्टी प्रौढत्वात अपूर्वाईच्या होतात. नव्या अनुभवांच्या आकर्षणापेक्षाही पुन:प्रत्ययाचा आनंद त्या वयात अधिक सुखावह असतो, कारण त्यात जरी साहस नसले तरी स्नेहाचा सुगंध त्यात असतो. देह एकमेकाला परिचित झालेले असतात. सुखाची केंद्रे माहीत झालेली असतात. काही गोष्टी गृहीत धरता येतात. माझी चाळिशी उलटलेली होती. अजून तरी केव्हाही रक्त तापू शकत असले, तरी रक्ताची मागणी पूर्वीपेक्षा कमी झाली होती.

चंद्रकला आणि मी एकत्र येऊ शकलो, कारण विश्वासपात्र असा पुरुष म्हणून माझी निवड तिने केली होती. माझी मुले तिच्या अनेकदा दृष्टीस पडलेली होती. स्त्रीची आदिम इच्छा कामतृप्ती करून घेण्याची असली, तरीही नवनिर्मितीचा जो वर स्त्रीला लाभलेला आहे; त्यामुळे आई होणे हाही त्या आदिम इच्छेचा एक भाग आहे. मातृत्व हे स्त्रीच्या जीवनावर लादले गेल्यामुळे ती पुरुषांपुढे गुलाम होते, असे मानणाऱ्यांच्या लक्षात येत नाही की, आदिम इच्छेपोटीच स्त्रीला त्याची गरज असते. पुरुष ह्या तऱ्हेने विचारच करू शकत नाही. प्रथम तरी त्याच्या मनात केवळ वासनेचा गदारोळ असतो. पावसाळी झंझावातात गढुळलेले हे पाणी वादळवारे संपले की मग निर्मळ होते. मग सहजीवन, मायापाश, संसार आणि अपत्य ह्या भावनांचा तिथे जन्म होतो.

माझ्या बाबतीत तर प्रश्नच नव्हता. माझा संसार निसर्गत:च खुललेला होता. संसारातली सुखे आणि जबाबदाऱ्या मी मन:पूत भोगत होतो. मेघनेबद्दल माझी कसलीही तक्रार नव्हती. उलट इतकी देखणी, समजदार सहचारिणी मला

मिळाली होती, याबद्दल परमेश्वराचे मी अनेकदा आभार मानले होते. माझ्या सार्वजनिक जीवनात माझ्याबद्दल अनेक वदंता पसरलेल्या असत आणि त्या खऱ्याही असत. याबद्दल सर्वसामान्य स्त्रिया जशा घालूनपाडून बोलल्या असत्या, तसे तिने चुकूनही केलेले नव्हते. मला कधी कधी आश्चर्यसुद्धा वाटे की, तिच्यासारखी स्वाभिमानी आणि शालीन स्त्री याबद्दल माझा निषेध कसा करीत नाही? रूपाच्या बाबतीत किंवा संस्कारांच्या बाबतीत ती माझ्यापेक्षा अधिक उजवी होती. कदाचित असेही असेल– आयुष्यात आपण घेतलेल्या साहसी निर्णयात आपण यशस्वी झालो, हे दाखविण्यात तिला अभिमान वाटत असेल. कदाचित मी जे यश प्राप्त केले आणि तिच्या भोवती अभिमान वाटावा असे कर्तृत्वाचे वलय उभे केले, त्यामुळे तिने माझे हे वर्तन अपरिहार्य गरज म्हणून स्वीकारले असेल. अशा गोष्टीत झगडा करून स्वामित्व प्रस्थापित होणार नाही; जे मिळाले आहे ते सुख आणि शांती झगडा करून मिळवता येणार नाही, असाही विवेकी हिशोब तिने केला असावा. यामुळेच तिचा मला धाक वाटत होता. मी तिची मानहानी उघडपणे होईल असा प्रसंग येऊ देत नव्हतो. घराच्या चौकटीतील तिचे साम्राज्य हे केवळ तिच्याच मालकीचे होते. इतके दिवस संसार करून आमच्या संसारात कधी कोमटपणा निर्माण झाला नाही. मेघनेसारखी स्त्री आपल्याला लाभली, हा माझा सदैव अभिमानाचा विषय असायचा आणि चंद्रकला? तिनेही तसेच काही वेगळे कुतूहल निर्माण केले होते.

मुंबईला येत जाणे, ही आता एक केवळ व्यावसायिक बाब राहिलेली नव्हती? तर ती माझ्या जीवनाचा एक अपरिहार्य भाग झाली होती. चंद्रकलेची ओढ हे आता कायमचे निमंत्रण मला बोलावीत असे. पहिल्या भेटीत चंद्रकला जेवढी अलिप्तपणे वागली तेवढी अलिप्तता ती पुढे टिकवू शकली नाही. प्रत्येक भेटीत ती पुन:पुन्हा माझ्या जवळजवळ येत गेली. कणाकणाने मला चंद्रकला परत मिळवावी लागली. चंद्रकलेची मनोमय असणारी इच्छा पुरी व्हावी, अशी माझी इच्छा होती; पण ती पुरी करणे, हे केवळ दैवाच्या आधीन होते. दोन-तीन महिन्यांच्या कालावधीत दहा-पंधरा वेळा तरी आम्ही एकत्र आलो असू. ती आता खूप मनमोकळेपणाने बोलू-वागू लागली होती. कधी कधी पुढाकारही घेऊ लागली. दुरावा संपलेला होता. पण एक दिवस आमच्या संकेत भेटी अचानक संपुष्टात आल्या, कारण तिची इच्छा परमेश्वराने पुरी केली होती!

तिला डॉक्टरांनी जेव्हा ही घटना सांगितली– खातरजमा करून घेऊन गर्भसंभवाची ग्वाही दिली– तेव्हा ती वार्ता तिने मला ताबडतोब फोनवर सांगितली.

मी तिचे अभिनंदन केले; मनापासून केले. पण त्याच क्षणी माझ्यात आणि तिच्यात उत्पन्न झालेल्या संबंधांचा शेवट होईल असे मात्र मला वाटले नव्हते. पण आश्चर्याची गोष्ट एवढीच होती की, तिने जी माझ्याशी जवळीक केल्याचा आणि मनमोकळे संबंध असण्याचा देखावा केला, तेही तिची इच्छापूर्ती होण्याचे साधन होते, हे दारुण सत्य माझ्या ध्यानात आले. मला अपमानित झाल्यासारखे वाटले. माझा तिने वापर केला होता आणि उपयुक्तता संपल्याबरोबर माझा त्यागही केला होता. कुठल्याही पुरुषाला अपमान वाटावा, अशीच ही घटना होती.

एके काळी आम्ही अगदी निकट होतो आणि एकमेकांवाचून आमचे पानही हलत नव्हते. दादाजींच्या व तिच्या संबंधांमुळे तिचे आणि माझे संबंध पूर्णतया तुटले होते, त्या वेळेस एकदा मी आपल्या मालकीची वस्तू गमावल्याचे दु:ख भोगले होते, पण त्याहीपेक्षा विदारक दु:ख आज भोगावे लागत होते. आता माझी आणि चंद्रकलेची फारशी गाठच पडत नव्हती. 'सनफ्लॉवर'मध्ये एकांतात गाठ पडण्याचे दूरच, पण स्टुडिओत दादाजींच्या घरी किंवा डिस्ट्रीब्युशन ऑफिसमध्ये तिची-माझी गाठ पडणे आता दुर्मीळ झाले होते.

कुतूहलाच्या पोटी दादाजींच्या घरी मी गेलो असताना चंद्रकलेची चौकशी केली, तेव्हा कळले– तिची तब्येत जरा बरी नाही; ती झोपली असावी. तिची तब्येत बरी नसेल, तर तिला भेटणे माझे कर्तव्यच होते. मी तिला भेटण्यासाठी अंतर्गृहात जाऊ लागलो, तर ते म्हणायचे, ''तशी ती आजारी नाही. 'शी इज कॅरिंग' म्हणून ती पडली आहे.'' मी दादाजींचे अभिनंदन केले आणि अभिनंदनासह नकळत त्यांचा हात हाती घेतला. दादाजी संतुष्ट होते. त्यांनी माझा हात त्यांच्याच हातात राहू दिला आणि ते म्हणाले, ''अनेक नवस-सायास करून अखेर तिने देवाची कृपा संपादन केली. मूल होत नव्हतं; तेव्हा ते व्हावं, म्हणून ती प्रतीक्षा करायची आणि आता ते होतंय तो मुलगाच व्हावा, म्हणून ती नवस-सायास करतेय. बायकांना मुलांची एवढी ओढ का असते, कुणास ठाऊक! मला म्हणशील– तर मूल झालं नसतं, म्हणूनही काही बिघडलं नसतं. मुलं चांगली निघतील याचा भरवसा कुणी काय द्यावा? कलेच्या क्षेत्रात आपण कितीही मोठे असलो, तरी बाप म्हणूनही आपण चांगले असूच, असं थोडंच आहे? शिवाय आपला धंदा आपला मुलगा पुढे चालवील, असेही नाही. आता साठी उलटत आली. याच्यापुढे तो मुलगा मोठा होणार आणि कारभार सांभाळणार, हे आपलं स्वप्नरंजन आहे.''

''असं कसं म्हणता तुम्ही दादाजी? तुमच्याकडे पाहून तुमची साठी

उलटली आहे, असं कुणाला तरी खरं वाटेल काय? अजून तुम्ही दहा-बारा तास न थकता फ्लोअरवर काम करता? एडिटिंग टेबलवर तीन-तीन दिवस अखंड बसता. तुमची तब्येतही ठणठणीत आहे. तुमच्यासारख्या कर्तबगार पुरुषाला वारस हवाच. राजहंस चित्राचं नाव कायमचं त्रिखंडात राहिलं पाहिजे. ते काही नाही– झाली आहे ती शुभ घटना आहे. तुम्हाला अजून किती तरी चित्रपट काढायचे आहेत. हा सारा वारसा तुमच्या मुलाला मिळणार आहे.''

"अगदी खुळा आहेस रे तू! तुला काही कळत नाही. अरे, हा माझा वारसा मी तुझ्यासारख्याला यापूर्वीच दिला आहे; तो तू चालवतोही आहेस. तुला जसं मी प्रत्येक गोष्टीत घडवलं, तसं दहा-पंधरा वर्षांनंतर वयात येणाऱ्या मुलाला मी थोडंच घडविणार आहे? माझा खरा वारस तूच. तुला माहीत आहे की नाही कुणास माहीत– माझ्या स्टुडिओचा मी ट्रस्ट केला आहे. त्या ट्रस्टचा तू एक ट्रस्टी आहेस.''

"काय सांगताय दादाजी तुम्ही!''

"राघव, अरे खरंच सांगतोय. कलेचा वारसा हा रक्तातून मिळतोच, असं नाही; तो संस्कारानं मिळतो. माझ्याकडे वाढलेला एक निरक्षर-अडाणी मुलगा परप्रांतात जाऊन आपलं नशीब काढतो. मोठा यशस्वी लेखक, दिग्दर्शक, निर्माता बनतो आणि स्वकर्तृत्वावर पाच-पन्नास लाखांची जिंदगी तयार करतो; याचा मला अभिमान का वाटणार नाही? टिपकागद जसा शाई उचलतो तशीच तूसुद्धा माझी सारी कला उचलली आहेस. मी तुला अजूनही केव्हाही हाक मारावी आणि माझ्या पद्धतीनं माझा उरलेला चित्रपट तू पुरा करावा, इतकी तू सारी कला आत्मसात केली आहेस. बरं, तू माझं भाबडं अनुकरण करतोस असं म्हणावं; तर तसंही नाही. माझ्यापेक्षासुद्धा काही बाबतींत तू मोठा झाला आहेस. म्हणून तर तुला मी माझ्या 'पडोसी-पडोसी' या चित्रपटात सहकारी म्हणून निवडला. एवढंच नव्हे, तर तुझ्या गैरहजेरीत चित्रपटाचा एक शॉटसुद्धा घेतला नाही. नाही तरी तू कमर्शियल चित्रपट माझ्यापेक्षाही अधिक चांगला काढतोस. खरं म्हणजे, तू आता मद्रासहून मुंबईला ये. तमिळ चित्रपटातलं क्षेत्र तुला फार अपुरं आहे.

"माझ्यापेक्षा पुढची पिढी काळाशी झट्कन जमवून घेऊ शकते. काळ बदललाय, धंद्याची मागणी बदललीय; ती तू अधिक चांगल्या तऱ्हेनं पुरवू शकशील. माझ्या मुलानं उद्या जर याच व्यवसायात पडायचं ठरविलं, तर त्याला मी तुझा असिस्टंट करीन. माझा वारसा मी तुला दिलाय; तुझा वारसा तू माझ्या

मुलाला दे.''

खरे म्हणजे, दादाजी हे अगदी सरळ आणि भाबडेपणाने बोलले होते. पण 'तुझा वारसा तू माझ्या मुलाला दे' या त्यांच्या उद्‌गाराने मला अगदी चपराक मारल्यासारखी झाली. वारसाच कशाला; मीच त्यांना वारस दिलेला होता, त्यांच्याशी प्रतारणा केली होती, हे मी कोणत्या तोंडाने त्यांना सांगू? त्यांचे नाव लावणारा त्यांचा मुलगा हा अखेरीस माझाच मुलगा आहे, हे जर त्यांना समजले; तर माझी किंमत ते काय करतील? तो त्यांना केवढा पराभव वाटेल? असला धक्का त्यांना सहनसुद्धा होणार नाही.

या थोर पुरुषाची मी वंचना केली आहे, हे शल्यदेखील माझ्या मनात सारखे टोचत राहील. एवढेच कशाला– या घटकेलाही मी शरमल्या मानेनेच त्यांच्यासमोर उभा आहे. त्यांच्या सुखासाठी-प्रतिष्ठेसाठी जरी मी चंद्रकलेच्या विनंतीला संमती दिली, तरी माझी खरी ओढ चंद्रकलेची पुन:प्राप्ती हीच असली पाहिजे. चंद्रकलेने तरी माझीच निवड यासाठी का करावी? तिच्याही मनात माझ्याच देहाची अभिलाषा वावरत असली पाहिजे. ती कितीही थंड, अलिप्त वागली, तरी अखेरीस त्या उन्मादक्षणांत ती सहभागी झालीच. तेव्हा तिनेही आनंद लुटला होता. ओळखीचे थरार मी लुटले. ती जरी आज माझ्यापासून दूर राहण्याचा प्रयत्न करीत असली, तरी तो संभवाचा क्षण मी कसा विसरू शकेन?

सुखाचा परिणाम काहीही असला, तरी ज्या सुखाच्या लालसेतून संभव होतो; त्या सुखाची नशा मागे उरतेच. दादाजींविषयी तिच्या मनात अपार आदर असे– नव्हे, आहेच आणि त्या आदरापोटी तिने ते साहसी कृत्य केलेही असेल. पण म्हणून काय झाले? आपली वांछा तृप्त करून घेण्यासाठी तिला हे सुख-प्रत्ययाचे, समाधानाचे इशारे द्यावे लागले आणि स्वीकारावेही लागले. स्त्री-पुरुष संबंधांची सांगता ज्या घटनेत होते, त्यातील साधने निर्जीव नसतात. त्या देव-घेवीतील घेणे मागे उरते, पण देण्याचे हिशोब नियती करणार असते.

खरे तर मुंबईला जाण्याची ओढ तर संपुष्टात आली होती, कारण मध्यंतरी उत्पन्न झालेले अनाहूत आकर्षण आता नष्ट झाले होते. दादाजींनीच कधी फोन केला तर किंवा डिस्ट्रीब्युटर्सशी बोलणीसाठी मला यावे लागणार होते.

मुंबईत माझे परिचित पुष्कळ होते. स्नेही असे आता फारसे उरले नव्हते. परप्रांतातील दीर्घकालीन वास्तव्यामुळे जुनी माणसे भेटलीच, तर फार थोडा वेळ भेटत. माझी सासुरवाडी मुंबईची होती. आपल्या नात्याचा आता स्वीकार झाल्यामुळे जे काही नातेसंबंधांमुळे निर्माण झालेले परिचय– ते तेवढे बाकी होते. तसे

पाहिले तर मेघनेला मुंबईचे आकर्षण खूप असायला हवे, कारण तिचे सारे बालपण मुंबईत गेले होते. पण तसे आकर्षण तिलाही नव्हते. ती आलीच तर वर्षा-दीड वर्षाने केव्हा तरी येई. चार-दोन दिवसच राही आणि मद्रासला परतत असे. तिचा मद्रासमधला मित्र-मैत्रिणींचा परिवार आता खूप वाढला होता. सार्वजनिक कार्यातही ती रस घेऊ लागली होती. तिने आपले स्वत:चे जग निर्माण केले होते आणि तिच्यावर मुलांच्या जबाबदाऱ्याही होत्या. त्यांचे शिक्षण उत्तम प्रकारे चाललेले होते.

आईचे संस्कार आणि लक्ष मुलांच्या ठायी असल्यामुळे सिनेमाच्या जगताजवळ राहूनसुद्धा सिनेमाचे त्यांना वेड नव्हते. कधी कधी वाटे– हा सगळा पसारा आपण निर्माण करून ठेवतो आहोत; पण आपल्या मुलांपैकी कुणीही यात येणार नसेल, तर तो आवरता घ्यायला काय हरकत आहे? आमच्या तमिळ चित्रपट-व्यवसायातील अनेक लोकप्रिय नट आणि लेखक राजकारणात सक्रिय भाग घेत असल्यामुळे नवनवी माणसे या क्षेत्रात येत होती. त्यामुळे असे वाटायचे की, आपल्याच जगात आपण परके होऊ लागलो आहोत. हे क्षेत्र सोडून द्यावे व मुंबईला परतावे, असे माझ्या मनात पुष्कळदा येई. पण मेघनेचा त्याला कडवा विरोध होता. ती तेथेच इतकी रुजली होती की, तेथून जाणे तिच्या जिवावर येत होते आणि म्हणूनच मला मद्रासमध्ये नाइलाजाने अडकून राहावे लागले. तिथे मला कीर्ती कमी नव्हती. करीन तेवढे काम होते. शब्दांना किंमत होती. पण परप्रांतात येऊन स्थायिक झाल्याचे थ्रिल आता उरले नव्हते. मनाची मी समजूत घाली की, चंद्रकला मुंबईत आहे म्हणून आपले मन तिथे ओढ घेतेय. पण चंद्रकला मुंबईत असली काय किंवा नसली काय– तिने जर मला जाणीवपूर्वक दूर ठेवायचे ठरविले तर मी तिच्या परिघात प्रवेश करू शकत नव्हतोच.

सिनेमामध्ये उमेद हरवून चालत नाही. एवढेच नव्हे, तर वृत्तीने म्हातारे होऊनही भागत नाही. सगळ्याच कलांच्या क्षेत्रात हे असेच होते. तारुण्याचा देखावा करावाच लागतो. केस पांढरे झाले तर रंगविता येतात. तारुण्याचा खोटा अभिनय करता येतो. या व्यवसायात भेटणाऱ्या तरुण स्त्रिया अधून-मधून साद घालतात, त्यांना प्रतिसाद द्यावा लागतो. पण हे काही खरे नाही. तारुण्याची बरोबरी करणारी कोणतीच गोष्ट जगात नसते. जे-जे येत गेले ते-ते सारे मनसोक्त लुटल्यानंतर हळूहळू तळे आटायला लागते, ओलावा उरतो; पण पाणी आटलेले आहे, हे लक्षात येते. अवघ्या चाळिशीनंतर असा रिक्तपणा मला जाणवत असेल, तर दादाजींना काय वाटत असेल? खरे तर ते साठीच्याही पलीकडे गेले

होते. ते दमले-भागलेले, निरुत्साही असे कधी दिसत नसत.

कदाचित हा एकेका मनोवृत्तीतील फरक असावा. केवळ कामापुरतेच नव्हे, तर आपल्या दैनंदिन व्यवहारातही ते शिस्तीचे पालन करीत. या वयात ते त्यांचा नियमित व्यायाम घेत असत. त्यांचा दिनक्रम आखीव आणि शिस्तबद्ध होता. कोणत्याही गोष्टीचा अतिरेक त्यांच्या स्वभावाला मान्य नसे. सुपारीच्या खांडाचेही त्यांना व्यसन नव्हते. कुणाच्याही आग्रहासाठी किंवा आतिथ्यासाठी त्यांनी कॉफीसुद्धा ठरलेल्या वेळा सोडून कधी घेतली नाही; मग मद्य, सिगरेट असली व्यसने तर सोडाच! अगदी आखीव वेळापत्रकाप्रमाणे त्यांचे काम असे. त्यामुळे असेल कदाचित– त्यांना आजाराने कधी स्पर्श केला नाही. आता तर दादाजींना त्यांच्या मनाजोगती रसिकवती तरुण आणि सुंदर सहचारिणी मिळालेली होती. तिच्यामुळे त्यांच्या कपड्यांत, वागण्यात आणि बोलण्यात थोडी आधुनिकता आली होती. पण याव्यतिरिक्त तिला खूष करण्यासाठी त्यांनी आपल्या दिनक्रमात फारसा फरक केला नाही. मुळातच त्यांना प्रवासाची फारशी हौस नव्हती. भाषणबाजीचीही हौस नव्हती. एवढेच नव्हे, तर गप्पाष्टकांचीसुद्धा आवड नव्हती. चंद्रकलेला घेऊन दहा-पंधरा दिवस युरोपला गेले, एवढाच काय तो प्रवास त्यांनी निर्हेतुकपणे केला– तोही केवळ तिच्यासाठी. यापूर्वी एकदा अमेरिकेत आणि एकदा युरोपमध्ये ते आंतरराष्ट्रीय पारितोषिके घेण्यासाठी गेले होते. पण तेथेही आठ दिवसांपेक्षा त्यांनी जास्त वास्तव्य केले नाही. हिंदुस्थानातही त्यांनी जो काही प्रवास केला असेल, तो आऊट डोअर शूटिंगच्या निमित्ताने. चंद्रकला आयुष्यात येण्यापूर्वी नव्या-नव्या स्त्रियांचा त्यांना नाद होता. पण तेथेही हव्यास नव्हता. ज्या-ज्या वेळी जो चित्रपट चालू असेल, त्या वेळेस ती त्यांची तात्पुरती गृहनायिका होती. ते संबंधही अतिशय अलिप्त आणि व्यवसाय व हौस यांच्या एकरूपतेतून निर्माण झाले होते. तो चित्रपट संपला की, तिचे त्यांच्या आयुष्यातील स्थान संपून जायचे. त्यांच्याबद्दल अनेक दंतकथा प्रचलित होत्या; पण या त्यांच्या गूढ वागण्याने. एरवी त्या दंतकथांत काही अर्थ नव्हता, हे मी अनेक घटनांचा साक्षी असल्याने मला माहीत होते.

अधून-मधून जेव्हा मी मुंबईस जाई, तेव्हा अर्थातच मी दादाजींना आणि कधी कधी चंद्रकलेलाही भेटत होतो. दादाजी तर साठी उलटल्याचा काहीही परिणाम झाला नसल्यासारखे उत्साही व तरतरीत वाटायचे. माझ्याशी बोलताना ते अधिक जवळिकीने बोलत. अनेक मनसुबे सांगत. एवढेच नव्हे, तर कधी कधी आपल्या नव्या संसारातील तृप्तीचा गोडवाही त्यांच्या वागण्यात दिसे.

आपली पत्नी इतक्या उशिरा का होईना, आपल्याला संतती देणार आहे, याचा एक विशेष आनंद त्यांच्या बोलण्या-चालण्यात जाणवत असे. प्रत्येकाच्या जगण्याला काहीएक टोक यावे लागते. दादाजींच्या आयुष्यात त्यांना होणाऱ्या पुत्रप्राप्तीमुळे ते टोक आलेले होते. त्यांच्या आयुष्याला एक निराळा अर्थ प्राप्त झाला होता. चोरट्या मनाने त्यांच्या आनंदाला मी दाद देत होतो आणि मनाची समजूत अशी घालत होतो... चूक की बरोबर किंवा नीती का अनीती, या निष्फळ चर्चेपेक्षा दादाजींच्या आनंदाचे निमित्त आपण आहोत, तेव्हा देव आपल्या प्रतारणेबद्दल क्षमाच करील, असे मी धरून चाललो– सोईस्करपणे.

मी आलो की, ते चंद्रकलेला मुद्दाम बोलावून घेत. तिलाच कॉफी किंवा आतिथ्यासंबंधी सूचना देत. तिची-माझी नजरभेट होतच नसे. पण जर ती झाली, तर ती अगदी निर्विकार असे. मी अस्वस्थ होई. चंद्रकलेत तसे काय आकर्षण दडून राहिले होते, हेच मला कळेना. तिने खोलीत प्रवेश केला की, खोली उजळून उठे. पूर्वीसुद्धा तिच्या वागण्यात एक प्रकारची शान होतीच. पण आता गर्भाचे ओझे सांभाळताना ती अधिकच तेज:पुंज आणि डौलदार वाटत होती. आयुष्यात जे-जे म्हणून मिळवायचे होते, ते सारे आपण मिळविले आहे– अशी एक कृतार्थतेची जाणीव मला सतत जाणवत होती. एके काळी चित्रपटसृष्टीचा दरवाजा ठोठावणारी, विभ्रमांनी घायाळ करू पाहणारी आणि देहाची सवंग देव-घेव करू इच्छिणारी हीच का ती मुलगी? तिच्या-माझ्या वयात थोडे अंतर होते; नाही असे नाही. पण आता तर ते अंतरही तिने आपल्या प्रौढपणाने आणि विकसित झालेल्या देहयष्टीने भरून काढले होते.

एके काळी माझ्या कृपाकटाक्षासाठी दीन असणारी ही मुलगी आता तिचा कटाक्ष लाभावा अशी ओढ माझ्या मनात निर्माण करीत होती. तिला पाहिले की, तिच्या अनेक अवस्थांतील नग्नाकृती माझ्या नजरेसमोर येत. दादाजींना हे काय माहीत नव्हते का, की तिच्या आयुष्यातला काही काळ मी व्यापला होता? असे असूनही दादाजी मला तिच्या घरात मुक्तपणे येऊ देतात, माझे आदरातिथ्य करायला तिला भाग पाडतात, याचे मला आश्चर्य वाटे. दादाजींची ती प्रकृती नव्हती. पण माझ्या बाबतीत दादाजींनी हा अपवाद का केला? दादाजींव्यतिरिक्त आमच्या व्यवसायातील कोणाही माणसाला आमचे पूर्वसंबंध होते या माहितीने अवघडल्यासारखे झाले नसते, कारण सिनेसृष्टीचा तो रिवाजच होता.

-०-०-०-

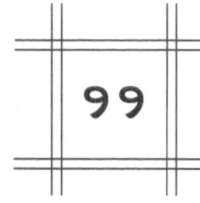

११

या जगात स्त्रीचे चरित्र लक्षात ठेवायचे नाही; तिचा भूतकाळ आठवायचा नाही असा सर्वमान्य संकेत आहे. उलट पक्षी; जिच्याबद्दल वदंता फार अशीच नटी प्राप्त करण्यात, तिच्याशी नाव जोडून घेण्यात, आमच्या व्यवसायातील लोकांना धन्यता वाटते. शेवटी नटी ही एक वस्तू आहे; वापरण्यासाठी निर्माण झाली आहे. आज तिची बाजारात काय किंमत आहे, यावर संबंधांचे स्वरूप ठरते. कलह झालेलेच असले, तर ते विसरले जातात. चार दिशांनी फिरून आलेली स्त्रीसुद्धा नव्या नवलाईने या व्यवसायात सन्मानाने मिरवते. पावित्र्य-एकनिष्ठता या साऱ्या मध्यमवर्गीय संकल्पनांना इथे अजिबात थारा नसतो. किंबहुना, गॉसिप कॉलममध्ये आपले नाव गाजवायला उपयोगी ठरणारी कोणतीही बदलौकिक झालेली स्त्रीच सिनेमा व्यावसायिकांना आवडते. तसा हा व्यवसाय म्हणजे ताज्या मांसाची विक्री करणारे केंद्र आहे आणि कधी कधी अपवादभूत अशा देखण्या-जुन्या मांसल देहालाही येथे चढा भाव मिळतो. पण दादाजींसारखी जुनी माणसे संपूर्ण इमान मागतात. बाजारात उतरलेल्या स्त्रिया त्यांना चालत नाहीत. पूर्वलौकिकाची ते फारशी चिकित्सा करीत नाहीत. खरे पाहता, काही अपवाद सोडून या व्यवसायात येणाऱ्या स्त्रिया देहाचा व्यापारच करायला आलेल्या असतात. एकदा स्त्री स्वीकारली की, ती आपली मालमत्ता व्हावी, अशी आकांक्षा दादाजींसारखे पुरुष ठेवतात. ज्यांना करियरचे आकर्षण नसते, अशा स्त्रिया पुरुषाजवळ कायमच्याही राहण्यास तयार असतात. त्यांचेही बरोबर असते. एरवी त्या कुणा तरी टॅक्सी ड्रायव्हर किंवा टर्नर यांच्याबरोबर लग्नाच्या बायका म्हणून दारिद्र्यात राहिल्या असत्या. देवाने दिलेले रूप आणि प्रयत्नांनी मिळविलेली संधी म्हणूनच त्या या क्षेत्रात येऊ शकल्या. नायिकापदाला पोचणाऱ्या थोड्याच असतात; बाकीच्या मिळेल याची शय्यासोबत करीत एक दिवस नायिका होऊ अशी स्वप्ने पाहण्यात

भरकटत आयुष्य कंठतात. मग मिळेल ती भूमिका, मिळेल तो रोल आणि मिळेल तो मोबदला घेऊन त्या आपले जीवन जगतात, किंवा कंटाळून केव्हा तरी बऱ्या स्थितीत असणाऱ्या सुरक्षित माणसाशी लग्न करून टाकतात.

दादाजींचा एक विशेष होता. त्यांनी चित्रपटात आणलेली प्रत्येक स्त्री पुढे लोकप्रिय झाली, तिला नावलौकिक मिळाला; कारण त्यांच्या अभिनयाला दादाजी टच झालेला होता. त्या लोकप्रिय आणि म्हणूनच दुर्मीळ असलेल्या स्त्रिया दादाजींनी हाक मारली तर केव्हाही धावत यायच्या. दादाजी त्यांना पुन्हा कधी निमंत्रण देतच नसत. 'दगडातून मी मूर्ती घडवली', असा त्यांना सार्थ अभिमान असे. एक-दोन वेळा त्यांनी थोडेफार नाव असलेल्या नट्या नायिका म्हणून स्वीकारल्या होत्या; त्याही पटकथेची आवश्यकता होती म्हणूनच. चंद्रकला अशी एकच स्त्री निघाली की, तिने दादाजींसारख्या माणसाचा मूर्ती घडवण्याचा अहंकार संपवून टाकला. दादाजींच्या चित्रपटाव्यतिरिक्त चंद्रकला अन्य कोठे काम करणे शक्य नव्हतेच. तिच्या वयाला, रूपाला शोभेल अशी भूमिका दादाजी तयारी करीत राहणार, हेही उघडच होते. आता अर्थात, येते वर्षभर त्यांना दुसऱ्या नायिका शोधाव्या लागणार होत्या, कारण चित्रपटात काम करता येण्यासारखी चंद्रकलेची स्थितीच नव्हती.

दादाजींचे आतापर्यंत एकूण शंभर चित्रपट झाले होते. त्यांतले सोळा सुवर्णमहोत्सवी होते. त्यांच्या एका चित्रपटाने तर उत्पन्नाची सर्व रेकॉर्ड्स मोडली होती. एकाच चित्रपटगृहात शंभर आठवडे चाललेला त्यांचा हा चित्रपट चित्रपटसृष्टीत विक्रम मानला जातो. अतिशय सावकाश चित्रपट काढण्याची त्यांची प्रथा असूनही त्यांच्या हातून इतके चित्रपट काढले गेले, कारण चोवीस तास ते चित्रपटाच्या जगातच वावरत होते आणि एक चित्रपट चालू असतानाच त्यांची पुढच्या चित्रपटाची योजना पूर्ण झालेली असे. स्वत:चा स्टुडिओ, लॅबोरेटरी, डिस्ट्रीब्युशन ऑफिस असल्यामुळे त्यांची प्रदीर्घ कारकीर्द यशस्वी ठरली होती. त्या निमित्ताने त्यांच्या कारकिर्दीचा गौरव करावा, असे फिल्म प्रोड्युसर्स असोसिएशनने ठरविले. दादाजींनी आढेवेढे घेतले. पण लोकाग्रहास्तव त्यांना संमती देणे भाग पडले. अगोदरच विश्वामित्री दुनिया निर्माण करण्याबद्दल चित्रपटसृष्टी प्रसिद्ध आहे. पंतप्रधानांच्या उपस्थितीत ब्रेबॉर्न स्टेडियमवर हा समारंभ पार पडला. त्यांच्या प्रत्येक चित्रपटातील एक दृश्य असलेला, अमीन सयानीच्या कॉमेंट्रीने सजलेला एक माहितीपट त्यानिमित्त दाखवण्यात आला. ते काम अर्थातच माझ्याकडे सोपविले गेले. समारंभ प्रेक्षणीय झालाच; पण त्याचे एक वैशिष्ट्य म्हणजे,

त्यांच्या चित्रपटांत काम करणाऱ्या व हयात असलेल्या सर्व नायिकांनी क्रमाक्रमाने येऊन प्रेक्षकांना आणि दादाजींना अभिवादन केले. त्या अर्थातच पांढऱ्या शुभ्र साडीत आलेल्या. मस्तकावर मराठी पद्धतीचा ठसकेबाज कुंकवाचा टिळा होता. सर्वांत शेवटी आली ती चंद्रकला. तिने स्टेजवर पाऊल ठेवल्याबरोबर प्रेक्षकांनी कडाडून टाळ्या दिल्या. कारण तिचा उल्लेख सौ. चंद्रकला कामत' असा केला गेला होता. अभिवादन संपल्यानंतर ती दादाजींच्या शेजारच्या खुर्चीत जाऊन बसली. तेव्हा पुन्हा एकदा प्रेक्षकांनी टाळ्या वाजवून तिचे कौतुक केले, चंद्रकला स्टेजवर वावरत असताना गर्भभाराने तिची चाल मंदावली होती. पंतप्रधानांनी आपल्या नर्मविनोदी भाषणात शंभर यशस्वी चित्रपट निर्माण करणाऱ्या दादाजींचे मनसोक्त कौतुक केलेच; पण अखेरीस ते म्हणाले, ''चित्रपट निर्माण करणारा आपल्यासारखा एक कलावंत त्यांनी जन्माला घातला, तर त्यांची ती सर्वांत मोठी कलाकृती ठरणार आहे.'' यावर लोकांनी जी दाद दिली, ती किती तरी वेळ वातावरणात दुमदुमत होती. मात्र, त्याच गदारोळात चंद्रकलेची व माझी दृष्टादृष्ट झाली आणि तिच्या मुखावर उमटलेले सूचक अन् जिव्हाळ्याचे हास्य माझ्या लक्षात आले.

यानिमित्ताने मद्रासमध्येही दादाजींच्या चित्रपट कारकिर्दीचा गौरव करावा, असे मी नुसते सुचविले. मुंबईत झालेल्या समारंभाला दादाजींचा विरोध होता, पण मद्रासला होणाऱ्या सत्काराबद्दल मात्र त्यांनी ताबडतोब संमती दिली. कदाचित चंद्रकलेला खूष करण्यासाठी त्यांनी हा निर्णय घेतला असेल, कारण चंद्रकलेचे बालपण, चित्रपटाची आरंभीची वाटचाल मद्रासमध्येच घडलेली होती. आपले आजचे वैभव दाखवावे, असे तिला वाटणे साहजिकच होते. शिवाय आताच्या तिच्या अवस्थेत हा आनंद सोहळा उपयुक्त ठरेल, असेही त्यांना वाटले असावे.

पूर्वीचे दादाजी आता उरलेले नव्हते, हे तर त्यांच्या प्रत्येक गोष्टीत जाणवत होते. पूर्वी त्यांना स्त्रियांशी वागताना मी पाहिलेले आहे. त्या वेळी काही कामानिमित्त त्या-त्या काळच्या नायिकांना हाक मारण्याचा प्रसंगच आला; तर ती हाक अगदी रेखीव असे, ती हाक धन्याची असे आणि हाकेबरहुकूम जी कोणी स्त्री असे, तिला येणे भाग पडे. पण आता ती त्यांची सारी हाकसुद्धा 'चंदा' किंवा कधी कधी जास्त लाडात आले तर 'चंद्रावती' इतकी मुलायम असे की, ऐकणारालासुद्धा त्यांच्या तृप्त जीवनाची खात्री पटे.

ती अधून-मधून त्यांच्या हाकेला ओ देई, तीही तशीच नादमय असे.

मराठी तर ती नव्याने शिकली होती. मोडकेतोडके मराठी ती आवर्जून बोलायची. 'चंदा येतेय' अशी काही विचित्र ओ ती हाकेला द्यायची आणि हाकेबरहुकूम लगोलग कधीच यायची नाही. आरशात पाहून कुंकू, डोईवरचा पदर सर्व काही व्यवस्थित आहे याची खात्री करूनच ती दरवाजाच्या चौकटीत येऊन उभी राहायची– रवी वर्म्याच्या एखाद्या चित्रासारखी, आणि मग येऊन खोलीत कितीही आसने असली तरी दादाजींच्या आसनाशेजारी येऊन बसायची. काही विचारले तर किंवा फारच आवश्यकता असली, तर एखाददुसरे वाक्य बोलायची आणि तेही मराठीतून. महाराष्ट्रीय पद्धतीच्या ज्या-ज्या गोष्टी आपण खुद्द मराठी लोकसुद्धा आधुनिक जगात आचरणात आणत नाहीत, त्या-त्या गोष्टी ती आचरणात आणी. मला मोठी गंमत वाटे. ज्या स्थानावर ती आता येऊन पोचली होती, त्या स्थानाच्या दृष्टीने आता या कोणत्याही कृत्रिम उपायांची आवश्यकता नव्हती. पण अखेरीस ती चंद्रकला होती– सर्वस्व मागणारी आणि सर्वस्व देणारी.

मद्रासला दादाजी आणि चंद्रकला येणार, हे नक्की ठरल्यावर मीही उमेदीने तयारीला लागलो. मद्रासमधल्या सर्व चित्रपटव्यावसायिकांची मी एक बैठक घेतली. सर्वांनाच ती कल्पना फार आवडली. त्यांचा जाहीर सत्कार, निवडक पत्रकारांची प्रेस कॉन्फरन्स, कॉर्पोरेशनच्या वतीने त्यांचा नागरी सत्कार हे तर मुख्य कार्यक्रम ठरले होतेच; पण त्याहीपेक्षा चेंबर ऑफ कॉमर्स किंवा तशाच मातब्बर संस्थांनी चहाची आमंत्रणेही सुचविली. तीही कार्यक्रमात मी समाविष्ट केली. तीन दिवसांचा एक भरगच्च कार्यक्रम तयार झाला. दादाजी कुठल्याही हॉटेलमध्ये राहू शकले असते; पण माझ्याच घरी त्यांनी राहावे, अशी माझी इच्छा होती. त्यांच्यावर माझा हक्क होताच आणि त्यांनी नकार देण्याचे काही कारणही नव्हते. त्यांनी आमंत्रण स्वीकारले आणि मी मद्रासमधील कार्यक्रमांचे नियोजन करण्यात गढून गेलो.

पहिली अडचण होती ती मेघनेची. चंद्रकलेबरोबरच दादाजी घरी राहणार होते आणि मेघनेला चंद्रकलेचे आमच्या घरी राहणे आवडेल किंवा नाही, अशी मला शंका होती. चंद्रकलेबरोबरचे माझे संबंध ही जगजाहीर गोष्ट होती– जरी तो इतिहास झालेला असला तरी. पण आश्चर्याची गोष्ट म्हणजे, तिने या गोष्टीला तत्काळ संमती दिली. कसलेही आढेवेढे घेतले नाहीत. आमचे घर खूप मोठे होते. दिवाणखाना तर पाच-पन्नास माणसांना सामावू शकेल इतका मोठा होता. डायनिंग रूमही मोठी होती. नोकरचाकर भरपूर होते. मी पैसा मिळवीत होतो आणि कलादृष्टी असणारी मेघना त्या पैशाचा सदुपयोग अतिशय कौशल्याने

करीत होती. वरच्या मजल्यावर तीन-चार प्रशस्त बेडरूम्सही होत्या. त्या बांधताना प्रत्येक मुलाला स्वतंत्र खोली असावी, असा विचार केलेला होता. त्यामुळे जागेची अजिबात कमतरता नव्हती. दादाजींच्या मुक्कामात त्यांना हवा असेल तितका एकांत मिळावा, अशी आमची इच्छा होती. म्हणून आम्ही स्वत: वापरत असलेली जी मास्टर बेडरूम होती, तिच्यातच दादाजींना उतरवायचे– असे ठरवून टाकले. दादाजी केवळ मोठे कलावंत होते किंवा आमच्या व्यवसायातील एक मातब्बर शक्ती होती; यापेक्षा ते माझे गुरू होते आणि त्यांच्यामुळे मी या पदवीला पोचलो याची जाण मेघनेला नक्की असेल. तिच्यात उत्साहाचे एक वारे शिरले होते. एरवीसुद्धा आमचे घर चकचकीत आणि टवटवीत असेच; पण आता दादाजींच्या आगमनाप्रीत्यर्थ ते अधिक आकर्षक करण्याचा तिचा प्रयत्न होता. ड्रायव्हर, माळी, स्वयंपाकी, वरकाम करणारे नोकर यांनासुद्धा नवे कपडे मिळाले आणि कसे वागायचे याच्या सूचनाही मिळाल्या. थोडक्यात, दादाजींच्या स्वागतासाठी आमचे घर सिद्ध झाले. सकाळी उठल्यापासून ते रात्री झोपेपर्यंत सकाळी एक आणि संध्याकाळी एक असे बाहेरचे कार्यक्रम मूळच्या योजनेत होतेच. त्यात एक-दोन कार्यक्रमांची मेघनेने भर घालायला लावली. मद्रासमधील महाराष्ट्रीय मंडळाचा एक कार्यक्रम व नारी मंचाचा दुसरा कार्यक्रम पण कार्यक्रम आखताना दादाजींच्यावर ताण पडणार नाही याची काळजी घ्यायला मात्र आम्ही विसरलो नव्हतो.

दिवाणखान्यात सन्मानपूर्वक टांगलेल्या दादाजींच्या फोटोमुळे ते कोण आहेत याची कल्पना अश्विनी, भरत आणि ललितेला होतीच. मुलांनीही कोणत्या कार्यक्रमाला आणि किती वेळ हजर राहायचे, याच्या स्पष्ट रेखीव सूचना मेघनेने दिल्याच होत्या.

दादाजी विमानाने आले, त्या वेळेस चित्रपटसृष्टीतील अगदी निवडक वीस-पंचवीस माणसे हजर राहणार होती. मी आणि मेघना तर यजमानच होतो. दादाजींचे आगमन झाल्याबरोबर सर्वांनी त्यांचे उत्साहाने स्वागत केले. विमानातून आलेले इतर प्रवासीसुद्धा तिथे घोटाळत राहिले. दादाजींना नेण्या-आणण्यासाठी एक स्वतंत्र गाडीही मी तयार ठेवली होती. आम्ही घरी आलो, तेव्हा दरवाजात माझ्या तिन्ही मुलांनी त्यांचे हार घालून स्वागत केले. त्या घरेलू आणि अल्पवयस्क मुलांच्या स्वागताने दादाजी तर भारूनच गेले; पण चंद्रकलाही गहिवरली होती, हे सहज लक्षात आले. ज्या घरातून आपल्याला एके काळी अपमानित होऊन बाहेर पडावे लागले, त्याच घरात आपले हे पुष्पहाराने झालेले स्वागत पाहून

तिचे डोळे अगदी डबडबले. तिच्या खांद्यावर मेघनाचा पडलेला हात पाहून मलाही बरे वाटले. आता चंद्रकला दादाजींची पत्नी म्हणून या घरात प्रवेश करीत आहे म्हणून हे स्वागत होत आहे, का गर्भभाराने अवघडलेल्या एका स्त्रीला हा सन्मान मिळत आहे याचा विचार मी करत होतो. तेवढ्यात मेघना माझ्याकडे पाहून तमिळीत म्हणाली, ''तुम्ही चंद्रकलेबद्दल ही माहिती मला सांगितलीच नव्हती.''

मी म्हणालो, ''सांगण्यासारखे यात काहीच नव्हते; पाहताक्षणीच तुला कळणार होते.''

''त्यासाठी नाही मी म्हटलं. दादाजी कितीही मोठे असले तरी गर्भवती स्त्रीची सुख-दु:खे त्यांना काय कळणार? बाईंचे डोहाळजेवण करायला नको का? आता दादाजींनाच एक दिवस मुक्काम वाढवायला सांगा, म्हणजे मी तो कार्यक्रम व्यवस्थितपणे करू शकेन.''

आमच्या तमिळी भाषेत चाललेल्या संभाषणाचा दादाजींना काही बोध होत नव्हता; पण चंद्रकलेच्या डोळ्यांत मात्र विलक्षण कृतज्ञता आणि हर्ष दाटला होता. कदाचित तिच्या या उद्‌गारांनी लज्जित झाल्यामुळे ती मेघनेच्या अधिक निकट सरकली. मला मात्र त्या परिस्थितीचे थोडे हसू आले, पण ते दाखविण्याची ही वेळ नव्हती. आपल्याच नवऱ्याच्या मुलाचे असे आगत-स्वागत करणारी मेघना– तिला खरी परिस्थिती समजली असती, तर कशी वागली असती?

दादाजी माझ्या मुलांशी– विशेषत: भरतशी– बोलण्यात गुंग होते. आमच्याबरोबर आलेले माझे दोन-तीन मित्र गुरुपादस्वामी– नारायणन– राव हे दिवाणखान्यात येऊन केव्हाच स्थानापन्न झाले. दादाजींना त्यांचे काहीच सोयरसुतक नव्हते. ते मुलांबरोबर बोलण्यात चांगलेच गुंतलेले होते. मुले त्यांना बाग दाखवायसाठी घेऊन गेली. आमच्या कुणाकडेही न पाहता ते त्यांच्याबरोबर बागेत गेले. आमच्या बंगल्यातील बाग अभिमान वाटावा अशीच होती. प्रशस्त आवार होते. मेघनेने जाणीवपूर्वक व योजनाबद्ध निर्माण केलेली बाग– विशेषत: त्यातील गुलाबांची लागवड ही सर्वांच्याच कुतूहलाचा विषय असे. प्रवासातून आल्यामुळे दादाजी शिणलेले आहेत, असे कुठे जाणवतच नव्हते. त्यांच्या स्वागतासाठी मी, माझी बायको, माझे मित्र ताटकळत होतो याचा विसर पडून ते मुलांबरोबर बाग न्याहाळीत मोठ्या मजेत फिरत होते. माझी धाकटी मुलगी ललिता ही त्यांचा हात हातात घेऊन ऐटीने आपल्या मालकीची बाग दाखवीत

होती. दादाजी एवढे मुलांत रमत असतील, असे मला कधीच वाटले नव्हते. एक तर त्यांच्याजवळ मुले कधी जात नसत. तशी त्यांना संधीही मिळत नसे. पण आपल्याला मूल झाले नव्हते याची खंतही कधी त्यांच्याबरोबर वावरताना मला जाणवली नव्हती. मुलांशी बोलण्यात ते इतके रमू शकतात, हे खरेसुद्धा वाटले नसते. आता त्यांचे नाव लावणारा मुलगा जन्म पावणार होता, म्हणून तर त्यांच्या जीवनात कायापालट झाला नव्हता? त्यांच्यासाठी आणि इतरांसाठी केलेले चहा-कॉफी आणि इतर खाण्याचे पदार्थ गार होत चालले होते. तेव्हा मी मोठ्या मिनतवारीने मुलांच्या घोळक्यातून त्यांना काढून दिवाणखान्यात आणले.

येता-येताच दिवाणखान्यात बसलेल्या बाकीच्या सर्वांकडे पाहून ते म्हणाले, ‘‘चंदा, एक-दोन दिवस आपला मुक्काम वाढवावा लागेल, असं दिसतं. या मुलांसाठी तुम्ही काही कार्यक्रमच ठेवला नाही. नुसते गर्दीचे, स्वागताचे, हारतुऱ्यांचे कार्यक्रम आपण सकाळ-संध्याकाळ करणार; मुलांसाठी एक दिवस मी सर्कसला जाणार आहे. एक दिवस सकाळी त्यांच्याबरोबर बीचवर जाणार आहे. आणि बरं का राघव, मोठ्यांसाठी खूप चित्रपट तू आणि मी तयार केले; पण या मुलांच्या दृष्टीनं आपण आपलं माध्यम वापरलंच नाही. तू असं कर– तुझ्या कामाच्या गर्दीतनं थोडा वेळ काढ आणि लहान मुलांच्या आनंदासाठी एक चांगली कथा तयार कर. त्यात संदेश-बिंदेश काही नको हं– निव्वळ मजा! त्यात आपण सर्कसचा उपयोग करू, झूचा उपयोग करू, बागांचा उपयोग करू... दोन-तीन तास मुलं नुसती खिळून राहिली पाहिजेत. इतके दिवस पैसे मिळविण्याचा धंदा केला; समजा, हे बालचित्र लोकांना आवडलं नाही, तरी काही बिघडत नाही. मी आजच्या प्रेस कॉन्फरन्समध्ये त्याची घोषणाच करून टाकतो.’’

आम्ही सगळेच– त्यातही मी– त्यांच्याकडे आश्चर्याने पाहत राहिलो. या माणसाच्या डोक्यात सिनेमाशिवाय दुसरा काही विषयच नसतो, हा माझा अनुभव होताच. पण एका परक्या गावात, अगदी अपरिचित लोकांसमोर, एवढा प्रदीर्घ प्रवास केल्यानंतरसुद्धा हा माणूस नवनिर्मितीची घोषणा करू शकतो आणि नवनव्या स्वप्नांचा मागोवा घेऊ शकतो, याने आम्ही आश्चर्यचकित झालो. साठ वर्षे उलटून गेलेली आहेत याची कोणतीही खूण या माणसाच्या शरीरावर जशी नव्हती, तशी त्याच्या मनावरही उमटलेली नव्हती.

दादाजींच्या सहवासातले ते तीन-चार दिवस हा एक अपूर्व योग होता. दादाजींची भाषणे उत्तेजक झाली. त्यांनी नागरी समारंभात बाल चित्र ॲकॅडमीची घोषणा केली. चित्रपटव्यवसायातील निर्मात्यांना त्यांनी त्यासाठी नम्रतापूर्वक

आवाहन केले. 'दर्यावर्दी' या आपल्या बालचित्राची घोषणा केली. त्यांची भाषणे छोटीच पण ठाशीव असत. तमिळ चित्रपटसृष्टीने माझा स्वीकार पूर्वीच केलेला होता; पण मराठी चित्रपटनिर्मात्याचा हा गौरव आणि स्वागत एवढ्या भव्य प्रमाणात या प्रदेशात व्हावे, याचा मला विशेष अभिमान वाटला.

पहिले तीन दिवस तर गडबडीत आणि योजनाबद्ध कार्यक्रमातच गेले. वाढविलेल्या त्यांच्या दोन दिवसांच्या मुक्कामात मुलांना घेऊन ते सर्कसला गेले. केरळी लोकांच्या प्रभावाखाली असणाऱ्या त्या सर्कस मालकांनी मध्यंतरात छोटासा कार्यक्रम करून दादाजींचा गौरव केला. माझी मुले तर जास्तीत जास्त दादाजींच्या बरोबर असायची. मेघनेनेही अगदी मराठी रिवाजानुसार पाच-पन्नास बायकांना बोलावून चंद्रकलेचे डोहाळजेवण केले. तिला एक हिरवा शालू भेट दिला. पांढऱ्याशुभ्र फुलांनी तिला सजवले. चंद्रकला अंतर्बाह्य मोहरून आली होती. कृष्णवर्णाचे कौतुक कृष्णेच्या– म्हणजेच द्रौपदीच्या रूपाने व्यासांनी केले आहे. चंद्रकलेचा शिसवी तेजस्वी कृष्णवर्ण, गर्भभाराने दीप्तिमान झालेली तिची काया व लाजलेला म्हणून भूमीकडे वळलेला तिचा चेहरा– या साऱ्याच गोष्टी काव्यमय वाटाव्यात अशाच होत्या. या साऱ्या वैभवाचा धनी खरा मीच होतो, हे सत्य सांगून टाकावे, असा मोह मला झाला; पण रंगलेल्या गाण्यात बेसूर सूर काढून मैफल बिघडवायची नसते, हा विवेक मला परिस्थितीने शिकवला होता. आपले मूल नंदाघरी वाढते आहे, हे वसुदेवाला कळत नव्हते काय; पण त्याने कुठे वाच्यता केली होती? यमुनेच्याच साक्षीने आपला पुत्र त्याने नंदाघरी ठेवला. मीसुद्धा आनंदाश्रूंनी वाहणाऱ्या चंद्रकलेच्या डोळ्यांतल्या यमुनेच्या साक्षीने माझाच पुत्र दादाजींकडे ठेवला नव्हता काय?

मद्रासमधील साराच मुक्काम यशस्वी झाला आणि दादाजीही कृतकृत्य होऊन परत मुंबईला गेले. या वेळेस त्यांच्या साहचार्याने, बदललेल्या आपुलकीच्या वागण्याने मी पुष्कळ अंतर्मुख झालो. दादाजींच्या निकटवर्तीयांत वावरूनही दादाजींचे अंतरंग मला समजलेले आहे, असे मला यापूर्वी कधी वाटलेले नव्हते; पण त्यांच्या वागणुकीचे गूढ आता थोडेफार उकलू लागले, असे मला वाटू लागले. त्यांच्या कठोरपणाचा, अबोलपणाचा, तुसडेपणाचा अन्वयार्थ त्यांच्याच बोलण्यावरून मला अधिक सुस्पष्ट झाला.

"ज्याला काही घडवायचे असते, त्याने उगाचच अनेक ठिकाणी लक्ष गुंतवू नये, गप्पाष्टकांत वेळ घालवू नये आणि कोणत्याही व्यसनांच्या आहारी जाऊ नये; तरच त्याला एकाग्रतेने एकाच विषयावर लक्ष केंद्रित करता येते.

थोडके पण गूढ बोलण्यामुळे आपल्या ज्ञानाची मर्यादा उघडकीला येत नाही. आयुष्यात मौजमजा काही असू नये, असे नव्हे; परंतु ती केवळ विरंगुळ्यापुरती असावी. हा विवेक पुष्कळांना पाळता येत नाही; म्हणून माणसे व्यसनांत किंवा निरर्थक गोष्टींत अवाजवी गुंतून पडतात. सृजनशील कलावंताला निर्मितीसाठी उत्तम आरोग्य आवश्यक असते, कारण निरोगी देहातच नवे जे-जे स्फुरते त्याचा अधिक विकास होतो. शिवाय चित्रपटव्यवसाय ही एक व्यामिश्र कला आहे. नृत्य, संगीत, साहित्य, नाट्य या साऱ्या गोष्टींचे ज्ञान असायला हवेच असते. प्रत्येक कलेची या क्षेत्रातली मर्यादाही माहीत असायला हवी. त्यातील कोणताही भाग दुसऱ्या भागावर आक्रमण न करणारा हवा, म्हणजे प्रमाणबद्ध अशी कलाकृती निर्माण होते. भिन्न प्रकृतीच्या अनेक कलावंतांना एकत्र आणून हवा तो परिणाम साधून घ्यायचा असेल, तर आपण सांगू त्या मर्यादेतच त्यांनी वागले पाहिजे. त्यासाठी आपल्या शब्दांचे महत्त्व वाढले पाहिजे. शेवटी एखाद्या शिस्तबद्ध लढाईसारखे वातावरण हवे. आपले महत्त्व वाढविण्यासाठी प्रत्येक कलावंत त्याच्या स्थानापेक्षा अवाजवी महत्त्व मिळेल असे वागण्याचा प्रयत्न करतो, म्हणून कलावंत कितीही श्रेष्ठ असला तरी दिग्दर्शकाची त्याच्यावर संपूर्ण हुकूमत हवी. चित्रपटात कॅमेरा हे सर्व भावभावना टिपण्याचे एकमेव साधन असते. परिणामाच्या दृष्टीने जे योग्य असेल, ते साधण्यासाठी दिग्दर्शक सांगेल तेवढेच कॅमेऱ्याने टिपले पाहिजे. कारण फक्त दिग्दर्शकालाच संपूर्ण चित्रपट एकाच वेळेस माहीत असतो. बाकीचे सारे कलावंत किंवा तंत्रज्ञ प्रत्येक प्रसंगापुरता क्षणिक विचार करतात. चित्रपटातील सर्व तांत्रिक बाजू दिग्दर्शकाला माहीत हवीच. कारण प्रत्यक्ष प्रत्येक तंत्रज्ञान वापरणारे जे कोणी असतात, त्यांनी आवश्यकतेपेक्षा चित्रपटात अधिक लुडबुडायचे नसते.

"कोणत्याही कलेची स्वैरता चित्रपटमाध्यमात बंदिस्त करावी लागते. कधी कधी कितीही सुंदर वाटले तरी कल्पनेचे पंख कापून टाकावे लागतात. नव्याने चित्रपटसृष्टीत आलेले पुष्कळ तरुण कलावंत कल्पकतेला हवे तसे वावरू देतात. प्रमाणशून्य होऊनसुद्धा ते चित्रपट त्यातील मुक्तपणाने सुंदर होतात. समीक्षकांना ते आवडतात. पण जो सर्वसामान्य समाज आहे, तो त्या स्वैरतेला बिचकतो. ढोबळ, कौटुंबिक आणि त्याच्या ओळखीच्या अशा रस्त्यावरून शेवटाकडे जायला त्याला आवडते. शिवाय जसजसा कलावंत प्रौढ होत जातो तसतसा तो धोका नसलेली ओळखीची वाटच निवडतो. चित्रपट फार चांगला चालणे याच्याशी कलात्मकतेचा संबंध नसतो. प्रेक्षकांना चित्रपट आवडणे ही या

धंद्याची पहिली गरज आहे. सेक्स, व्हॉयलन्स या प्राथमिक आणि सामान्याला उत्तेजित करणाऱ्या गोष्टी वापरून चटक लावली की, मग प्रेक्षक त्या गोष्टीची मागणी करू लागतात. माणसाच्या आदिम वासनांचा वापर मर्यादित प्रमाणात करावा. व्हॉयलन्सचे स्वरूप संघर्षात बदलले, तर प्रेक्षकांना संतुष्ट करून चित्रपटाला बाजारी रूप द्यावे लागत नाही. त्यातही तो संघर्ष उदात्ततेला स्पर्श करणारा, हौतात्म्याचे दर्शन घडविणारा असा असला; तर प्रेक्षकाची रुची न बिघडवता परिणाम साधता येतो. स्त्रीसौंदर्याचे दर्शन तर घडवावेच लागते; पण हे सौंदर्य केवळ शारीरिक पातळीवर न राहता, उच्च अभिरुचीने दाखविता आले, तर कुटुंबाने एकत्र बसून पाहण्याजोगा असे चित्रपटाचे स्वरूप होते. माणसाच्या हव्यासाच्या चित्रणापेक्षा माणसाला स्त्रीविषयी जे आदिम आकर्षण आहे आणि कुतूहल आहे, ते जागे करण्यापुरतेच स्त्रीरूप वापरावे.''

दादाजींनी चित्रपटाकडे आपण कशा दृष्टीने पाहिले, हे सांगताना एक प्रांजळ निवेदन केले. त्याने तर मी अधिकच प्रभावित झालो. ते म्हणाले, ''लक्षात ठेवा– मी एक अशिक्षित, फारसे संस्कार न घडलेला अडाणी माणूस. मला माझी मर्यादा माहीत आहे. देवाने माझ्या वाट्याला फारशी बुद्धी दिलेली नाही. तरीसुद्धा कठोर परिश्रम, एकाग्रता यांच्या बळावर मी थोडेफार यश मिळविले. शिक्षणाचा, साहित्याचा आणि संस्कारांचा वारसा नसलेल्या माझ्यासारख्या माणसाने जर एवढे मिळविले आहे; तर बुद्धीच्या बाबतीत देव माझ्या बाबतीत कृपण झाला नसता, तर मी किती तरी अधिक मिळवू शकलो असतो! जगातल्या श्रेष्ठ दिग्दर्शकांच्या तोडीला मला जाऊन बसता आले असते. मी एक कारागीर आहे; कलावंत नव्हे. मी माझ्या निर्मितीबद्दल फार समाधानी आहे, असा कृपया गैरसमज करू घेऊ नका. पण माझ्याजवळ असलेल्या किंवा मला लाभलेल्या शक्तीचा मी अधिकाधिक उपयोग केला आहे, हे यश माझ्या पदरात टाकायला खळखळही करू नका. जेव्हा एखादा चित्रपट मी हाती घेतो; तेव्हा आपण एक उच्च दर्जाचा चित्रपट तयार करतो आहोत, हीच जाणीव माझ्या मनात सतत असते. व्यवहाराचा-धंद्याचा विचारही त्या वेळी माझ्या मनात नसतो. तेवढ्या काळापुरती तरी एकाच विषयावर माझी एकाग्रता झालेली असते. चित्रपटात मी माझा जीव ओततो. त्या वेळेस नायक, नायिका आणि अन्य सर्व कलावंत सर्वथा माझ्या स्वाधीन असावे लागतात. प्रथितयश झालेल्या नट-नटींना माझ्या चित्रपटात मी स्थान देत नाही, असा माझ्यावर आरोप केला जातो; तो एवढ्याचपुरता खरा आहे की, यश लाभलेले कलावंत लहरी असतात. त्यांना ताब्यात ठेवणे

आणि त्यांच्याकडून हवे ते करून घेणे यात अवाजवी कष्ट उपसावे लागतात आणि त्यापेक्षा कमी कष्टांत नवे कलावंत तयार करणे सोपे असते.''

दादाजींच्या या निवेदनात हा मनुष्य आपण समजतो तेवढा जुनाट मनोवृत्तीचा नाही; एवढेच नव्हे, तर त्याने चित्रपटमाध्यमाचा फार खोलवर विचार केलेला आहे, याविषयी कोणाचीही खात्री पटली असती.

- ०- ०- ०-

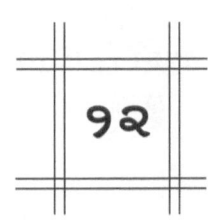

१२

मध्यंतरी झालेल्या चंद्रकलेच्या गाठी-भेटी आणि त्यामुळे झालेला माझ्या जीवनातील भावुक बदल हळूहळू पुसट होत चालले होते. मध्यंतरी जो पिसारा तिने खुलेपणाने फुलविला होता, तो प्रथम हळूहळू आणि नंतर पूर्णपणे मिटून गेला. एक तर मद्रासमधील तिच्या वास्तव्यात किंवा मधून-मधून तिच्या पडलेल्या गाठी-भेटींत तिच्या प्रवृत्तीतला अस्सलपणा मला जाणवला आणि मग चुकूनसुद्धा त्या दृष्टीने तिच्याकडे पाहायचे नाही, हा निर्णय मी मनोमन घेतला. आम्ही दोघेच एकांतात असू, असा प्रसंग तिने प्रयत्नपूर्वक टाळलेलाच होता. पण कधी कधी दादाजी फोन घ्यायला गेले किंवा त्यांना भेटायला कोणी आले असेल त्याला भेटण्यासाठी गेले; तरी चंद्रकला माझ्याबरोबर इतक्या कोरडेपणाने वागे की, तिच्याबद्दलचे सारे आकर्षण गोठूनच जावे.

दादाजी असताना तर प्रश्नच नसे. दादाजी आपले सारे कर्तृत्व आणि दबदबा बरोबर घेऊनच वावरत असत. ते समोर असताना अन्य साऱ्या व्यक्ती क्षुल्लक वाटत. दादाजी खूप बदललेले असले, तरी त्यांचा विलक्षण रुबाब त्यांच्या सान्निध्यात जाणवत असे. 'पडोसी' हा चित्रपट जसा त्यांना यश देऊन गेला तसाच ज्यात माझे सहकार्य होते, तो 'मंझिल' हा चित्रपटही त्यांना दिगंत कीर्ती देऊन गेला. भारत सरकारने तर त्यांना वेगवेगळ्या तऱ्हेने सन्मानित केले होतेच. पण आंतरराष्ट्रीय स्तरावरही त्यांचे खूप कौतुक झाले होते. वार्धक्याची चाहूल त्यांच्या शरीरावर जाणवत नव्हती, त्याप्रमाणेच त्यांच्या कलेवरही जाणवत नव्हती. इतकी वर्षे चित्रपटात राहूनही त्यांची प्रसिद्धीची, कौतुकाची आणि कर्तृत्वाची भूक भागली नव्हती.

चंद्रकलेत होत गेलेले शारीरिक बदल मला जाणवत होतेच. गर्भाचे तेज तर तिच्या अंगावर ओसंडत होतेच. पण जसजसे तिचे दिवस भरत आले तसतसे तिचे रूप वेगवेगळे आणि आकर्षित करणारे होत गेले. त्या अवस्थेत

पुष्कळ स्त्रिया कुरूप आणि बेडौल दिसतात, पण काहींना त्याही अवस्थेत एक फुललेले रूप मिळण्याचे वरदान मिळालेले असते. चंद्रकला त्यापैकी एक होती. ती आता थोड्या ढगळ अशा पुरुषी कपड्यांत वावरत असे. 'मंझिल' या चित्रपटात तिच्यासाठी जे पुरुषी कपडे शिवलेले होते, तेव्हा ती परदेशातील एक स्त्री म्हणून वावरत होती. एका क्रांतिकारकाची प्रेयसी म्हणून ते पुरुषी कपडे त्या भूमिकेला आवश्यकच होते. शेतीप्रधान कृषक देशातला तो राष्ट्रीय पोशाखही होता. पण आताच्या तिच्या अवस्थेला तो पोषाख खुलून दिसत होता. तिच्या देहातील अवाजवी वाढ लपली जात होती. सर्व तऱ्हेची सुबत्ता, श्रीमंती आणि कौतुक यांचा वर्षाव होत असताना ती मात्र अगदी साधेपणाने वावरत होती. तिने आपले डिस्ट्रीब्युशनच्या ऑफिसचे काम जवळपास शेवटच्या महिन्यापर्यंत चालू ठेवले.

ती प्रसूत झाली, हे मला तिच्याकडून किंवा दादाजींकडून कळले नाही; ते कळले मेघनेकडून. मेघनेला तिचा फोन आला होता. मेघना अगदी तोंड भरभरून तिचे कौतुक करीत होती. प्रसूतीच्या वेळेस तिला कसला म्हणजे कसलाही त्रास झाला नाही; एवढेच नव्हे, तर हॉस्पिटलमध्ये दाखल केल्यापासून तिला एका तासाभराच्या आत पुत्रप्राप्ती झाली होती. ती एक कुशल नृत्यांगना होती; म्हणून तिची प्रसूती सुलभ झाली असावी, असा निष्कर्ष जेव्हा मेघनेने काढला, तेव्हा मात्र मी हसायला लागलो. माझ्या हसण्याचे कारण मेघनेच्या लक्षात आले आणि तीही हसायला लागली.

माझ्या प्रत्येक अपत्याच्या जन्माच्या वेळेस मेघनेने सर्वांचाच इतका छळवाद केलेला होता की, त्याची आठवण विसरणे शक्यच नव्हते. जरा काही खुट्ट झाले की, मेघना हॉस्पिटलमध्ये धावत जायची; आरडाओरड करायची. चार-दोन तासांनी डॉक्टर शांतपणे परत घरी जायला सांगत. असे एक-दोनदा झाल्यानंतर मगच डॉक्टर तिला प्रसूतिगृहात ठेवून घेत. मी चेष्टेने मेघनेला म्हणालो, ''तू स्वत: काय कमी नाचतेस, आणि दुसऱ्याला नाचवतेस? सुलभ प्रसूतीसाठी एकेकाचा गुणधर्मच कारणीभूत असतो.''

मद्रासमधल्या वास्तव्यात मेघना आणि चंद्रकला खूप जवळ आल्या होत्या. चंद्रकलेपासून आता तिला कसलेच भय उरले नव्हते आणि चंद्रकलेने आपल्या लोभस व प्रौढ वागण्याने उरलेसुरले किल्मिष नष्ट करून टाकले होते. नटी म्हणून नव्हे, तर एका प्रतिष्ठित माणसाची पत्नी म्हणून मेघनेने तिचा स्वीकार केलेला होता. कदाचित असेही असेल की, माझ्यासारख्या माणसाला सोडून चंद्रकलेने दादाजींशी संसार सुरू केला, त्यामुळे तिला तो माझाही पराभव

वाटत असेल. काही गोष्टी समजून घ्यायच्या असतात. मेघना मुळातच या विषयावर नेहमी अबोल असे. त्यामुळे अगदी अपवादाचे प्रसंग सोडून तिच्यासंबंधी आमची फारशी चर्चाही होत नसे.

मेघना आपल्या गृहप्रपंचात बुडालेली असे– त्यातच तिचे सामाजिक कार्य तिचा आणखी वेळ खात असे. त्यामुळे ती कधी माहेरपणासाठीसुद्धा मुंबईला जात नसे. गेलीच तर चार-दोन दिवसांत परत येत असे. पण प्रसूतीची वार्ता ऐकल्यानंतर मात्र चंद्रकलेला भेटायला तिने आपणहून जायचे ठरविले. मी तर मुंबईला वारंवार जात असे. तेव्हा माझ्याबरोबरच तिने येणे जास्त व्यवहार्य होते. पण आठ-दहा दिवसांत तरी मी जाऊ शकत नव्हतो.

चित्रपटाचा सेट लागलेला होता. तेव्हा ती एकटीच मुंबईला गेली आणि दोन-चार दिवस राहून परत आली. आली ती चंद्रकलेचे आणि तिच्या मुलाचे गुणगान करीच. लहान मुले देखणी असतातच. कुठल्याही झाडाची पालवी ही नाजूकतेमुळे सुंदर असते. कौतुकाच्या भरात चंद्रकलेचा हा मुलगा दादाजींची दुसरी प्रतिकृती आहे असे जेव्हा ती म्हणाली, तेव्हा मात्र मला हसू दाबून ठेवावे लागले; कारण मी वस्तुस्थिती सांगू शकत नव्हतो. मला ती हिंमतही नव्हती आणि ही गोष्ट उघड करण्याचे काही कारणही नव्हते.

दिवस असेच पुस्तकाच्या पानांसारखे उलटत जात होते. अगदी सर्व सोपस्कार करून दादाजींच्या मुलाचे बारसे करण्यात आले. अजिंक्य असे त्याचे नाव ठेवले गेले. मी जेव्हा मुंबईत जाई, तेव्हा अर्थातच दादाजींना भेटे. चंद्रकलेचीही भेट होई. पण एकदा झालेल्या ओझरत्या भेटीशिवाय अजिंक्य मला परत पाहण्यास मिळाला नव्हता. जाणीवपूर्वक केले गेले असेल, असे मी म्हणत नाही. पण मी जाई तेव्हा तो झोपलेला तरी असे किंवा आया त्याला बाहेर हिंडायला तरी घेऊन गेलेली असे. त्या दोन वर्षांत अजिंक्यला मी एक-दोन वेळा फार तर पाहिले असेल. त्याच्यात व माझ्यात तसे काही साम्य नव्हते. म्हणजे, त्या साम्याला घाबरून त्याची माझी भेट टाळावी, असे कोणतेच कारण नव्हते. पण चंद्रकलेच्या वागण्यात एक प्रकारचा कोरडेपणा निर्माण होत चालला होता, हे माझ्या हळूहळू ध्यानात आले होते. मी त्याबाबत काहीच करू शकत नव्हतो. औपचारिक दृष्ट्या पाहिले तर माझे, दादाजींचे आणि चंद्रकलेचे संबंध चांगलेच होते; पण माझ्याबद्दलचा पूर्वीचा जिव्हाळा दादाजींच्याही वागण्यात कधी जाणवत नव्हता आणि चंद्रकलेच्या वागण्यात तर तो मुळीच जाणवत नव्हता.

असेच दिवस पुढे सरकत होते. माझ्या उद्योगात मी मग्न होतो. दादाजी

त्यांच्या व्यापात मग्न होते. सांगण्यासारख्या अशा फार महत्त्वाच्या घटना घडत नव्हत्या. यश-अपयश हे आमच्या चित्रपटसृष्टीत आढळणारे चढ-उतार स्वीकारत आमची वाटचाल चालू होती. मात्र, मेघनेचे आणि चंद्रकलेचे संबंध पुष्कळच जवळिकीचे झाले होते. त्यांचे अधूनमधून फोनवर बोलणे होई. मेघना मुंबईत गेली– आणि आता ती अधून-मधून मुंबईस जात असे– म्हणजे दोघींची गाठभेट होई आणि परतल्यावर ती चंद्रकलेच्या-अजिंक्यच्या हकिगती सांगत असे. मी नुसते ते ऐकत राही. माझा थंडपणासुद्धा मेघनेला कधी कधी त्रासदायक वाटे. एकदा न राहून ती म्हणाली, ''चंद्रकलेकडे मी जाते, हे तुम्हाला आवडत नाही काय?''

''छे– छे, मला न आवडायला काय झालं?''

''तसं नव्हे हो– पण चंद्रकलेबद्दल मी बोलायला लागले की, तुमच्या कपाळावर आठी दिसते, म्हणून म्हणते!''

''काही तरीच. तुझाच असा समज झालाय! तुम्हा बायकांना ज्या गोष्टीत गोडी वाटते, त्या गोष्टीत मला गोडी वाटण्याचे काय कारण? एखाद्याला मूल होणं, ही काय पराक्रमाची गोष्ट आहे?''

''पराक्रमाची नसेल हो; पण कुतूहलाची तर असेल की नाही?''

''कुतूहलाची तरी कसली? स्त्री-पुरुषानं लग्न केलं आणि शरीरव्यवहारातून एक मूल निर्माण झालं, ही काय जगावेगळी गोष्ट आहे?''

''तशी इतरांच्याबद्दल जगावेगळी गोष्ट नसेल; पण दादाजींच्या बाबतीत नक्कीच जगावेगळी गोष्ट आहे. कारण साठीला आलेल्या माणसाला अनेक स्त्रियांशी संबंध ठेवून, लग्नाची बायको असली तरीही आजपर्यंत मूल झालेलं नव्हतं आणि आता झालं, याची अपूर्वाई नाही का?''

''योगायोग असतात, इतकंच. फार तर असं म्हणता येईल की, चंद्रकलेची भूमी सृजनशील होती.''

''किती रुक्षपणे बोलताहात! दादाजी तुमचे गुरू. त्यांच्या अफाट समृद्धीला आणि कीर्तीला वारस निर्माण झाला, यात काहीच कौतुक करण्यासारखं नाही?''

''मला स्वत:ला यात कौतुक करण्यासारखं काहीच वाटत नाही. कारण त्यांचा मुलगा याच व्यवसायात पडणार आणि बापाचा वारसा चालवणार, असं तू गृहीत धरतेस. संततीचा आणि कलेचा वारसा रक्तातून मिळतोच, असं नाही. मिळू शकतो; पण मिळतोच, असं नाही. माझी मुलं चित्रपटव्यवसायात पडतील, असं मला तर काही दिसत नाही. तुझीही तशी इच्छाही दिसत नाही. मग दादाजींचाच मुलगा त्यांचा वारसा चालवील, असं तू कशावरून गृहीत धरतेस?''

"आपली आणि दादाजींची गोष्ट वेगळी आहे. शिवाय माझ्या मुलांनी चित्रपटात पडू नये, असं मला वाटतं– याचं कारण या धंद्यात मोह फार. सगळ्यांनाच तुमच्यासारखं हे वागणं झेपेल, असं थोडंच आहे? शिवाय मी ज्या वातावरणात वाढले-जगले; त्या संस्कारांत डॉक्टर, इंजिनिअर, वकील यांना जी प्रतिष्ठा आहे, ती काही सिनेमावाल्यांना नाही, ही तर उघडच गोष्ट आहे. सिनेमाचं कुतूहल सगळ्यांनाच असतं. त्यात मिळणारी संपत्ती, लोकप्रियतेचं वलय, रंगीत आयुष्य मिळण्याची संधी– याचं एका विशिष्ट वयात माणसाला आकर्षण असतं. सोळा-सतरा वर्षांची माझ्यासारखी चांगल्या घराण्यात वावरणारी मुलगी एका सिनेमावाल्याचा हात धरून पळून गेलीच की नाही?"

"म्हणजे, तुला तू घेतलेल्या निर्णयाचा पश्चात्ताप होतोय?"

"मुळीच नाही. मी एक भाग्यवंत ठरले. तुम्ही नाव काढलंत, प्रतिष्ठा कमावलीत. पण कितिकांच्या भाग्यात असं घडणार आहे? बेभरवशाचा आणि जुगारीचा हा धंदा आहे. चार-दोन लोक यात यशस्वी होतात, नाही असं नाही; पण बाकीच्यांची स्थिती काय असते, हे मी रोज पाहतेच आहे ना? चंद्रकला तुमच्या हाती लागली आणि मग दादाजींपर्यंत जाऊन पोचली म्हणून तिच्या नशिबात एक प्रतिष्ठित आयुष्य आलं. एरवी चंद्रकला आज कोण असती?"

"म्हणजे, तुला जो चंद्रकलेचा उमाळा आला आहे, तो ती मला सोडून गेली म्हणून की काय?"

"मुळीच नाही. तुमच्या आयुष्यात चंद्रकला ही काही पहिलीच स्त्री नाही आणि शेवटचीही नाही, हे मी पुरतं ओळखून आहे. त्याबद्दल खंत बाळगायची नाही, असं मी केव्हाच ठरवलं आहे. आपल्याला तीन मुलं झाली आहेत. त्यांना जसं सांभाळायचं, तसंच आणखी एक प्रौढ मूल आपल्याजवळ आहे– असं समजून तुमच्याबद्दल वागलं, म्हणजे झालं! एखाद्या क्षुद्र व्यक्तीला बरोबरीची मानून तिचा मत्सर करणं, हा मी कमीपणा मानते. प्रश्न असा आहे की, चंद्रकला जरी धुळीत जन्म पावली तरी प्रयत्नानं तिनं प्रतिष्ठा प्राप्त करून घेतली; यासाठी मला तिचं कौतुक आहे. आता असं पाहा ना– तुमच्या नादानं मी घरदार सोडलं, एका अर्धशिक्षित आणि संस्कारहीन माणसाबरोबर माझं शहाणपणसुद्धा जुगाराला लावलं. पण समजा, यश न मिळाल्यामुळे गोते खात तुम्ही हिंडत राहिला असतात, तर माझ्याही आयुष्याची दैना झाली असती की नाही? तुमच्याजवळ असं त्या वेळेला काय होतं की, मी त्यासाठी घरदार सोडावं? दैव माणसाला वाहवत नेतं, हेच खरं आहे. पण वाहता-वाहतानासुद्धा

आधार घ्यायचा तो मजबूत काडीचा घ्यावा, ही अक्कल फार थोड्यांना असते. मी तुमच्याबरोबर आले ती एका क्षणिक तारुण्याच्या मदाच्या नशेत. पण मुंबईची हद्द ओलांडली तेव्हा माझ्या लक्षात आलं की, आपण अतिशय सावध असायला पाहिजे. अगदी पहिल्या रात्रीच्या कल्लोळातसुद्धा माझी सावधानता मला सोडून गेली नाही. एका सिनेमावाल्याची बायको मला व्हायचं नव्हतं, तर एका सुसंस्कृत उद्योगपतीची बायको व्हायचं होतं. तुम्हाला असं वाटतं का, की तुमचं आयुष्य कुठे कुठे भरकटतं हे मला समजत नाही? मला सगळं समजतं. मी त्रागा केला असता तरी तुम्ही बदलला नसतात. उलट, तुम्ही जास्त उन्मत्त झाला असता. मन मारून काही गोष्टी स्वीकारल्याशिवाय आपल्याला हवा असेल तसा संसार घडविता येत नाही. मी तो घडवलाय. अर्थात, नशिबानं साथ दिली म्हणून. कोणत्याही स्त्रीपासून मला कधीच भीती वाटली नाही. चंद्रकलेची आणि तुमची सलगी जास्त वाढली होती. एवढंच नव्हे, तर तुम्ही तिच्यात गुंतला होतात. एरवी माझ्याशिवाय दुसऱ्या कुठल्याही स्त्रीशी तुम्ही जास्त काळ संबंध ठेवणे शक्य नाही, याची मला खात्री आहे. तुम्हाला घर शाबूत राहायला हवं होतं आणि तरीही स्वैर वागायला हवं होतं. तुमच्या स्वैरतेला मी कोंडायचा प्रयत्न केला असता, तर हा संसार उभा राहिलाच नसता.''

इतक्या वर्षांच्या संसारात असं खुल्लम्खुल्ला बोलणे कधी झालेच नव्हते. मी समजलो होतो त्यापेक्षा मेघना अधिक शहाणी होतीच. तिच्या शहाणपणाने आमचा संसार सुरक्षित राहिला नाही, तर त्या संसारात मी पुरता गुरफटलो होतो. घर, गृहस्वामिनी, घरात वाढणारी माझी मुले, घरातले सौंदर्य, शिस्त आणि टापटीप या साऱ्यांचा मला अभिमान होताच; पण त्यापेक्षा मेघनेच्या डोळ्यांतला करार या घराशी मला जखडून ठेवीत होता. मी एकदम गलबललो आणि तिला जवळ घेतले. तसे तर रोजच आम्ही एकमेकांच्या अगदी निकट येत होतोच; पण आजचे जवळ येणे निसर्गाच्या गूढ रहस्याचा भेद करणारे होते. केवळ पत्नी म्हणून नव्हे, तर खरीखुरी सहचारिणी आपल्या मुलायम पाशात मला बद्ध करून ठेवीत होती आणि ते संरक्षणाचे कवच मला अपुरे वाटत होते. माझ्या स्वैर वागण्याचा इतका उघड उल्लेख करण्याची हिंमत तिने निष्ठेच्या बळावर प्राप्त करून घेतली होती. ती नुसतीच आज्ञाधारक पतिव्रता नव्हती, तर एक गृहस्वामिनी होती. या मर्यादित जगात तिचा अधिकार अंतिम होता. त्या अधिकाराचा कधी वापर करायचा नसतो; पण त्याचे अस्तित्व मात्र जाणवत राहत असते.

- ० - ० - ० -

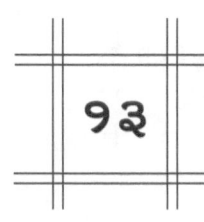

१३

अलीकडील तरुण स्त्रियांचे आकर्षक सौष्ठव मला नाहीतरी पूर्वीसारखे आकर्षित करू शकत नव्हते. शरीराची धग कमी झाली, म्हणून मागणीच कमी झाली असेल; पण त्याहीपेक्षा स्त्री-पुरुषसंबंधांचे रहस्य समजण्याचा प्रौढपणा गात्रांना हळूहळू येत होता. नाही तरी प्रत्येक स्त्रीमध्ये तरी तसे नावीन्य काय असते? कोणत्याही क्रियेचा अंत अखेरीस एका उन्मादात होतो आणि त्या उन्मादाची जात एकच असते. मैफलीत मागे उरलेल्या पानांचे देठ, लवंगा, विस्कटलेली बिछायत ही जरी मैफलीचा रंग सांगत असेल; तरी मैफल संपल्याचे औदासीन्य त्यात असतेच. मैफलीत काळजाला भिडणारे असे स्वर जर असले, तर मैफल तशा अर्थाने संपतच नाही. नर आणि मादी यांच्या संबंधांतील मैफलसुद्धा अशीच असते. मागे आठवण्यासारखे त्यात काही घडले नसेल, तर मैफल ओसरल्याचे दुःख उरत नाही. चंद्रकला सोडली, तर अशी कोणतीच स्त्री मला भेटली नव्हती की, जिच्या आठवणी मागे उराव्यात आणि चंद्रकलेने तरी माझीच आठवण काढून मला पुन्हा निमंत्रण द्यावे, याचा दुसरा अर्थ काय होता? मैफल संपलेली नव्हती; ती अशीच दीर्घकाळ मनात वाजत-गाजत राहणार होती आणि कुणास ठाऊक, एखाद्या वादळाला जन्मही घालणार होती.

आता आमच्याही घरात काही प्रश्न निर्माण होऊ लागले होते. माझा मुलगा भरत हाही वयात येऊ लागला होता. तो अतिशय कुशाग्र होता आणि आईच्या धाकामुळे तो अभ्यासात नेहमीच पहिल्या क्रमांकावर राही. त्याच्या उच्च शिक्षणाची निवड खरे तर मी चित्रपटव्यवसायाचे शिक्षण अशीच जाणीवपूर्वक केली असती; परंतु आपल्या सर्वच मुलांना चित्रपटापासून दूर ठेवण्याची मेघनेने काळजी घेतली होती. मोठमोठे चित्रपट कलाकार किंवा चित्रपट-नाटक व्यावसायिक मंडळी यांचे आमच्याकडे जाणे-येणे असल्याने इतरांना चित्रपटांचे जे फाजील कुतूहल असते,

ते माझ्या मुलांना मुळीच नव्हते. नाही म्हणायला माझी धाकटी मुलगी बऱ्या प्रकारचे नृत्य शिकली होती, शिकत होती. तिचे नृत्याचे शिक्षक आचार्य गुरुपादस्वामी यांना तिच्याबद्दल खूप आशा होती आणि तिने शाळा सोडून नृत्याला सर्वथा वाहून घ्यावे, असा ते नेहमी धोषा लावीत. पण तरीही नृत्य ही केवळ हौस असावी, या मर्यादेपर्यंत नृत्यासाठी वेळ देण्यास मेघना कबूल होती. आता उच्च शिक्षणासाठी आपल्या वडिलांकडे म्हणजे प्राध्यापक दामल्यांकडे थोरल्या मुलाला ठेवावे, असे मेघनेच्या मनात आले. माझा त्या गोष्टीला विरोध नसला, तरी पाठिंबाही नव्हता. मद्रासमध्ये कोणत्याही शिक्षणाची व्यवस्था होती. पण पवईच्या इन्स्टिटय़ूटमध्ये त्याने अर्ज केव्हा केला, त्याला प्रवेश केव्हा मिळाला, हेसुद्धा मला समजू दिले गेले नव्हते. मुलांना दूर ठेवण्यात तशी काहीच अडचण नव्हती, कारण शिक्षणव्यवसायात वर्षानुवर्षे राहिलेले माझे सासरे दामले त्याच्यावर प्रत्यक्ष लक्ष ठेवू शकत होते.

पण त्यामुळे एवढेच घडणार होते की, माझ्या आणि त्याहीपेक्षा मेघनेच्या मुंबईच्या खेपा अधिक वाढणार होत्या. दु:ख असले तर एवढेच होते की, आपण निर्माण केलेला हा स्वकर्तृत्वाचा डोलारा कुणाच्या खांद्यावर देणार? माझ्या मुलाने हा व्यवसाय चालवावा असे जरी मला वाटत असले, तरी आपला जावई मात्र या व्यवसायातला असावा, असे वाटत नव्हते. शिवाय या व्यवसायाचे अंतर्बाह्य स्वरूप आता फारच बदलले होते. तमिळ चित्रपट मोठ्या प्रमाणावर निघत होते, ही गोष्ट खरी होती, पण तमिळ निर्मात्यांना आता व्यापक अशा हिंदी चित्रपटक्षेत्रातही शिरण्याची इच्छा निर्माण झाली होती; आणि एक-दोन चित्रपट-निर्मात्यांनी काही दाक्षिणात्य तर काही भारतीय अशा नटांना व संगीतकारांना घेऊन हिंदी भाषेत चित्रपट काढले होते. मलाही या शर्यतीत भाग घ्यावा लागला. वास्तविक, माझा हिंदी चित्रपट कुठल्याही दृष्टीने उणा नव्हता; पण तो साफ कोसळला. एक तर मी तमिळ चिपत्रटात वापरत असे तो मालमसाला या हिंदी चित्रपटात वापरला नव्हता आणि हिंदी भाषिक प्रेक्षकांची नाडी मला नीट समजलेली नव्हती. काय झाले असेल ते असो– पण या चित्रपटात मी मार खाल्ला होता, ही गोष्ट खरी. त्यामुळे फार काही बिघडले होते, अशातला भाग नव्हता. आर्थिक चढ-उतार आमच्या व्यवसायात असतातच. शिवाय या वेळेस मी एकट्याने चित्रपट निर्माण केलेला नव्हता. हिंदी वितरक त्यात भागीदार होते. संपूर्ण तोटा मला सहन करावा लागला नाही, पण अपयशाचा डाग मात्र लागला. माझ्यासारख्या माणसांना अपयश पचविणे सोपे नसते. साऱ्या चित्रपटसृष्टीत

हातगुण फार महत्त्वाचा मानला जातो. अपयशी माणसाला चित्रपटसृष्टीत कुणी जवळही करीत नाही. याचा अर्थ, उशीर झाला नाही तोपर्यंत एक हिंदी चित्रपट स्वतंत्रपणे काढून माझ्यावरचा डाग पुसायला हवा होता. म्हणजेच, केवळ हिंदी लोकप्रिय चित्रपटातला फॉर्म्युला न वापरता स्वतंत्रपणे काही घडवायला पाहिजे होते. मद्रास ही आता माझी कर्मभूमी झालेली होती; पण मुंबई ही माझी जन्मभूमी होती. चाकोरीतून बाहेर पडायचे असेल आणि यशस्वी व्हायचे असेल, तर मुंबईला जाऊनच चित्रपट काढणे व्यावसायिक दृष्ट्या सोईस्कर ठरले असते.

मुंबईत चित्रपट काढायचा तर दादाजींचा चित्रपट स्टुडिओ मला उपलब्ध आहे, असे मी गृहीत धरले होते. पण का कुणास ठाऊक, पुढच्या सहा महिन्यांच्या तारखा उपलब्ध नाहीत, असे मला सांगण्यात आले. कदाचित ते खरेही असेल; पण या गोष्टीची प्रत्यक्ष जाऊनच शहानिशा करायला हवी, त्याशिवाय तिढा सुटणार नाही, असे ठरवून मी मुंबईला आलो आणि तिथेच प्रथम दादाजींच्या आजाराचा सुगावा मला लागला. मी दादाजींना भेटण्यासाठी खास प्रयत्न करण्याचे काही कारण नव्हते, कारण माझ्यासारख्या त्यांच्याशी जवळीक असलेल्या माणसाला त्यांची भेट कोण नाकारील? खरे म्हणजे, माझ्या आणि दादाजींच्या गाठी-भेटीत जाणीवपूर्वक कुणी व्यत्यय आणीत असेल, अशी मला प्रथम कल्पनाही आली नाही. पण मग मला जाणवले की, दादाजींपर्यंत हॉस्पिटलमध्ये जाऊन त्यांची गाठ घ्यायला काही तरी अडथळे उत्पन्न करण्यात आले आहेत. हे अडथळे चंद्रकलेशिवाय दुसरे कोण निर्माण करणार? आणि चंद्रकलेने तरी हे अडथळे निर्माण का करावेत? आपण समजतो तितके प्रश्न सोपे नसतात. वास्तविक, चंद्रकलेचे आणि माझे संबंध खरे तर अधिक जिव्हाळ्याचे असायला हवे होते. म्हणजेच एके काळचा मी तिचा प्रियकर; यापेक्षाही तिच्या झालेल्या मुलाचा पिता म्हणून तरी माझा हक्क होता की नाही? पण याउलट माझ्या असे ध्यानात आले की, हॉस्पिटलमध्ये कुणालाच प्रवेश नव्हता. चंद्रकलेला पाच-दहा मिनिटे बाहेर येऊन माझ्याशी बोलणेही अवघड वाटत असावे आणि याचेच कारण मला नीटसे उलगडले नाही. मी जेव्हा व्यवस्थापक सप्रे यांच्याशी याबाबत बोललो– कारण त्यांचे-माझे संबंध अजूनही जवळकीचे होते– तेव्हा ते मला एवढेच म्हणाले, ''दादाजी जेव्हा बाईंना आपण मृत्युपत्र करणार आहोत असे म्हणाले, तेव्हा बरीच कुरबुर झाली.''

''दादाजींनी मृत्युपत्र केलंय?''

''केलंय. पण मी त्यांच्या विश्वासातला माणूस असूनसुद्धा मला ते

पाहण्यास मिळालेलं नाही.''

''पण मृत्युपत्र करण्याची दादाजींना खरी आवश्यकताच काय होती? दादाजींना मुलगा आहे.''

''दादाजींना मुलगा आहे हो; पण चंद्रकलाबाईंचं आणि दादाजींचं लग्न हे कुठं कायदेशीर लग्न आहे? काहीच मृत्युपत्र केलं नसेल, तर या साऱ्या इस्टेटीची कायदेशीर मालकी दादाजींच्या पहिल्या पत्नी शांतावहिनींकडे जाईल. चंद्रकलेशी दादाजींनी लग्न केलं तरी कायदेशीर दृष्ट्या अजिंक्य वारस नाही. कायद्याच्या दृष्टीने फार तर त्याला अनौरस संततीला मिळणारे हक्क मिळू शकतील. म्हणून तर दादाजींचा मृत्युपत्राचा आग्रह असावा; कारण आहे ही जायदाद ही त्यांची स्वकष्टाची मिळकत आहे. आमचं डिस्ट्रीब्युशन ऑफिस हे चंद्रकलाबाईंच्या नावानं पूर्वीच केलं आहे. पण स्टुडिओ, जुन्या-नव्या चित्रपटांचे हक्क, आमच्या अधिकारात असलेली अनेक थिएटर्स, अलिबागजवळ त्यांनी घेतलेली शेतीवाडी– या साऱ्यांची व्यवस्था करण्यासाठी मृत्युपत्राची तरी गरज लागेल किंवा मृत्यूपूर्वी बक्षीसपत्राचा तरी व्यवहार करावा लागेल.''

''पण चंद्रकला पैशाची लोभी नाही. तिनं आपल्या किंवा मुलाच्या नावावर मालमत्ता करण्याचा हट्ट धरला असेल, असे मला वाटत नाही.''

''ते तू सांगू नकोस राघव. तिला पैशाचा मोह नसेल; पण अधिकाराचा तर असेल? आणि काही कोटींची ही मालमत्ता मोहात न पाडेल अशी स्त्री मला तरी माहीत नाही. तेव्हा नेमकं दोघांच्यात काय झालं, हे कळायला मार्ग नाही. सॉलिसिटर काळ्यांनी त्यांचं मृत्युपत्र केलं, एवढं मला नक्की माहीत आहे. कारण त्यांच्या फीचा चेक मीच त्यांच्याकडे पाठविलाय. मी आडून त्यांच्या हेड अकाउंटंटकडे चौकशी केली. त्यानं नीटसं सांगितलं नाही; पण त्यानं एवढंच सांगितलं की, मृत्युपत्र कायदेशीर केलेलं आहे. एवढेच नव्हे, तर ते रजिस्टरही झालं आहे. पण बाईसाहेब तेव्हापासून रुष्ट असाव्यात. म्हणजे त्यांचं आणि साहेबांचं काही भांडण झालं असेल, असं नाही... पण साहेबांनी केलेली व्यवस्था त्यांना मनापासून आवडली नसावी.''

''पण तुमचा काय अंदाज आहे?''

''तसं काही सांगता येणार नाही. जेव्हा मृत्युपत्र झालं, तेव्हा दादाजींची तब्येत तशी काही फारशी बिघडलेली नव्हती; पण गेल्या महिन्यात दोन-तीन वेळा भोवळ येऊन ते स्टुडिओच्या फ्लोअरवरच पडले. अतिश्रमामुळे त्यांना भोवळ आली असेल, असे समजून त्यांनीही त्याची गंभीरपणे दखल घेतली

नाही. पंधरा दिवसांपूर्वी रात्री डॉक्टरांना बोलविण्यात आलं, एवढंच मला कळलं आणि लगोलग त्यांना ब्रीच कँडी हॉस्पिटलमध्ये दाखल करण्यात आलं. मी रोज नियमितपणे हॉस्पिटलमध्ये जातो. एक-दोनदा दादाजींची माझी गाठ-भेटही झाली. काही महत्त्वाच्या कागदपत्रांवर त्यांच्या सह्याही मला घेता आल्या. पण ते फारसे माझ्याशी बोलले नाहीत. बाईसाहेब तर सतत तिथंच असतात. त्याही चिंताक्रांत दिसल्या. त्या डिस्ट्रीब्युशन ऑफिसमध्ये फोन करतात. कधी उभ्या-उभ्या येऊनही जातात, पण स्टुडिओत मात्र त्या आलेल्या नाहीत. अजिंक्यलाही त्यांनी आपल्याजवळच ठेवून घेतलंय. मला असं कळलं की, त्यांच्या आई इथं आलेल्या आहेत. त्या हॉस्पिटलच्या जवळपास कुठं तरी राहतात. त्यांच्याकडेच अजिंक्य बराच वेळ असतो. पण यापेक्षा त्यांच्या आजाराचं नेमकं स्वरूप मलाही समजलेलं नाही. वृत्तपत्रांनाही दादाजींच्या आजाराची कल्पना नाही आणि तशी वार्ता कुठे आलेली नाही, आणि येऊही दिलेली नाही. कुणी चौकशी केली, तर ते परगावी गेले आहेत आणि चार-आठ दिवसांत येतील, असे सांगायची मला आज्ञा झाली आहे.''

''आश्चर्य आहे!''

चंद्रकलेला मला भेटता आलेच नाही. हॉस्पिटलमध्ये दोन-चार खेपा टाकूनही तिचीसुद्धा भेट होऊ शकली नाही, तर मग दादाजींची भेट तर दूरच राहिली. खरे म्हणजे, दादाजी आजारी आहेत आणि त्यांना हॉस्पिटलमध्ये ठेवले आहे ही गोष्ट वृत्तपत्रांतून येऊ नये याचेसुद्धा मला आश्चर्य वाटले. दादाजी ही सामान्य व्यक्ती नव्हती. पण वृत्तपत्रात जी बातमी पुढं येऊ लागली, ती माझ्याच अनवधानाने. मी सहजगत्या आमच्या ऑफिसमधल्या सोमसुंदरमला गुप्तपणे चौकशी करायला सांगितले आणि त्याच्याकडूनच वृत्तपत्रांना बातमीचा सुगावा लागला. मग त्यांची प्रकृती सुधारत आहे, केवळ नर्व्हस ब्रेकडाऊनमुळे त्यांना हॉस्पिटलमध्ये विश्रांतीसाठी ठेवण्यात आले आहे, असा हॉस्पिटलचे प्रमुख डॉ. गिंडे यांचा खुलासाही प्रसिद्ध झाला. काळजीचे काही कारण नसले तरी कुणालाही भेट घेण्याची बंदी मात्र आहे, असे त्यात स्वच्छ म्हटलेले होते.

या खुलाशाने इतरांचे समाधान झाले असेल, पण माझे मात्र मुळीच समाधान झाले नाही. आजाराचे स्वरूप जर एवढे सौम्य असेल, तर भेटी-गाठी नाकारण्यावर एवढे कडक निर्बंध घालण्याची गरज नव्हती आणि गुप्ततेची तर नव्हतीच नव्हती. मी मोठ्या नाखुशीने मद्रासला परत आलो. रोज मी फोन

करतच होतो. फोनवर कुणी तरी नर्स उत्तर देई. दादाजी तर फोनवर येणे शक्यच नव्हते; चंद्रकलाही आली नाही. प्रकृती सुधारते आहे, या अनोळखी आश्वासनावर मला विसंबून राहावे लागले. याबाबत मेघनेशीसुद्धा मी बोललो नाही; कारण मी याबाबत नुसते बोललो असतो, तर चंद्रकलेच्या आणि तिच्या झालेल्या मैत्रीच्या बळावर तिने मुंबईला येण्याचा हट्ट धरला असता आणि मलाही तो पुरवावा लागला असता. पण जर का तिची गाठ भेट चंद्रकलेने नाकारली असती, तर उगाच अपमानित व्हावे लागले असते. या आजारास जी एक अकारण गुप्तता आली होती, त्यामुळे खरे तर मी विचलित झालो होतो.

-०-०-०-

१४

एक दिवस अखेर नको ती बातमी आलीच!

व्यक्तिश: मला नव्हे, तर चित्रपटसृष्टीलाच ती बातमी धक्कादायक होती! मध्यंतरीच्या कालखंडात किरकोळ बातम्या आल्या होत्या; पण त्यांच्या प्रकृतीला धोका आहे, असे कोठेही सूचित झाले नव्हते. त्यामुळे ही बातमी तशी धक्कादायकच होती. मद्रासमध्ये या बातमीने सारा चित्रपटव्यवसाय स्थगित झाला, तसाच तो मुंबईतही झाला असावा. दादाजींची चित्रपटातली प्रदीर्घ यशस्वी वाटचाल, त्यांनी प्राप्त करून घेतलेले राष्ट्रीय आणि आंतरराष्ट्रीय सन्मान, कलेच्या क्षेत्रात त्यांनी उमटवलेल्या पाऊलखुणा यांवर वृत्तपत्रांतून भरभरून मजकूर येत गेला. ही बातमी ऐकताच मी आणि मेघना मुंबईला ताबडतोब विमानाने पोचलो. दादाजींचे शव राजहंस कलामंदिरात आणलेले होते. सगळ्यांना शोकाचा उमाळा आलेला होता. कामगारांशी ते कितीही कठोर वागले तरी कामगारांचे त्यांच्यावर प्रेम होते. चित्रपटव्यवसायातील सारी बडी-बडी मंडळी येऊन दर्शन घेऊन गेली नाहीत, तर तिथे बसून राहिली होती. मुख्यमंत्री आणि मंत्रिमंडळातील अनेक मंत्रीही येऊन गेले. खरे म्हणजे, कधी नव्हे ते स्टुडिओतील सारी शिस्त बिघडून माणसे येत होती, जात होती. कोणी डोळ्यांतून पाणी काढत होते, कुणी भारावलेल्या अवस्थेत हलक्या आवाजात शेजाऱ्याशी बोलत होते.

मी जेव्हा दादाजींना ठेवलेल्या स्टुडिओ फ्लोअरवर गेलो, तेव्हा मला शोकावेग आवरणे शक्यच नव्हते. चंद्रकलेच्या डोळ्यांना डोळा देताना तर मी कोसळलोच. चंद्रकलेला आणि मेघनेलाच मला सावरावे लागले. चोवीस तास काम करणारा कलावंत फुलांच्या ढिगाऱ्यात पहुडलेला होता. त्याच्यावर नितांत प्रेम करणारे आणि आदर बाळगणारे चित्रपटकलावंत अवतीभोवती होते. खालच्या मानेने दादाजींची पहिली पत्नी बसलेली होती. अजिंक्य मात्र कुठे दिसत नव्हता. वास्तविक, त्याच्या हातूनच दादाजींचे

क्रियाकर्म करणे भाग होते. पण एक तर तो लहान होता आणि दादाजींनी अखेरची इच्छा सांगितलेली होती ती– त्यांची क्रिया माझ्या हातून व्हावी अशी– त्यामुळे तर मी अधिकच गलबलून गेलो. सगळे लोक जणू माझीच वाट पाहत होते.

मी आल्यानंतर तासा-अर्ध्या तासात दादाजींचे शव स्मशानभूमीकडे समारंभपूर्वक नेण्यात आले. राजहंस कलामंदिराच्या कीर्तीला शोभेल अशा तऱ्हेच्या रथावरून दादाजी अखेरच्या यात्रेला निघाले होते. सिनेमासृष्टीतले मोठमोठे कलावंत पायी शवयात्रेबरोबर चालत होते. त्यांना पाहण्यासाठी गर्दी होऊन कसलाही व्यत्यय येऊ नये, म्हणून पोलिसांनी अतिशय चोख व्यवस्था ठेवली होती. सुप्रसिद्ध गायक-वादक अधूनमधून भजने म्हणत होते. शवयात्रा स्मशानात पोहोचायला वेळ लागू नये, कुणाचीही गैरसोय होऊ नये, म्हणून लवकरात लवकर हा विधी आटोपावा, अशी निकड प्रत्येकालाच होती. कारण गर्दी अफाट होती. शोकसभा तिथे घ्यायची नाही, हे तर आधीच ठरविले होते. अशा वेळेला जाती, अंत्यव्यवहाराचे नियम याचा कोणी बाऊ केला नाही. दादाजींचा अंत्यव्यवहार अत्यंत गंभीर वातावरणात आणि कसलाही व्यत्यय न येता व्यवस्थित पार पडला– पोलिसांच्याच कृपेमुळे. जमावानेही प्रसंगाचे गांभीर्य ओळखून आपल्या आवडत्या चित्रपटकलावंतांच्या भोवती गर्दी केली नव्हती. चंद्रकलेजवळच मेघना थांबली होती आणि म्हणून मी तडक राजहंस स्टुडिओमध्ये पोचलो.

एखाद्या माणसाचे असणे आणि नसणे, या दोन्ही घटना जगातला एक कोपरा बदलून टाकतात. यापुढे हा एवढा प्रचंड स्टुडिओ कोण चालविणार... दादाजींचे सगळे आर्थिक व्यवहार कसे आवरणार, ही चिंता तर होतीच होती; पण या चिंतेपेक्षाही खरी चिंता चंद्रकला हे दुःख कसे पचविणार, ही होती. माझ्या लक्षात एक गोष्ट आली, ती म्हणजे चंद्रकला गेले काही दिवस जो प्रौढपणाचा देखावा करीत होती ते नाटक नव्हते किंवा तिचे अभिनयकौशल्यही नव्हते. खरोखरच आतून ती प्रौढ झालेली होती. दादाजींच्या मृत्युमुळे उत्पन्न होणारी पोकळी कधीच भरून निघणार नाही, इतकी ती त्यांच्या जीवनाशी एकरूप झाली होती. ते होते तोपर्यंत कुठल्याच गोष्टीची चिंता करण्याचे तिला कारण नव्हते. नवरा गेल्याचे दुःख करीत विधवेप्रमाणे निराधार आणि निष्क्रिय आयुष्य तिला जगता येण्यासारखे नव्हते. तिच्यावर जबाबदाऱ्या होत्या आणि त्या निभावण्यावाचून तिला गत्यंतर नव्हते. दादाजींनी सर्व काही व्यवस्था

केलेली आहे, असे मी पूर्वी दादाजींकडूनही ऐकले होते आणि मॅनेजर सप्रेही बोलला होता; परंतु आपला अंत्यविधी माझ्या हातून व्हावा, अशी इच्छा व्यक्त करून दादाजींनी माझे मन फार गोंधळात टाकले होते. होय, मी त्यांचा मानसपुत्र होतो; ही गोष्ट तर खरीच. तरीपण अजून बालक असला तरी अजिंक्य त्यांचा मुलगा होता. त्याला पुढे करून अंत्यविधी करणे धर्मदृष्ट्या आवश्यक होते. पण माझ्या हातून तो केला जावा, अशी इच्छा व्यक्त करून दादाजींनी माझा अपूर्व गौरव केला होता.

चित्रपटसृष्टीत अनेक दंतकथा निर्माण होत असतात. चंद्रकला माझ्या चित्रपटातून प्रथम भूमिका करीत होती आणि मग ती दादाजींकडे आली, ही गोष्ट साऱ्या चित्रपटसृष्टीला माहीत होती. असे असतानाही माझे आणि दादाजींचे संबंध इतके निकटचे असावेत, याचे पुष्कळांना आश्चर्य वाटत असे. पुष्कळांच्या मनात अनेक गैरसमज असल्यामुळे पुष्कळशा कल्पित कहाण्या मागे रचल्या जात. पण चंद्रकलेचे वागणे, तिचे आणि दादाजींचे सहजीवन, माझ्याबद्दल दादाजींची असलेली खास वागणूक– या गोष्टी दादाजींची जी लौकिक प्रतिमा होती तिला खटकणाऱ्या होत्या.

मी आणि मेघना त्या दिवशी तिथेच राहिलो. दादाजींच्या पहिल्या पत्नी आपल्या घरी परतल्या होत्या. त्यांचे वर्तनही अतिशय संयमी असेच झाले होते. स्टुडिओ तर बंदच होता. चार-दोन रात्रपाळीचे रखवालीचे लोक सोडले, तर नि:शब्द शांतता भेडसावत होती. अशा प्रसंगात काय बोलायचे, झालेल्या शोकाला वाट कशी करून द्यायची, हे परिस्थितीच माणसाला शिकवते. मेघनेने घराचा आणि परिस्थितीचा ताबा घेतला. तिने चंद्रकलेला व मला जबरदस्तीने थोडेफार खायलाही भाग पाडले. एवढेच नव्हे, तर साऱ्या बोलण्यात तिचाच पुढाकार होता. बोलणे अर्थात दादाजींच्या विषयावरच घुटमळत असले, तरी दु:खाचा उमाळा पुन्हा यावा असे हळवे नव्हते. बारा-एक वाजता चंद्रकलेला तिने कामपोझची गोळी दिली. चुळबुळ करीत चंद्रकला हळूहळू झोपेच्या अधीन झाली. तिला गाढ झोप लागलेली आहे, असे पाहून मेघना हळूच उठली. माझा हात हाती घेऊन ती मला दुसऱ्या खोलीत घेऊन गेली. तिचा नुसता स्पर्श आणि तिची नि:शब्द हालचाल मला दिलासा द्यायला समर्थ ठरली. लहान मुलाला कुशीत घेऊन झोपवितात तसे तिने मला कुशीत घेतले. मी तिच्या कुशीत केव्हा गाढ झोपी गेलो, हे मला कळलेही नाही.

सकाळी केव्हा तरी मला जाग आली, तेव्हा माझ्या लक्षात आले की,

मेघना माझ्या आधीच उठलेली होती. अंथरुणावरून उठण्याची माझी इच्छा नव्हती. कारण पुन्हा मला कालचा सारा प्रसंग आठवला. पुन्हा त्याच वातावरणात मी जाण्यापूर्वीच खूप सावरलेल्या चंद्रकलेला घेऊन मेघना माझ्या खोलीत आली. दु:खाचा परिणाम काही काळ टिकतोच, तसा तो माझ्यावरही दिसत असावा. चंद्रकला मात्र खूपच सावरलेली दिसली. कॉफीचा ट्रे पुढे ओढून तीच कॉफी बनवीत होती. मग मात्र मला उठावेच लागले. मी तोंड धुऊन आलो आणि त्या दोघींच्या बरोबर कॉफी घेऊ लागलो. माझ्या लक्षात आले की, उद्योगात रमल्याशिवाय परिस्थितीत बदल होणार नाही, हे माझ्याइतके चंद्रकलेच्याही लक्षात आले असले पाहिजे. एक तर दादाजी प्रदीर्घ काळ आजारी होते. त्यामुळे वियोगाची तिची तयारी झाली असावी. ही घटना केव्हा तरी घडणार, अशी मुळातच तयारी झालेली असल्यामुळे प्रत्यक्ष वियोगक्षणातून मुक्त झाल्याबरोबर चंद्रकला खऱ्या अर्थाने सावरली होती. दादाजींच्या मृत्युमुळे स्टुडिओ तीन दिवस बंद राहणार होता. त्याचप्रमाणे त्यांचे डिस्ट्रीब्युशन ऑफिसही बंद राहणार होते. पण तरीही स्टुडिओची व्यवस्था नीट लावेपर्यंत मला मुंबई सोडता येत नव्हती. त्या प्रश्नाचा चंद्रकलेनेच पाच मिनिटांत निकाल लावला.

दादाजींनी स्टुडिओचा ट्रस्ट केलेला आहे; एवढेच नव्हे, तर मलाच त्या ट्रस्टचा मॅनेजिंग ट्रस्टीही केले आहे हे तिने सांगून टाकले. मला आश्चर्याचा धक्काच बसला. मेघनेला तर हे सारे नवीन आणि अनपेक्षित होते. चंद्रकला दादाजींची पत्नी होती आणि आता सारा कारभार ती सांभाळूही शकत होती; असे असताना स्टुडिओचा सारा कारभार मी बघावा, अशी दादाजींनी इच्छा का धरली बरे? जे काही माझ्या कानावर आले, त्यावरून माझी केलेली मॅनेजिंग ट्रस्टी ही नेमणूक हा दादाजींच्या आणि चंद्रकलेच्या मधल्या वादाचा विषय झालेला असावा. कदाचित चंद्रकलेला तो आपला अपमान वाटला असेल, शिवाय दादाजींनी ही गोष्ट सहेतुकपणे केली असेल. कितीही कर्तबगार असली, तरी चंद्रकलेसारखी स्त्री हा कारभार सांभाळू शकणार नाही, असे त्यांना वाटले असावे. दादाजींच्या इतकी नाही, तरी या व्यवसायात मीही माझी कर्तबगारी सिद्ध केलेली होती. दुसऱ्याच्या पैशाचा लोभ वाटावा, अशी माझी सांपत्तिक स्थितीही नव्हती. शिवाय पूर्वीचे ऋणानुबंध स्मरून राजहंस बॅनरची प्रतिष्ठा सांभाळण्याचा मी जिवापाड प्रयत्न करीन, याविषयीची त्यांना खात्री पटलेली असेल. चित्रपटातली माणसे सांभाळणे, तो व्यवहार सुरळीत आणि फायदेशीरपणे चालविणे, याचा अनुभव माझ्या गाठीला होताच. या साऱ्या रचनेत एक दोष

होताच– आणि तोच मला टोचत होता. चंद्रकलेचे आणि माझे संबंध लक्षात घेऊन मी तिचे हितसंबंध सांभाळीन, अशी एक बोचरी जाणीव या योजनेमागे मला दिसत होती. इच्छा असो वा नसो– ती जबाबदारी मी स्वीकारलीच, तर चंद्रकलेशी माझा संबंध येणे अपरिहार्य होते, ही गोष्ट मेघना कशी काय स्वीकारेल? आणि मेघनेच्या सहकार्याशिवाय ही जबाबदारी तरी मी कशी काय पेलणार?

मेघना अर्थात काहीच बोलली नाही. ती गंभीर झालेलीच होती. तिला काही बोलायचेही होते; परंतु प्राप्त परिस्थितीत ती एक शब्दही बोलली नाही. एक तर अनेक गोष्टींचा अजून उलगडा व्हायचा होता. ट्रस्टचे स्वरूप अजून समजलेले नव्हते. मृत्युपत्रही अजून अंधारात होते.

सॉलिसिटर काळ्यांच्या ऑफिसमध्ये आम्ही यावे, असा त्यांचा निरोप आल्यामुळे आम्ही तिघेही जण सप्रे यांना घेऊन तिथे जाऊन पोचलो. प्रथम ट्रस्ट डीडचे वाचन झाले. इतर चार ट्रस्टप्रमाणे हा ट्रस्ट नव्हता. मी जरी मॅनेजिंग ट्रस्टी असलो, तरी चंद्रकलाही एक ट्रस्टी होती. व्यवस्थापक सप्रे हेही एक ट्रस्टी होते. शिवाय सॉलिसिटर काळे हेही एक ट्रस्टी होते. ट्रस्ट डीडच्या मार्गदर्शक तत्त्वांनुसार बहुमताने निर्णय घेऊन ट्रस्टचा कारभार चालवायचा असल्याने ट्रस्टवर माझे वर्चस्व नव्हते. ट्रस्टने जे चित्रपट राजहंस कलामंदिरात निर्माण करायचे, ते प्रायोगिक स्वरूपाचे किंवा बाल चित्रपट असे मुख्यत्वेकरून करायचे. तोटा येऊ नये; पण नफ्याच्या आशेने बाजारू चित्रपटही निर्माण करू नयेत, अशी सूचना त्यात होती. कामाच्या दिवसांपैकी किमान दीडशे दिवस स्टुडिओ भाड्याने द्यावा व त्या उत्पन्नातून स्टुडिओचा सर्व खर्च भागवून उरलेल्या वेळेत आणि पैशात नव्या चित्रपटाची निर्मिती करावी. डिस्ट्रीब्युशन ऑफिस हे मात्र सर्वथा चंद्रकलेच्या मालकीचेच केले असल्याने जुन्या चित्रपटांचे हक्क, एच. एम. व्ही. कडून मिळणारी रॉयल्टी हे सारेच चंद्रकलेच्या मालकीचे झालेले होते. नवे तंत्रज्ञ आणि कलाकार यांना स्टायपेंड देऊन स्टुडिओत कामावर घेण्याची तरतूद होती आणि याबाबतचा अधिकार मुख्यत्वेकरून सप्रे यांच्याकडे होता. दादाजींचा वैयक्तिक बँक अकाऊंट व ठेवी हे सर्व दादाजींच्या पहिल्या पत्नीला वर्ग केले होते. चंद्रकलेच्या योगक्षेमाची डिस्ट्रीब्युशन ऑफिसमार्फत व्यवस्था होणार असल्याने तिची कोणतीही तरतूद ट्रस्टमध्ये केलेली नव्हती. प्रॉपर्टी टॅक्स, इन्कमटॅक्स, यासंबंधी सर्व व्यवस्था पुरी केली असल्यामुळेच ट्रस्टची आजची मालमत्ता निर्वेधपणे वापरता येणार होती. अजिंक्य वयात

आल्यानंतर आणि चित्रपटव्यवसायात येण्याची त्याची इच्छा असली, तर त्याला ट्रस्टी म्हणून या ट्रस्टवर घेण्यात यावे, अशीही सूचना होती. त्या वेळेस ट्रस्टची फेररचना करावी लागली, तर ती करण्याचा अधिकार सॉलिसिटर काळे आणि चंद्रकला यांच्या एकमताने होणाऱ्या निर्णयावर अवलंबून ठेवला होता.

ट्रस्टची भाषा रोखठोक आणि ठसठशीत होती. कुठेही नि:संदिग्धपणा नव्हता. तंत्रविज्ञानाच्या प्रगतीसाठी व कामगारांच्या कल्याणासाठी स्वतंत्र तरतुदी केलेल्या होत्या.

मृत्युपत्र वाचल्यानंतर या ट्रस्टचा आणखी एक वेगळा पैलू लक्षात आला. अजिंक्य एकवीस वर्षांचा झाल्यानंतर व चित्रपटव्यवसायात येण्यासाठी त्याने पुरेसा अनुभव घेतलेला असेल, तर हा ट्रस्ट रद्द करण्याची तरतूद ट्रस्टमध्ये केली होती. स्टुडिओची संपूर्ण मालकी त्यानंतर अजिंक्यकडे जाणार होती. तोपर्यंत ट्रस्ट प्रॉपर्टी सुरक्षित ठेवण्याची जबाबदारी ट्रस्टीजवर होती. पण जर ट्रस्टच्या मूळ उद्देशाचा घात होत असेल, तर अजिंक्यला केवळ वारसाहक्काने ही मालमत्ता मिळू नये, अशीही तरतूद करण्यात आली होती. त्याच्या शिक्षणासाठी किंवा सुविधांसाठी लागणारा पैसा चंद्रकलेने खर्च करायचा होता.

या दोन्हींचे संयुक्त वाचन झाल्यानंतर माझ्या एक गोष्ट लक्षात आली की, माझे अधिकार फार मर्यादित आहेत. मी केवळ कस्टोडियन आहे. सप्रे, चंद्रकला व सॉलिसिटर काळे यांचे मत हेच कोणत्याही निर्णयात अखेरचे ठरणार होते आणि त्या दोघांचे इमान चंद्रकलेलाच मिळणार असल्याने, येथे माझा आवाज क्षीण ठरणार होता. दादाजींची अन्य मालमत्ताही पुष्कळ होती. अलिबागजवळ त्यांची शेती होती, ती चंद्रकलेला मिळणार होती. धंद्यात आवश्यकता वाटेल तेव्हा वापरता याव्यात अशा सुमारे पन्नास लाख रुपयांच्या ठेवी प्रत्यक्षात जरी ट्रस्टच्या ताब्यात असल्या, तरी त्याच्या व्याजावर ट्रस्टचा अधिकार होता. त्या रकमा खर्च करता येण्यासारख्या नव्हत्या. बराच विचार करून दादाजींनी हे ट्रस्टडीड आणि मृत्युपत्र केले होते, हे माझ्या लक्षात आले. यात माझ्यावर त्यांनी विश्वास टाकलेला असला, तरी अधिकाराशिवाय मिळालेले मॅनेजिंग ट्रस्टीपद मला फक्त राबवणार होते. चित्रपटाची कथा किंवा निर्मिती याचे सर्वाधिकार माझ्याकडे असले, तरी व्यावसायिक चित्रपट काढावयाचा नसल्याने त्याबाबतीतही माझा फारसा काही उपयोग नव्हता.

मी म्हणालो, ''काळेसाहेब, तुम्ही मोठ्या अक्कलहुशारीने हे ड्राफ्टिंग केलेले आहे. दादाजींसाठी मी काहीही करायला तयार आहे; पण हे पद स्वीकारून

कोणताही हेतू साध्य होणार नाही, म्हणून मी हे मॅनेजिंग ट्रस्टीपद नाकारणार आहे. मला तुम्ही सक्ती तर करू शकत नाही. दादाजींचा एक शिष्य म्हणून कृतज्ञतेने मी पडेल ते काम करीन; पण ही जबाबदारी मात्र मी स्वीकारणार नाही. शिवाय, माझी या ट्रस्टला फारशी आवश्यकता आहे, असं वाटत नाही. व्यवस्थापनाचं काम करायला सप्रे समर्थ आहेत, आर्थिक व्यवहारावर नियंत्रण ठेवायला तुम्ही समर्थ आहात आणि चंद्रकलाबाई निर्मितीचं काम उत्तम प्रकारे करतील अशी मी ग्वाही देतो. मी मात्र ट्रस्टी व्हायला तयार नाही, हे आपण पक्कं लक्षात ठेवा. एक तर माझ्या कामातून एवढा वेळ काढणं मला शक्य नाही आणि त्याहीपेक्षा, जेथे माझा अंतिम अधिकार नाही तेथे मी कामही करू शकत नाही.''

माझ्या नकारामुळे सारेचजण दिङ्मूढ झाले. आपापल्या परीने त्यांनी माझी समजूत काढण्याचा प्रयत्न केला. सर्वच बाबतींत माझा निर्णय अखेरचा मानला जाईल, असे आश्वासनही दिले. पण मी माझ्या विचारापासून अजिबात ढळलो नाही. का कुणास ठाऊक; पण या गुंतागुंतीपासून दूर राहणे, हे व्यक्तिशः माझ्या दृष्टीने आणि मेघनेच्या समाधानाच्या दृष्टीने आवश्यक वाटले. बैठक संपता-संपताच मी सांगितले,

''दादाजी आज असते, तरीही मी त्यांना माझा नकार सांगितला असता. 'ज्याला स्वतःच्या श्रमानं आणि कल्पकतेनं घर बांधता येते, त्यानं दुसऱ्याच्या घराची रखवालीची जबाबदारी कशाला स्वीकारायची?' असे जेव्हा मी अखेरीस म्हणालो, तेव्हा चंद्रकला जरी वरून नाराजी दाखवत असली तरी आतून सुखावली आहे, हे मला मनोमन जाणवले. माझे स्वामित्व तिला नको असावे आणि मलाही असे लादून मिळालेले स्वामित्व नको होते. मी अखेर एवढेच म्हणालो, ''जे काही चित्रपटनिर्मितीचे काम असेल, ते करण्यासाठी मी केव्हाही येईन– अर्थात मला बोलाविले तरच! राजहंस कलामंदिराशी माझे संबंध नेहमीच चांगले राहतील, कारण दादाजींचे खरे स्मारक हेच आहे. दादाजी काढत तसे व्यावसायिक परंतु ध्येयवादी चित्रपट काढून मी त्यांचा वारसा चालवीन, पण त्यासाठी मला या मालमत्तेची आणि अधिकाराची गरज नाही.''

माझा नकार इतका ठाम होता की, काळ्यांपुढे दुसरा पर्यायच राहिला नाही. माझ्याशी वाद करण्याला मी जागाच ठेवली नव्हती. बैठक संपली, तेव्हा सप्रे यांच्यासह आम्ही स्टुडिओत परतलो. सप्रे निरोप घेऊन निघून गेले. आम्ही तिघेच उरलो. तेव्हा मेघनेच्या गळ्यात पडून चंद्रकला म्हणाली, ''असं राघवनं

करायला नको होतं. एकट्या स्त्रीला हे सारं आवरणं शक्य नाही, याचा तरी विचार राघवनं करायला पाहिजे. माझी किंवा राजहंस कलामंदिराची राघवला गरज नसेल; पण मला राघवची गरज खरोखरीच आहे. चित्रपटात मी काम करीन; पण चित्रपट मला निर्माण करता येत नाही आणि येणारही नाही. दादाजींनी त्यांच्यावर किती विश्वास टाकला, हे लक्षात घेऊन तरी राघवनं कर्तेपण स्वीकारलं पाहिजे.''

मेघना प्रथमच बोलली आणि म्हणाली, ''या जगात कुणाचंही कुणावाचून अडत नाही. तुमचंही अडणार नाही. राघवनं केलं तेच बरोबर आहे, असे माझेही मत आहे. स्वतःच्या पायावर उभं राह्यला तुम्हाला शिकलंच पाहिजे. राघव नसला म्हणून काय झालं? किती तरी नवे दिग्दर्शक या क्षेत्रात आले आहेत, त्यांचे साह्य तुम्हाला घेता येईल. दादाजींच्या सहवासात राहून चित्रपटनिर्मितीचं शास्त्र तुम्हाला अजिबात माहीत नाही, हे कोण मान्य करील? शिवाय सप्रे यांच्यासारखा अनुभवी व्यवस्थापक तुमच्या दिमतीला आहे. इमानदार असा नोकरवर्ग आहे. देवानं तुम्हाला सर्व काही दिलेलं आहे. जे काही तुमच्यापासून हिरावून घेतलं गेलं, ते म्हणजे दादाजींचं प्रत्यक्ष अस्तित्व. त्याला कुणाचाच इलाज नाही. पण दादाजींचं नाव, कर्तृत्व आणि वारसा तुम्हालाच हिमतीनं सांभाळला पाहिजे. तुम्ही बोलवाल तेव्हा आम्ही येऊ. हे तर येतीलच, पण मी सुद्धा येईन. आमचं साह्य तुम्हाला असेल. पण महत्त्वाकांक्षी माणसाला बंधनात काम करता येत नाही, म्हणून यांचा इथं काही उपयोग नाही, हे यांचं म्हणणं खरं आहे.''

आता मुंबईत राहण्यात अर्थही नव्हता. आम्ही राहिलोही नाही. फक्त 'नाही' असे अधिकृत पत्र पाठवून मी माझा नकार कायदेशीररीत्या नोंदविला. ते करणे आवश्यक होते, कारण त्याशिवाय नव्या ट्रस्टचा रीतसर कारभार चालू होऊ शकत नव्हता. मला जे काही अधिकार होते, ते अर्थात एखादा नवा ट्रस्टी नेमून किंवा आहे त्या ट्रस्टीपैकी कुणालाही मॅनेजिंग ट्रस्टी म्हणून नेमणूक करून चालणार होते. सप्रे यांचीच मॅनेजिंग ट्रस्टी म्हणून नेमणूक झाल्याचे मला नंतर कळले.

जाण्यापूर्वी मी फक्त एकच गोष्ट केली. ती म्हणजे, स्टुडिओतील सर्व कामगारांची एकत्र अशी एक सभा घेतली. सारेच कामगार माझ्या अगदी चांगल्या ओळखीचे होते. एके काळी सामान्य कामगार म्हणून या स्टुडिओत मी वावरत होतो, त्यामुळे माझ्याहीपेक्षा अधिक अनुभवी लोक राजहंस कलामंदिरात काम

करीत होते. आर्ट डायरेक्टर थत्ते होते. रेकॉर्डिस्ट गोंधळेकर होता. दादाजींचा आजचा सहायक सदाशिव माने होता. यांपैकी कोणीही स्वतंत्रपणे काम केलेले नसले तरी खूप मोठा अनुभव पाठीशी असणारी ही मंडळी होती. दादाजींच्या छायेखाली ही मंडळी आपापल्या क्षेत्रात प्रथम श्रेणीचे काम करीत होती. त्यामुळे चंद्रकलेला कारभारात फारसा व्यत्यय न येता स्टुडिओचा कारभार सांभाळणे फारसे कठीण नव्हते.

पण तसे घडले नाही. सावलीखाली वाढलेली झाडे जोमाने फुलत नाहीत. आज्ञा दिल्याशिवाय त्यांना काम करता येत नाही. त्यांच्यात आत्मविश्वास नसतो. दादाजींसारख्या कडक शिस्तीच्या माणसाच्या हाताखाली माणसेसुद्धा यंत्रे होतात. ती स्वत:हून फिरत नाहीत; त्यांना फिरवावे लागते.

त्यानंतर मी आणि कधी मेघनाही एकत्र किंवा एकेकटे राजहंस कलामंदिरात चंद्रकलेला भेटायला जात असू. ती आमचे उत्साहाने स्वागत करी. मी हे ट्रस्टीपद नाकारले यामुळे ती मनातून संतुष्ट झालेली होती, असे जरी तेव्हा मला जाणवले असले, तरी आता तिचे ते समाधान आटत चालले होते. चंद्रकला कोणताही चित्रपट वर्षभरात काढू शकली नाही. तिने प्रयत्न केला नाही, असे नाही. पण अनेक गोष्टींमुळे प्रत्यक्ष चित्रपटनिर्मिती सुरूच होऊ शकली नाही. सप्रे इमानदार होते, पण केवळ इमानाने कलेच्या क्षेत्रात यश मिळविता येत नाही, याचा त्यांनाही अंदाज आलेला होता. दादाजींचा धाक होता तोपर्यंत सप्रे यांच्या शब्दाला किंमत होती. स्टुडिओ भाड्याने जात होता. त्यामुळे आर्थिक व्यत्यय आले नाहीत. परंतु राजहंस कलामंदिराची प्रतिष्ठा टिकेल, असे आता काही जाणवत नव्हते.

दादाजी मुळात कामगारांच्या पगाराच्या बाबतीत अतिशय कंजूष होते. इतर स्टुडिओंच्या तुलनेच्या मानाने राजहंस कलामंदिराचे पगार अगदीच नगण्य होते. पगार वेळेवर होत, इतकेच. पण काम असो किंवा नसो– संपूर्ण वेळ स्टुडिओत हजर राहिलेच पाहिजे, ही शिस्त आजही कायम होती. जोपर्यंत कलानिर्मितीचा आनंद होता तोपर्यंत आर्थिक प्रश्न कुणीही फारसे विचारात घेतलेच नाहीत; पण आता कलानिर्मिती थांबली होती आणि बाहेरच्या निर्मात्यांचे चित्रपट करताना जो बाजारूपणा जाणवे, त्यामुळे इतक्या कमी मोबदल्यात कामगारांची आता काम करण्याची तयारी नव्हती. कामगारांत कुरबुरी सुरू झाल्या. वास्तविक, त्यांतले कित्येक कामगार दादाजींच्याइतकेच या व्यवसायात जुने होते. कामात आणि शिस्तीत त्यात कुणीही उणा नव्हता. दादाजींची जागा

घेणारा जर कुणी असिस्टंट दादाजींनी तयार केला असता, तर त्याच्या आज्ञेत कामगार सुखाने काम करीत राहिले असते. आधारावाचून भरकटणाऱ्या पतंगाप्रमाणे कामगारांची स्थिती झाली होती. मी मुंबईत गेलो की, कामगार मला भेटायला येत. आपल्या कुरबुरी सांगत. मी स्टुडिओचा कारभार ताब्यात घ्यावा म्हणून विनवण्या करीत. कारण त्या कामगारांचे आणि माझे तसेच आपुलकीचे नाते होते. कामगारांनी मध्यंतरी आपल्या मागण्यांचे एक पत्रक व्यवस्थापकांना सादर केले. त्या मागण्यांवरून संप होण्याची शक्यता होती. मीच मध्यस्थी करून तो संप टाळला होता. पण एक दिवस असा उजाडला की, या कामगारांच्या कुरबुरीला बदलत्या वातावरणाची झळ लागली. कामगार संपावर गेले.

चंद्रकला या गोष्टींनी हादरली. कारण स्टुडिओ बंद राहिला, तर भाड्याचे उत्पन्न तर बुडणार होतेच, पण त्याहीपेक्षा कारखान्यातील सारी यंत्रसामग्री गंजत पडणार होती. कामगारांच्या सगळ्याच मागण्या पुऱ्या करणे कुणालाही शक्य झाले नसते. चंद्रकलेला तर ते मुळीच शक्य नव्हते. कारण स्टुडिओ चालविण्यासाठी कोणतीच व्यवस्था ट्रस्ट डीडमध्ये नव्हती. स्टुडिओ सुरळीत चालून भाड्याचे उत्पन्न येईल, या गृहीत कृत्यावर ट्रस्ट डीडची आखणी केली होती. निदान स्टुडिओचा म्हणून एखादा चित्रपट या मुदतीत तयार झाला असता, तरीही कामगार इतके निकरावर आले नसते. असा चित्रपट निर्माण करणे चंद्रकलेला मुळीच कठीण नव्हते. दादाजींनीच किती तरी स्क्रिप्ट्स पसंत करून ठेवलेली होती. संवाद-चित्रपटकथा तयार होत्या. जाण असणारे कलावंत, असिस्टंट्स, अद्ययावत स्टुडिओ– सारे काही हातात होते. राजहंसच्या बॅनरखाली कमर्शियल चित्रपट काढता आला नसता, पण चंद्रकलेच्या स्वत:च्या नावावर तो निर्माण झाला असता आणि अतिशय उत्कृष्ट व सुसज्ज असे डिस्ट्रीब्युशन ऑफिस हाताशी असल्यामुळे तो तोट्यातही गेला नसता; पण हे झाले नाही. हे करण्याचे धाडस तिने केले नाही असे म्हणण्यापेक्षा, निर्मितीची उत्कटताच तिच्या ठायी नव्हती. सॉलिसिटर काळे यांनी शेवटी निक्षून सांगितले की, कुणी तरी जबाबदार कल्पक माणूस नियुक्त केल्याशिवाय स्टुडिओ पुढे चालू ठेवता येईल, असे वाटत नाही. स्टुडिओ विकला असता तर फार मोठी रक्कम मिळाली असती, पण एकदाच. पण मग डिस्ट्रीब्युशन ऑफिसही बंद झाले असते. परिस्थितीचे गांभीर्य दिवसेंदिवस वाढत होते. तीन-चार वेळा काळ्यांची, चंद्रकलेची, सप्रेंची पत्रे आली. फोनही आले. तरी मी जाण्याची टाळाटाळ केली होती. हे विकतचे दुखणे मला नको होते. राजहंस कलामंदिराच्या व्यापामध्ये मी अडकलो नाही,

यामुळे मेघनाही संतुष्ट झाली होती. कारण मी ट्रस्टीपद स्वीकारले असते, तर चंद्रकलेचा आणि माझा निकटचा संबंध नाही म्हटले तरी येणार होता. दादाजी होते तोपर्यंत जे भय नव्हते, ते दादाजींच्या माघारी एकाकी असणाऱ्या चंद्रकलेकडून निर्माण होईल, अशी मेघनेला भीती वाटणे स्वाभाविक होते.

-०-०-०-

१५

पण एक दिवस साऱ्याच घटना बदलाव्यात, अशी गोष्ट घडली. कसलीही सूचना न देता चंद्रकला एक दिवस मद्रासमध्ये माझ्या घरी आली. मी घरात नव्हतो. मी चार-पाच मैलांवरच्या एका शेतात आऊटडोअर शूटिंग करत होतो. स्टुडिओतला एक नोकर मोटरसायकल घेऊन लोकेशनवर आला आणि त्याने मला ही बातमी दिली. 'शूटिंग संपल्यावर मी येतो' असा मी निरोप दिला, तेव्हा तो म्हणाला की, चंद्रकलाबाईंना आजच्या आज परत जायचे आहे. तातडीचे काम असल्यामुळे त्या आल्या आहेत. तुम्हाला येणे अशक्य असल्यास त्या इथे यायला तयार आहेत. क्षणभर नेमके काय करावे, याचा निर्णय मला घेता येईना. शूटिंग तितके महत्त्वाचे नव्हते. माझा असिस्टंट गणेशन ते पुरेही करू शकला असता. बरे, मी गेलोच नाही, तर चंद्रकला इथे येऊन थडकली असती. सगळ्यांच्या समक्ष तिच्याशी बोलायचे कसे? निवांतपणे बोलण्यासाठी जवळपास जागाही नव्हती. 'आलोच' असा मी निरोप दिला. शूटिंगची कल्पना गणेशनला समजावून दिली आणि ताबडतोब घरी आलो. मी आल्याबरोबर जे दृश्य दिसले, त्याने मीसुद्धा विरघळलो. चंद्रकला ओक्साबोक्शी रडत होती आणि मेघना तिचे सांत्वन करीत होती. मी येताक्षणीच चंद्रकला माझ्याकडे पाहून म्हणाली, ''मी तुम्हाला अखेरचं विनवायला आले आहे; नाही तर स्टुडिओ व डिस्ट्रीब्युशन ऑफिस बंद करून मी मोकळी होणार आहे. माझ्याच्याने स्टुडिओ चालू राहील, असे वाटत नाही. तुम्ही आमच्या पत्राची उत्तरंसुद्धा देत नाही, म्हणून मी शेवटची विनंती करते. तुम्हाला पुरेसे अधिकार नाहीत म्हणून तुम्ही ट्रस्टीपद नाकारलं होतं; कदाचित तुमचं बरोबरही असेल. पण आम्ही तिघेही जण आमचे सर्व अधिकार सोडून ते तुम्हाला द्यायला तयार आहोत. तुम्ही सांगाल त्याप्रमाणे स्टुडिओचा कारभार केला जाईल, हे लेखी आश्वासनही द्यायला तयार आहोत.

परंतु कामगारांचा संप मिटविणे, स्टुडिओ पुन्हा कार्यान्वित करणे आणि प्रचंड सायासानं उभं केलेलं हे कलामंदिर पुन्हा सजीव करणं– हे केवळ तुम्हालाच शक्य आहे. दुसऱ्या कुणाला कलामंदिर विकून टाकायची कल्पनासुद्धा मला सहन होत नाही. मी असमर्थ आहे, एकाकी आहे. माझ्याच्यानं हे काही निभणार नाही. ट्रस्टीपदाचाही राजीनामा मी द्यायला तयार आहे. मी नसल्यामुळे जर दादाजींची ही कलावास्तू सुखरूप राहणार असेल, तर मला सर्व अधिकार सोडून द्यायला अभिमानच वाटेल.''

"तरी पण–"

"मला सर्व गोष्टींचं भान आहे. तुम्ही ही ट्रस्टीशिप नाकारलीत याचं कारण तुम्हाला पुरेसे अधिकार नव्हते, हे वरवर झाले. हे खरे कारण नाहीये. तुम्हाला माझीच भीती वाटत होती. स्टुडिओत गुंतलं तर तुमचा-माझा पूर्वीचा संबंध पुन्हा जुळेल, अशी तुम्हाला आणि मेघनाबाईंना दोघांनाही भीती वाटत होती. खरं तर मेघनाबाईंच्या समाधानासाठी तुम्ही ही ट्रस्टीशिप नाकारलीत. त्याहीबाबतीत मी दोघांनाही आश्वासन देते की, माझा मुलगा अजिंक्य हा तर मसुरीच्या शाळेत यापूर्वीच मी शिकायला पाठविला आहे. तो वयात येऊन तुमच्या अधिकाराला आव्हान देऊ शकेल, या गोष्टीला अजून खूप अवकाश आहे. माझ्याबाबत म्हणाल, तर मी मुंबई सोडून अलिबागला राहण्यासाठी जाणार आहे आणि आमची राहती जागा तुमच्या स्वाधीन करणार आहे. केवळ स्टुडिओच नव्हे, तर माझे डिस्ट्रीब्युशन ऑफिसही यापुढे तुमच्याच ताब्यात राहणार आहे. मी दादाजींची धर्मपत्नी आहे, याचा मी कधीही विसर पडू देणार नाही. मला सत्ता, संपत्ती यातलं काही खरोखरीच नकोय. दादाजींनी माझ्यासाठी खूप-खूप ठेवलेलं आहे. त्यांच्यामागं त्यांनी निर्माण केलेली कला जिवंत राहायला हवी असेल, तर राजहंस कलामंदिर तुमच्या स्वाधीन करण्यावाचून दुसरा उपाय मला दिसत नाही. का कुणास ठाऊक; शरीराचा, संपत्तीचा, कीर्तीचा मोहच माझ्या मनातून नष्ट झाला आहे. वयाच्या चौदाव्या वर्षापासून पुरुष म्हणजे काय, हे मला चांगलं समजलंय. आता मला कसलाच हव्यास उरलेला नाही."

तिच्या प्रस्तावाकडे, आक्रस्ताळ्या संन्यस्त वृत्तीकडे आणि अनावर झालेल्या दु:खाकडे कसे पाहावे; तिला काय उत्तर द्यावे, हेच मला कळेना. पण मला उत्तर देण्याची मेघनेने वेळ येऊच दिली नाही. मी येण्यापूर्वी मेघनेचे आणि चंद्रकलेचे बरेचसे बोलणे झाले असले पाहिजे आणि मेघनेने मी येण्यापूर्वीच काही निर्णय घेतलेला असला पाहिजे. ती म्हणाली, "ठीक आहे तुम्ही आता जे बोललात, ते

सगळं खरं आहे आणि त्याचं पालन तुम्ही तंतोतंत कराल, हे गृहीत धरून हे राजहंस कलामंदिराची जबाबदारी स्वीकारतील.''

तिढा सुटला, असे वाटून चंद्रकला जवळ बसलेल्या मेघनेला समाधानाने बिलगली. तसे मेघनेच्या आणि तिच्या वयात बरेच अंतर होते. त्या बिलगण्याला वात्सल्य येऊन चिकटले. चंद्रकलेच्या डोळ्यांत पुन्हा एकदा आनंदाचे अश्रू आले. एक-दोन दिवसांत मुंबईला येण्याचे आश्वासन दिल्यानंतर संध्याकाळच्या फ्लाइटने ती परत गेली.

रात्री आमच्या शय्यागृहात आम्ही गेल्यानंतर मेघना म्हणाली, ''चंद्रकलेचं हे बदललेलं रूप नाटक तर नसेल ना? कारण ती आता निवृत्तीची भाषा बोलते आहे. तशी ती अजून तरुण आहे आणि तिनं आपलं रूप काळजीपूर्वक राखलेलं आहे. आताही अलिबागसारख्या आडगावात जाऊन ती काय करणार? नाही म्हटलं तरी ती तसल्या वातावरणाशी तशी अपरिचितच आहे. एकदा वाटतं, तिचे हे नाटक असावं. ती मुळीच मुंबई सोडून जाणार नाही. पण एकदा वाटतं, नाही तरी तुम्हाला मुंबईतच हिंदी चित्रपटांत प्रवेश करायचाच आहे; तेव्हा ही संधी वाया घालवू नये.''

''आपल्यावर काहीही बंधनं नाहीत. आपण काहीही निर्णय घेऊ शकतो. इथं आपल्याला काही कमी नाही. शिवाय मुंबईला गेलं तरच त्या महत्त्वाकांक्षा पुऱ्या होतात, हेही तितकंसं खरं नाही. आता मद्रासमध्येसुद्धा चांगले हिंदी चित्रपट तयार होऊ शकताहेत. किंबहुना, मुंबईपेक्षाही चित्रपटनिर्मितीचा इथला वेग जास्त आहे. प्रश्न तो नाही. दादाजींसाठी जर काही करायचं असेल, तर ही संधी आहे, एवढंच. शिवाय कबूल केल्याप्रमाणे मला जर संपूर्ण अधिकार मिळणार असतील आणि कबूल केल्याप्रमाणे चंद्रकला खरोखरीच जर मुंबईबाहेर जाणार असेल– मग ती अलिबागला राहो किंवा परत मद्रासला येवो– तर ही संधी घ्यायला हरकत नाही. राजहंस कलामंदिराइतका अद्ययावत स्टुडिओ आणि अशी कसबी माणसं शोधून कुठं मिळणार नाहीत. जरी मुंबईला जायचं मी ठरवलंच, तर आता तुला आणि मुलांना घेऊनच मी मुंबईला जाईन.''

''आणि मग इथलं सगळं कोण बघणार?''

''इथला सर्व कारभार इतका व्यवस्थित चालू आहे की, आता मीच स्वत: इथं असलं पाहिजे, असं नाही. शिवाय जर मुंबईत व्यवस्थित बस्तान बसलं तर हळूहळू इथला कारभार गुंडाळता येईल. आज स्टुडिओला किंवा आपल्या बॅनरला बाजारात पत चांगली आहे. पण हे निर्णय वर्षभरानंतर आपण घेऊ.''

मेघना पहिल्यापासूनच निर्णयाला पक्की आणि सावध अशी स्त्री होती. माझ्या लक्षात येणार नाही अशा तऱ्हेने तिचा माझ्यावर बऱ्यापैकी पहारा आहे, हे मी समजून चुकलो होतो. आता तर उघडपणे माझ्या प्रमादावर आम्ही चर्चाही करू शकत होतो, कारण माझे स्वैर आयुष्य उघडे पडलेले होते. पण मीही आता अशा एका शारीरिक अवस्थेला आलो होतो की, सुखी संसार व स्थिर आयुष्य याचीच मला आवश्यकता निर्माण झाली होती. शिवाय अजूनही मेघनेचे चैतन्य कायम होते. मेघना मुळात देखणी होतीच आणि तिचे सौंदर्य विनम्र तरीही करारी होते. तिच्या-माझ्या संसारात कोणत्याही प्रकारचे न्यून्य नव्हते. घराची ओढ पुरुषाला कशामुळे लागते, याची एक नैसर्गिक जाणीव तिच्या ठायी होती. जसजसे दिवस पुढे गेले तसतसे तिच्याबद्दलचे आकर्षण वाढत गेले. तिच्या शालीनतेत रसिकता होती, छचोरपणा नव्हता. माझे स्वैर वागणे हा तिच्या लेखी गुन्हा होता. पण गुन्हेगार निर्ढावू नये म्हणून तिने स्वतःचा राग लपवून ठेवला होता. शिवाय ज्या व्यवसायात मी होतो, त्या व्यवसायात हे असे घडणारच, असे गृहीत धरल्यामुळे तिने काही गोष्टींकडे दुर्लक्ष केले होते. चाळिशीनंतर कुणाही पुरुषाला सुरक्षितता हवीच असते. आपले घर आपली वाट पाहत आहे, ही जाणीवही सुखदायक असते. आता माझा मुंबईला जाण्याचा निर्णयसुद्धा तिने एक हिशोबी धोका म्हणूनच स्वीकारला होता. माझ्यासारखा माणूस संकुचित क्षेत्रात फार काळ संतुष्ट राहणार नाही किंवा राहिला तर गंजून जाईल, हे ओळखण्याइतकी ती चतुर होती. खरे तर मला वाटते, चंद्रकलेचा आता तिला धोका वाटत नसावा. आता चंद्रकला दादाजींचेच नाव लावून जगणे पसंत करेल, अशी तिला खात्री वाटत असावी. शिवाय पुलाखालून पुष्कळ पावसाळी पाणी वाहून गेले होते. सहजगत्या काही धोका पत्करावा, लहानसहान मोहांना वश व्हावे, अशी चंद्रकलेची मनोभूमिका राहणे शक्य नव्हते. हातात असलेली सारी सत्ता किंवा साधनांचा कब्जा सोडून निवृत्त होण्याची भाषा तिच्या तोंडी आली, यावर मेघना संतुष्ट होती.

- ० - ० - ० -

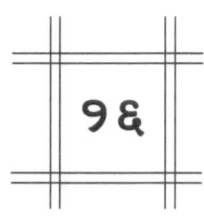

१६

ठरल्याप्रमाणे आम्ही दोघेही मुंबईला गेलो. मी येणार याची कल्पना स्टुडिओतील कामगारांना होती. आमची टॅक्सी स्टुडिओच्या दरवाजात गेली, तेव्हा स्टुडिओत आमच्या स्वागताच्या कमानी लागलेल्या होत्या. सगळे कामगार आम्ही येताक्षणीच स्वागताला तयार होते. हे दृश्य पाहून क्षणभर मलासुद्धा आश्चर्याचा धक्काच बसला. परिस्थितीतून मार्ग काढणारा आपला त्राता आला, अशीच भावना मला त्यांच्या डोळ्यांत दिसत होती. ओळखीच्याच नव्हे, तर अनोळखी कामगारांनीही आमचे स्वागत केले. आमच्या येण्याचा गवगवा इतका झाला होता की, आम्ही अपेक्षेनुसार आलो आहोत, हे ओळखून सप्रे आमच्या स्वागतासाठी आपल्या ऑफिसमधून बाहेर आले होते. त्यांच्या हातात हार होता. त्यांच्याबरोबर थत्ते, गोंधळेकर, माने अशी सर्व मंडळी होती. त्यांनी माझ्या गळ्यात हार घातला. तो घेण्यासाठी मी मान वाकविली आणि नंतर मान वर करून पाहिले, तो चंद्रकलाही पांढऱ्या शुभ्र साडीत मोठा कुंकवाचा टिळा लावून सुहास्य वदनाने आमचे स्वागत करीत होती. कामगारांचा घोळका बाहेर उभाच होता. प्रथम कामगारांना चार शब्द सांगावेत, का सप्रे यांना प्रथम काय काय घटना घडल्या हे नीट विचारावं– हे ठरविताना माझ्यापुढे अडचण निर्माण झाली होती. मला हवी त्याप्रमाणे परिस्थिती बदललेली असेल, तरच मी नवी जबाबदारी स्वीकारणार होतो. तेव्हा प्रथम सप्रेंशी बोलणे आवश्यक होते. कामगारांनाही दिलासा वाटावा म्हणून मी त्यांना उद्देशून म्हणालो,

"उद्यापासून पूर्वीसारखा स्टुडिओ सुरू होईल. स्टुडिओ बरेच दिवस बंद आहे. तेव्हा आजच्या दिवसात सर्वांनी मिळून स्टुडिओ पूर्वीसारखा लखलखीत केला पाहिजे. सारीच यंत्रे तेलपाणी करून कार्यक्षम केली पाहिजेत. आता दादाजी होते त्या शिस्तीने आणि निष्ठेने तुम्ही कामाला लागा. त्यात कुठलाही फरक पडलेला मला

चालणार नाही. तुमच्या ज्या मागण्या आहेत, त्यांतल्या शक्य तितक्या मी मान्य करीन; पण त्यासंबंधी सप्रेंशी मला बोलावे लागेल. संध्याकाळी साडेपाच वाजता तुम्ही एक नंबरच्या स्टुडिओत जमायचं आहे. तेव्हाच मी जे काय नक्की करता येईल, त्यासंबंधी आश्वासन देईन. या स्टुडिओचा मी मालक नाही तर पालक आहे, हे तुम्ही लक्षात ठेवा. तुमच्या बळावर आणि सहकार्यावर ही जबाबदारी मी पेलणार आहे. या स्टुडिओत तुमच्यासारखाच मी एक कामगार होतो, त्याचे मला विस्मरण झालेलं नाही. तुमच्याप्रमाणेच दादाजींनी घडविलेला मी एक कलावंत आहे. ह्या स्टुडिओची शान वाढविण्यासाठी आपण सर्व जण एकदिलाने काम करू. चला, झटपट आपापल्या खात्यात जाऊन उद्याच काम सुरू करता येईल, अशी व्यवस्था करायच्या तयारीला लागा.''

माझ्या नावाचा जयजयकार करीत कामगार पांगले आणि आम्ही कार्यालयात येऊन पोहोचलो. हेच ते कार्यालय की, जिथून दादाजींनी चित्रपटसृष्टीवर हुकूमत गाजविली. वेगवेगळ्या कर्मचाऱ्यांच्या खात्यांतून अभिवादन स्वीकारीत मी सप्रेंच्या केबिनपर्यंत पोचलो. त्यांनी केबिनचा दरवाजा उघडला. आम्ही सर्वांनी आत प्रवेश केला आणि मला ते त्यांच्या खुर्चीवर बसण्यासाठी खुणावू लागले. मी हसलो आणि म्हणालो, ''ही मॅनेजरची खुर्ची आहे; त्यावर मी बसून कसं चालेल? तिथं तुम्हालाच बसले पाहिजे.''

मी बळेबळेच त्यांचा हात धरून त्यांना खुर्चीत बसवले आणि म्हणालो, ''हा सारा कारभार तुम्हीच सांभाळायचाय, फक्त माझ्या मार्गदर्शनाखाली. दादाजींची केबिन मी वापरणार नाही; ती तशीच राहू दे. दादाजींची जागा घेण्याची माझी लायकी नाही. कुणी तरी हे काम केलं पाहिजे, म्हणून मी ते स्वीकारलंय. माझ्यासाठी एक निराळी केबिन करावी लागेल. इथं काही फेरबदल करण्यापेक्षा आपल्या प्रॉडक्शन विभागात माझी बसण्याची सोय करा. आता एवढंच सांगा की, आपल्यापुढे काय काय प्रश्न आहेत?''

सप्रेंनी एक प्रचंड मोठी फाईल पुढे केली आणि ते म्हणाले, ''आपण क्रमानं जाऊ. हा काल झालेल्या ट्रस्टींच्या सभेचा वृत्तांत. यावर माझी, चंद्रकला-बाईंची आणि काळ्यांची सही आहे. कालच्या सभेत एकमताने तुमची मॅनेजिंग ट्रस्टी म्हणून नेमणूक झाली आहे. आम्हा तिघांचे राजीनामेही यात जोडले आहेत. ते तुम्ही आज किंवा केव्हाही मंजूर करू शकता; म्हणजे तुम्ही यापुढे या ट्रस्टचे एकमेव ट्रस्टी व्हाल. तुम्हाला कोणताही निर्णय घ्यायची आणि या वास्तूला वैभव मिळवून देण्याची अविरोध शक्ती प्राप्त होईल. ट्रस्टचा आर्थिक

व्यवहार तसाच चालू ठेवायला हवा. पण ट्रस्टमधील जी कलमे तुम्हाला गैरसोईची आहेत, ती आत्ताच्या परिस्थितीचा विचार करून शिथिल करावीत, असे आम्ही ठरविले आहे. तसा ठरावही केलेला आहे. कमर्शियल चित्रपट स्वतःच्या जबाबदारीवर काढू नयेत, असं जे कलम या ट्रस्ट डीडमध्ये सुचविलं गेलं आहे, ते प्राप्त परिस्थितीत गैरसोईचं आहे, म्हणून सवंग किंवा उथळ चित्रपट न काढता काही आदर्श डोळ्यांसमोर ठेवून चित्रपटनिर्मिती करायला हरकत नाही, असं आम्हा सर्वांनाच वाटतं. कमर्शियल चित्रपट काढले नाहीत, तर आपले डिस्ट्रीब्युशन ऑफिस चालणार नाही किंवा कामगारांचा वाढीव आर्थिक बोजा आपणाला सहन करता येणार नाही, हे लक्षात घेऊन हवा तो निर्णय घेण्याचे स्वातंत्र्य तुम्हाला दिले आहे. डिस्ट्रीब्युशन ऑफिस ही वास्तविक स्वतंत्र संस्था आहे आणि चंद्रकलाबाई त्याच्या मालक आहेत. त्यांची मालकी कायम राहील; पण डिस्ट्रीब्युशन ऑफिस मुखत्यारपत्राने चालविण्याचे सर्व अधिकार तुमच्याकडे राहतील. नवे ट्रस्टी घेणे किंवा आहे त्यांपैकी कुणाला कायम करणं याचा निर्णय तुमचा तुम्ही घ्या.

"आपली एकंदर आर्थिक परिस्थिती आणि आपला बोजा व मालमत्ता दर्शविणारे ताळेबंद मी सोबत जोडले आहेत. ताबडतोब निर्मिती सुरू करणं शक्य नसलं, तर स्टुडिओ भाड्यानं देता येईल आणि तशा मागण्या आपल्याकडे आलेल्या आहेत. त्याचीही यादी सोबत जोडलेली आहे. आता कामगारांबद्दल. सरसकट पगार वाढवावेत व हंगामी कामगारांना कायम करावे, अशी त्यांची प्रमुख मागणी आहे. प्रॉव्हिडंट फंड, रजा, ग्रॅच्युइटी या मागण्या मान्य करण्यासारख्या आहेत; याबद्दल वाद उत्पन्न होणार नाही. सरसकट सर्वांना पन्नास टक्के पगारवाढ हवी आहे. ही मागणी मान्य केली, तर आपल्याला शिफ्टचं भाडं वाढवावं लागेल आणि आजच्या परिस्थितीत ते शक्यच नाही. दहा टक्के पगारवाढ आणि एक महिन्याचा बोनस मान्य केला, तरी वर्षाला दहा-पंधरा लाख रुपये एवढा बोजा सहन करावा लागेल. वर्षातील सर्व वर्किंग डेज स्टुडिओ भाड्याने दिला तर आपलं नुकसान होणार नाही पण फायदाही होणार नाही, आता तुमचा निर्णय तुम्ही घ्या. स्टुडिओतली चंद्रकलाबाईंची राहण्याची जागा त्यांनी कालच रिकामी केली आहे. त्यांचं सर्व सामान अलिबागच्या फार्मवर पूर्णपणे हलवलंय. ती जागा तुम्ही तुमच्यासाठी वापरू शकता. तुम्हाला आवश्यक असणारी सर्व कागदपत्रं व अधिकारपत्रं काळ्यांनी तयार केली आहेत. त्याच्याही एकेक प्रती या फाईलमध्ये आहेत. ती फाईल तुम्ही घेऊन जा, वाचा, काळ्यांशी फोनवर संपर्क

साधा आणि मग कामगारांना काय ते आश्वासन द्या.''

"आपण घरी जाऊ– तुमच्या.'' चंद्रकला म्हणाली, तेव्हा कुठे मी भानावर आलो. सप्रेंच्या कार्यक्षमतेविषयी माझ्या मनात कसलीच शंका नव्हती; परंतु इतक्या रोखठोकपणे व्यवहार करण्याची मला शिस्त नव्हती. मी लाखो रुपयांचा व्यवहार केला, दिगंत पैसा मिळविला, परमुलखात जाऊन नाव कमावले; ते केवळ व्यावहारिक चातुर्यामुळे आणि दैवामुळे. पण माझ्या धंद्याला तशी शिस्त नव्हती. काटेकोर अंदाजपत्रके नसायची. रोखठोकपणा नसायचा. पैसा मिळाला, कारण त्यामागे धडपड होती. पण फार मोठे नियोजन मात्र नव्हते. दादाजींप्रमाणे आखीव आणि रेखीव कारभार आपल्याला करायचाय; कारण तशाच कारभाराची इथल्या सर्व मंडळींना सवय आहे, हे मला माहीत असल्यामुळे दिग्दर्शकाची, लेखकाची किंवा कलावंतांची भूमिका सोडून एका कठोर व्यवस्थापकाची भूमिका मला बजवायची आहे, या कल्पनेने मी थोडा गांगरून गेलो. मला याची सवय नव्हती; पण आता हे करणे भाग होते. यात मी कमी पडलो, तर हे राजहंसचे शिवधनुष्य मला पेलणार नव्हते. आजपर्यंत मन मानेल तसा मी वागत होतो; आता दादाजींनी घालून दिलेला कठोर शिस्तपालनाचा आदर्श पाळताना माझी त्रेधातिरपीट होणार होती.

हे एक नवेच आव्हान होते.

तशी मद्रासमध्ये चित्रपटसृष्टीला शिस्त होती. मुंबईतल्या लहरी बड्या कलावंतांनाही तिथे शिस्त पाळावी लागत असे. पण ती शिस्त धंद्याच्या धोरणाचा भाग म्हणून होती, ते व्रत नव्हते. दादाजींना कसली व्यसने नव्हती, कसले छंद नव्हते. म्हणून निद्रेचा वेळ सोडून लाख डोळे असलेल्या माणसाप्रमाणे ते सावधगिरीने प्रत्येक गोष्टीकडे लक्ष देऊ शकत होते. आता माझा नेहमीचा सैल कारभार सोडून मलाच दादाजी बनायला पाहिजे होते. दुसऱ्याला शिस्त शिकविण्यासाठी प्रथम स्वतःला शिस्तपालनाचे धडे द्यायला हवे होते, हे माझ्या लक्षात आले.

एरवी माझा खेळकर असणारा चेहरा आता गंभीर झाला असला पाहिजे आणि मी गंभीर झालेला पाहून मेघनाही गंभीर झाली होती. चंद्रकला मात्र खळाळून हसली आणि म्हणाली, ''यू कॅन डू इट– ओन्ली यू कॅन डू इट! हा स्टुडिओ नाहीच आहे मुळी; हा एक कारखाना आहे. इथं माणसं यंत्रासारखी वागतात. प्रत्येकाला एक गती ठरवून दिलेली आहे, त्या गतीत त्या यंत्राच्या चाकानं फिरायचं आहे. या इथे चित्रपट तयार होतात, म्हणून याला कलामंदिर

म्हणायचं. पण खरं म्हणजे, हा मेंढ्यांचा कळप आहे आणि तुला मेंढपाळाची भूमिका बजावायचीय.

"मी अयशस्वी झाले याचं कारण इथं आज्ञा केल्याशिवाय काही कामच होत नाही आणि आज्ञा करण्यासाठी केवळ मालकी अधिकार पुरत नाहीत; आज्ञा देणाऱ्याला व्यक्तिमत्त्व हवं, वकूब हवा आणि चुकीची आज्ञा दिली गेली तरी तीच बरोबर आहे, हे ठासून सांगण्याचा उद्दामपणा हवा. दादाजींच्या सहवासात मी आले, पण त्यांचे नेतृत्वाचे गुण मला शिकता आले नाहीत. त्यांच्या डोळ्यांकडे पाहून ते संतुष्ट होतील अशा तऱ्हेने त्यांच्या आज्ञांचा मी स्वीकार करायची. सप्रेही याच कारणासाठी यशस्वी झाले नाहीत, पण तू होशील. कारण काही कर्तृत्व निर्माण करून तू इथं आलेला आहेस. तुला आज्ञा देता येतात. एवढंच नव्हे, तर त्या न पाळणाऱ्यांना शासनही करता येतं. जाऊ दे. चला, तुमचं घर तुम्हाला दाखविते."

"आमचं घर?" मेघना आश्चर्याने म्हणाली.

"हो, आता तुमचंच ते घर आहे. मी ते कालच रिकामं केलेलं आहे. आज रात्री मी अलिबागलाच मुक्कामाला जाणार आहे. तुमच्या मनासारखं घर सजवलंय की नाही, ते तर पाहा."

आम्ही दादाजींच्या फ्लॅटमध्ये शिरलो आणि त्या फ्लॅटचे परिवर्तन झालेले पाहून आम्ही चकित झालो. कोऱ्या करकरीत फर्निचरने, नव्या झुळझुळीत पडद्यांनी, शक्य होते त्या ठिकाणी ठेवलेल्या फुलझाडांच्या कुंड्यांनी घर सुशोभित झाले होते. आम्ही मास्टर बेडरूममध्ये प्रवेश केला, तेव्हा तर नव्यानं संसार करू पाहणाऱ्या नवविवाहिताच्या उत्साहाने खोलीची सजावट केली होती.

हे अवघ्या छत्तीस तासांत चंद्रकलेने कसे काय करून घेतले असेल, याचे मला आश्चर्य वाटण्यासारखे नव्हते. सबंध राजवाडा जर आम्ही चोवीस तासांत उभा करू शकतो, तर एवढी तत्पर माणसे हातात असताना काहीही करून घेणे शक्य होते. पण त्यामागची तळमळ, तत्परता मात्र जाणवत होती. राजहंसचे प्रतीकचिन्ह सोडून तर येथील सगळा पूर्वेतिहास पुसून टाकण्यात आला होता. किती तरी सामान कोरे करकरीत होते. फक्त स्वयंपाकघरातील सामान बदललेले नव्हते, कारण त्या सामानाची अलिबागमधील घरात चंद्रकलेला गरज नव्हती. तिथे सुसज्ज घर तयार होते. शिवाय इतक्या लहान-सहान गोष्टी जमा करायलाही वेळ पुरला नसता. काहीही असो– मेघना मात्र मनातून खूश होती. कारण खऱ्याखुऱ्या अर्थाने ती या घराची स्वामिनी बनली होती. चंद्रकलेने या वास्तूतून

काढता पाय घेतला आणि सर्व अधिकारपदे सोडली, याचाच अर्थ माझा पूर्ण अधिकार आता चालू झाला होता.

भोजनाची सिद्धता होती. आम्ही तिघांनी जेवून घेतले. जेवून आम्ही दिवाणखान्यात येऊन स्थिरावतो तोच सॉलिसिटर काळ्यांचा फोन आला. अजून मी त्या फायलीला हातही लावलेला नव्हता. त्यामुळे संध्याकाळच्या सभेत आणि त्यानंतर काय काय पवित्रे घ्यायचे, याचा माझा विचार पक्का झालेला नव्हता. या स्टुडिओचा संपूर्ण कारभार, डिस्ट्रीब्युशन ऑफिस, पुढच्या चित्रपटाचे प्लॅनिंग हे सारे काम मला बघावयाचे असल्याने, शिवाय मद्रासमधला माझा सारा पसारा मला व्यवस्थित सांभाळायचा असल्याने माझ्यावरचे ओझे खूपच वाढलेले होते. दादाजींनी डिस्ट्रीब्युशन ऑफिस सुरू केले, तेव्हा साळी आणि कर्वे यांची डिस्ट्रीब्यूशन ऑफिसमध्ये नेमणूक केली होती. ती माणसे साठी उलटल्यानंतरही आज ते काम करीत होती. ती अनुभवी होती, विश्वासू होती; पुढेही काम करू शकली असती. सप्रे स्टुडिओची व्यवस्था बघू शकले असते. खरे सांगायचे तर आहे तीच घडी ठेवून मी हा सारा कारभार सांभाळू शकलो असतो. स्टुडिओत दोनशेहून अधिक कामगार होते. पण त्यांतली पन्नास-साठ माणसे सेवानिवृत्तीचे वय ओलांडून गेल्याने मला केव्हाही काढून टाकता आली असती. पन्नास-साठ माणसे उपरी, जवळपास रोजंदारीने काम करणारी होती. त्यांना कळविणे ही गोष्ट तशी कठीण होती. पहिली गोष्ट अशी होती की, कोणताही बदल हा क्रमाक्रमाने कसा करायचा याचा आराखडा करायला हवा होता आणि तो करायचा असेल, तर एका बाजूला चित्रपटनिर्मिती सुरू करून दुसऱ्या बाजूने कामगारांची कटाई करणे भाग होते. याचाच अर्थ, चंद्रकला जशी इथे हस्तक्षेप करायला नको होती, तशीच मेघनासुद्धा मद्रासला परतणे भाग होते.

जेवण झाल्यानंतर चंद्रकला आणि मेघना गप्पा मारीत दिवाणखान्यात बसल्या आणि दादाजींची स्टडीरूम होती, त्या स्टडीरूममध्ये सप्रेंनी दिलेली फाईल घेऊन मी प्रवेश केला.

दादाजींची ही अभ्यासिका अतिशय सुंदर होती. फक्त दादाजींचा एक छोटा फोटो सोडला, तर हीही जागा जाणीवपूर्वक सर्व खुणा पुसून टाकल्यासारखी निर्विकार केली होती. चित्रपटविद्या आणि कला यांवर असणाऱ्या अभ्यासपूर्ण ग्रंथांनी एक भिंत व्यापली होती. चित्रपटांत काम केलेल्या त्यांच्या बहुतेक नायिकांचे दर्शन तिथे लावलेल्या फोटोंमधून होत होते. एक छोटा प्रोजेक्टर होता आणि याच प्रोजेक्टरच्या साह्याने दादाजी इथे इंग्रजी फिल्म पाहत असले

पाहिजेत. दादाजी वापरीत ती टेबल-खुर्ची हलविलेली होती आणि त्या जागी अगदी अद्ययावत नवी टेबल-खुर्ची आलेली होती.

मी त्या खुर्चीवर बसलो आणि सप्रेंनी मला दिलेली फाईल मी उघडली. दादाजींकडून सप्रेंनी टापटिपीचा धडा तर घेतलेलाच होता; पण मला आवश्यक असणारी सर्व माहिती टंकलिखित करून अलग-अलगपणे ठेवलेली त्यात मला आढळली. कामगारांची नावे, त्यांच्या नेमणुकीचा दिवस, चालू पगार, त्यांची कायदेशीर दृष्ट्या असणारी स्थिती आणि प्रत्येकाबाबत त्याच्या गुणवत्तेचा आणि आवश्यकतेचा शेरा मला पाहायला मिळाला. जे चित्रपट दादाजींच्या मनात घोळत; त्यांची नावे, प्रॉडक्शन रिपोर्ट आणि त्याला आवश्यक असणारे बजेट याचीही नोंद व्यवस्थितपणे केलेली होती. ट्रस्टींच्या सभेचे वृत्तांत, माझ्या नावे केलेले अधिकारपत्र, बँकेला दिलेल्या सूचना याही तिथे मला दिसल्या. मूळ ट्रस्ट डीड, मृत्युपत्र यांच्या प्रती तर तिथे होत्याच; पण गेल्या वर्षभरात ट्रस्टपुढे कोणत्या अडचणी निर्माण झाल्या आणि आज कोणत्या जबाबदाऱ्या पार पाडायला हव्यात, यांचीही वर्गवारी केलेली होती. प्रत्येक ठिकाणी अधिक तपशील कोणत्या क्रमांकाच्या फाइल्समध्ये सापडेल, याचाही उल्लेख केलेला होता. कोणत्याही नव्या प्रॉडक्शनला सुरुवात करायची असेल तर कोणकोणत्या गोष्टी कराव्या लागतील, काय उपलब्ध आहे आणि बाकीच्या कशा मिळविता येतील– हे सारे व्यवस्थितपणे नोंदविलेले होते. या साऱ्या व्यवस्थितपणामुळे जो काही दबाब माझ्यावर आला, तो सोडला; तर आपण नेमके कुठे आहोत, याचे दर्शन त्या फाईलमधून झाले होते. म्हटले तर काम अगदी सुलभ आणि सोपे वाटेल असे होते. पण त्यातली खरी गोम माझ्या लक्षात आलेली होती. दादाजी असते तर यातली प्रत्येक गोष्ट त्यांना जशीच्या तशी करून दाखविता आली असती; पण आता दादाजी तर नव्हते. त्यांचे शब्द मी कुठून आणणार होतो? जर ते वजन आणायचेच असेल, तर माझी कार्यपद्धती त्याला कितीशी अनुकूल होती? प्रथम मलाच पुष्कळ गोष्टी शिकणे आवश्यक होते, नाही तर इथला डोलारा सांभाळणे शक्यच नव्हते. चित्रपटाची जी स्क्रिप्ट्स दादाजींनी पसंत करून ठेवली होती, त्यांतले सर्वांत आकर्षक स्क्रिप्ट होते 'देवदासी' या एका नर्तिकेच्या आयुष्यावरचे. तेच जर प्रथम निर्माण करायचे ठरले, तर एक चांगली नृत्य जाणणारी अभिनेत्री शोधणे आवश्यक होते. सहजगत्या उपलब्ध असणारी चंद्रकला या कामी वापरता येण्यासारखी होती. पण काही काळ का होईना, इथल्या सर्व कर्मचाऱ्यांच्या मनातून दादाजी-चंद्रकला ही व्यक्तिनामे पुसून टाकल्याशिवाय माझा प्रभाव

पडला नसता. दुसरी दोन-तीन चित्रे करण्याचे दादाजींनी ठरविले होते. त्यांतले एक बेचाळीसच्या आंदोलनावरचे होते. त्यात ते स्वत:च काम करणार होते. हा चित्रपट गल्लाभरू नव्हता, तो प्रतिष्ठा देणारा होता. चळवळीकडे आकर्षित झालेल्या एका तरुणीची व एका स्वातंत्र्यसैनिकाच्या साहसांची ही कहाणी होती. फारशी ओळखदेख नसतानाही त्याच्या साहसी आणि उमद्या कृत्यावर मोहित झालेल्या एका डी. एस. पी. च्या मुलीची ती कहाणी होती. ती अर्थात शोकांतिका होती. गोळीबारात अखेरीस हा क्रांतिकारक मृत्यू पावतो. आपल्या गुप्त संबंधांतून आपण गर्भवती आहोत, हे उत्कंठेने सांगायला आलेल्या नायिकेची नायकाशी अखेरची गाठभेट होते, ती स्मशानात. त्याच्या अंतिम यात्रेच्या ज्वालांवरून होणारा प्रवास, आकाश भेदून पलीकडे जाणारा जयजयकार आणि एकीकडे उगवणारा सूर्य– हे अखेरचे दृश्य अतिशय हृदयस्पर्शी होते. स्वातंत्र्याचा सूर्य एकीकडे उगवत असतानाच क्रांतीचा अंकुर दुसरीकडे जन्म घेतो आहे. 'क्रांतीच्या गर्भात असे हा उद्या उष:काल' असे लिहिणाऱ्या कुसुमाग्रजांच्या कवितेचे ते एक दाहक दर्शन होते. ह्या कवितेचा हिंदी अनुवादही मोठा ओजस्वी आणि स्फूर्तिदायक होता. प्रेक्षकांना इतके दाहक शोकनाट्य आवडत नाही हे मला माहीत असले, तरी चित्रपटाचा शेवट बदलणे विसंगत ठरणार होते. साऱ्या चित्रपटात रिलीफ असा फारच थोडा होता. सत्ताधीश असलेल्या पोलिसांची मस्करी, क्रांतीची चेष्टा करणारे सरकारी अधिकारी आणि त्यांचे बगलबच्चे यातून रिलीफ कसा काय निर्माण होणार होता? नाही म्हणायला नायक-नायिकेचे संकेतस्थळी भेटणे आणि चुटपुट लावून दूर होणे, असे जे प्रसंग होते, ते हृद्य होते. मी बेचाळीसच्या चळवळीबद्दल जे काही वाचले होते; त्यात क्रांतिकारकांनी काही ठिकाणी पर्यायी सरकार स्थापले होते, नभोवाणी केंद्र चालू केले होते, दरोडे घातले होते, गाड्या लुटलेल्या होत्या. त्याचा या कथेत फारसा उपयोग केलेला नव्हता. घाईगर्दीने कसेबसे पुरे करण्याच्या योग्यतेचे हे चित्र नव्हते. पण नाइलाजाने याच चित्राला अग्रहक्क द्यावा, असा मी निर्णय घेतला.

मी किती वेळ माझ्या या समाधीत गुंग झालो होतो, याचा मला अंदाजच आलेला नव्हता. जेव्हा इंटरकॉममधून सप्रेंचा फोन आला की, ऑफिसमध्ये सॉलिसिटर काळे आले आहेत; एवढेच नव्हे, तर सभेची तयारीही झालेली आहे... पंधरा-वीस मिनिटेच सभेला आता उरली आहेत. तेव्हा मी लवकर खाली यायला हवे, असे त्यांनी सांगितले; तेव्हा माझ्या लक्षात आले की, तीन-साडेतीन तास या साऱ्या प्रकरणात मी इतका कसा गुंतलो होतो? इतका वेळ

मेघना आणि चंद्रकला यांनी मला जागे कसे केले नाही, म्हणून थोडा रुष्ट होऊन मी बाहेर आलो, तेव्हा मला या दोघीही दिसल्या नाहीत. आळसावून बसलेला आचारी पांडे म्हणाला, ‘‘दोघी जणी कुठे तरी बाहेर गेल्या आहेत.’’ मी चकितच झालो. वास्तविक, या दोघींचीही मला आता गरज होती. चंद्रकला आत्ताच्या प्रसंगाला साक्षी म्हणून हवी होती आणि मेघना आधार म्हणून. मेघना एक वेळ वडिलांकडे गेली असेल. पण चंद्रकला मला न सांगता, न सवरता आता कुठे गेली असेल, हे मला समजेना. मी चट्कन तोंड धुतले, कपडे बदलले आणि जिना उतरून सप्रेंच्या कार्यालयाकडे जायला निघालो.

माझी मला एक गंमत वाटत होती. दादाजींच्या व्यक्तिमत्त्वापेक्षा माझे व्यक्तिमत्त्व अगदी वेगळे होते. दादाजींच्या खास लकबी कळत-नकळत मी आत्मसात केल्या होत्या. दादाजींच्या कपड्यांत पूर्वीच्या मानाने पुष्कळच फरक झालेला होता. पण स्टुडिओत वावरताना ते पांढरीशुभ्र पँट आणि पांढराशुभ्र सदरा वापरीत. त्यांची ती सवय मीही उचलली होती. ते नेहमी जिना वेगाने उतरत. माझ्याकडूनसुद्धा आपोआप जिना उतरताना त्यांची लकब वापरली गेली. एखाद्या व्यक्तिमत्त्वाचा युवावस्थेत किती खोलवर परिणाम होतो, हे जाणवल्यावर मला हसू आले. नाही तरी आता मी दादाजींची जागा घेणार होतो, त्यांचाच कलासंसार खांद्यावर पेलणार होतो. त्यांचे अधिकार जर वापरायचे असतील, तर त्यांच्याच पद्धतीने या सर्व कारभारावर माझा दबदबा निर्माण व्हायला हवा होता.

मी गेलो, तेव्हा सप्रे आणि काळे काही तरी बोलत होते. मी येत असताना नेहमीच्या प्रथेप्रमाणे सर्व कर्मचारी उभे राहिले. त्यांचे अभिवादन स्वीकारीत मी सप्रेंच्या केबिनमध्ये शिरलो. सप्रे वाटच पाहत होते. काळे माझ्यापेक्षा वयाने किती तरी मोठे होते. ते दादाजींचे ज्येष्ठ सहकारी आणि केवळ कायदेशीर सल्लागार नव्हते, तर सर्वच व्यवहारांत सल्ला देणारे दादाजींचे मित्र होते. मी त्यांना वाकून नमसकार केला. त्यांनी मला वाकता-वाकताच जवळ घेतले. मस्तकावरून हात फिरविला आणि म्हणाले, ‘‘दीर्घायुषी हो, यशस्वी हो. इथल्या परंपरा तुझ्याइतका कुणाला माहीत नाहीत. वाकायचे केव्हा, हे माहीत असलेल्यालाच साऱ्या जगाला आपल्यापुढे वाकविता येते. तुझ्यावर सारा कारभार सोपवून मला निश्चिंत व्हायचंय. तुला माहीत आहे का, मी काही आता फार दिवसांचा सोबती नाही? मी आता फारसा आमचा धंदा बघतही नाही. तुझे तुलाच सगळे निर्णय घ्यावे लागतील. माझ्या परीनं जेवढं काही कायदेशीर करता येईल तितकं मी केलंय.

"तुला अजूनही पुरेसे अधिकार मिळालेले नाहीत असे वाटत नसेल, तर मी तुला लागेल ते साह्य करीनच; परंतु माझं साह्य शाब्दिक असणार. या स्टुडिओचं– कारभाराचं परंपरागत वैभव कायम ठेवणं तुझ्या हातात आहे." आणखीही काही ते बोलले. मी उत्तरे दिली आणि सभास्थानी गेलो.

स्टुडिओ फ्लोअर नंबर एकमध्ये सभा आयोजित केलेली होती. शेवटी विश्वामित्री जगातला हा व्यवहार होता आणि कोणतीही गोष्ट राजहंसच्या परंपरेनुसारच व्हायची होती. म्हणजे सभास्थान शृंगारलेले असणारच, पण ते इतके नेटके शृंगारलेले असेल, असे वाटले नव्हते. एका उच्च फ्लॅटफॉर्मवर चार मखमली खुर्च्या मांडलेल्या होत्या. सारा फ्लोअर फुलांनी शृंगारलेला होता. समारंभाचे दृश्य व शब्द टिपण्यासाठी कॅमेरा आणि रेकॉर्डिंग बूथ सज्ज होते. खुर्च्यांची मांडणीसुद्धा अगदी आखीव होती. कामगारांपैकी माझा फारसा ओळखीचा नसलेला, बहुश: पुढारी असलेला एक कामगार स्वागतासाठी दरवाजापाशी उभा होता. आम्ही पोचताच आम्हा तिघांच्याही गळ्यात हार घालण्यात आले. आमच्या आसनावर आम्ही जाऊन बसताच ही चौथी खुर्ची कुणासाठी, हा मला प्रश्न पडला. मेघनेसाठी का चंद्रकलेसाठी? पण तो अंदाज चुकला. कॅमेऱ्याजवळ दादाजी उभे आहेत आणि काही सूचना करीत आहेत, असा एक देखणा फोटो कला विभागाच्या थत्त्यांनी तेवढ्यात खुर्चीत आणून ठेवला. माझ्या हातात एक हार आणून दिला. हार अर्थात दादाजींना आवडणाऱ्या पांढऱ्या शुभ्र गुलाबांचा होता. सांगायची गरजच नव्हती– तो हार दादाजींसाठीच होता, हे उघड होते. फोटोला तो हार घालताच सर्वांनी कडाडून टाळ्या वाजविल्या. चार-दोन जुन्या माणसांच्या डोळ्यांतून पाणीही आले. नैसर्गिकरीत्या काळ्यांकडे सभेचे नेतृत्व होते.

काळे माईकसमोर उभे राहिले आणि म्हणाले, "आपण सारेच गेले वर्षभर अस्वस्थ मन:स्थितीत काढले आहेत; पण ती अस्वस्थतता आता संपुष्टात आली आहे. आमच्या विनंतीला मान देण्यासाठी नव्हे किंवा खरे म्हणजे तुमचे प्रश्न सोडविण्यासाठीही नव्हे; आज या साऱ्या कारखान्याची जिम्मेदारी राघव यांनी जी घेतली ती दादाजींचा मानसपुत्र म्हणून, दादाजींचे ऋण फेडण्यासाठी. कलावंताचा वारसा हा रक्ताच्या नात्यातून मिळतोच, असं नाही. तो मिळतो कलेच्या आविष्कारातून. राघवनं दादाजींच्या बरोबर अनेक वर्षं काम केलं. त्याला दादाजींचं सर्व कर्तृत्व माहीत आहे. एवढंच नव्हे, तर त्यांच्याकडूनच त्यानं चित्रपटविद्या हस्तगत केली आहे. दादाजी राघवला किती मानत असत, हे मी

सांगायला नको आणि राघव दादाजींना किती मानत होता, आपण हेही जाणता. आता एक कर्तबगार चित्रपटनिर्माता, लेखक, दिग्दर्शक या नात्यानं स्वत:ची कीर्ती आणि संपत्ती मिळविलेल्या माणसाच्या हाती आपण राजहंस कलामंदिराचं भवितव्य देत आहोत. त्याला सर्व तऱ्हेचे कायदेशीर अधिकार आम्ही ट्रस्टींनी दिले आहेत. जेवढा दादाजींकडे अधिकार होता, तेवढाच अधिकार आता राघवकडे राहील. मला उमेद आहे की, दादाजींना तुम्ही जशा निष्ठा दिल्यात, आपुलकी दिलीत आणि त्यांचा शब्द देवाचा शब्द मानलात, तेच तुम्ही राघवबद्दल यापुढे कराल. मी माझे आशीर्वाद त्याला दिलेलेच आहेत. राघवचं आणि दादाजींचे जे पिता-पुत्राचे नाते आहे, ते लक्षात ठेवून योग्य तसे आपण वागावं, एवढी विनंती करतो आणि राघवच्या हाती या कारभाराची सूत्रे देतो.''

दिसायला तसे हे औपचारिक भाषण असले, तरी याचा अर्थ समजण्याची क्षमता माझ्यात होती. दादाजींचा पुत्र म्हणून जो उल्लेख केला गेला, त्याची जादू माझ्यावरही पसरली. माझ्या डोळ्यांत पाणी आलेच. क्षणमात्र मला बोलणेही सुचेना. चित्रपटाच्या जगात नानाविध मुखवटे धारण करावे लागतात; तसे ते आम्ही करतोही. पण मुखवट्यांच्या आत असणारे दाहक सत्य पत्करावेच लागते. मी सावरलो. दादाजी जसे माईक पुढे ओढून घेत तसा मी माईक पुढे ओढून घेतला आणि हलक्या आवाजात म्हणालो, ''आपल्या सर्वांच्या पुढे दादाजींचा आदर्श आहे. त्यांच्याच पायाशी बसून माझ्यासारख्या पुष्कळांनी चित्रपटकलेत प्रवेश केला. त्यांच्या माघारी त्यांची जागा घेणे शक्य नाही; ती माझी कुवतही नाही. पण त्यांचं हे राजहंस कलामंदिर सुस्थितीत ठेवणे आणि त्यांचं नाव या क्षेत्रात अजूनही दुमदुमत ठेवणं, हे मात्र आपल्या सर्वांच्या हाती आहे. मला जे काही सांगावंसं वाटतं, त्याचं सूत्र एका वाक्यात मी सांगीन. मीही तुमच्यासारखाच एक कामगार आहे; निदान होतो. मी हे जे थोडं-फार नाव मिळविलं ते दादाजींची शागिर्दी पत्करल्यामुळेच. ज्या पद्धतीनं तमिळ चित्रपटसृष्टीत यश मिळविले, त्या पद्धतीनं राजहंस कलामंदिराचं नाव मी उज्ज्वल करणार नाही; इथं दादाजींची शिस्त, योजनाबद्धता, कलाकार आणि तंत्रज्ञ यांच्याकडून हवे ते काम करून घेण्याची चतुराई या सर्वांची गरज आहे. मी माझ्या परीनं जरी खूप प्रयत्न केले तरी इथं जे खातेप्रमुख आहेत, त्यांचं साह्य घेतल्याशिवाय मला काहीही करता येणार नाही. दादाजी हे ऋषितुल्य गृहस्थ होते. श्रम, साधने आणि कलादृष्टी यांच्या जोरावर गेली किती तरी वर्षं त्यांनी चित्रपटसृष्टीत उच्चाधिकार मिळविला होता. पण ही कला बदलणारी आहे. नवनवीन आधुनिक यंत्रसामग्री

येतीय. चित्रपट निर्माण करण्याची प्रेरणाही बदलते आहे. यामुळे केवळ दादाजींचं अनुकरण करून किंवा तसेच चित्रपट काढून आपलं अस्तित्व टिकणार नाही. ही जरी एक व्यामिश्र कला असली, तरी ती धंद्याच्या तत्त्वानुसारच चालवावी लागेल. या बदलत्या कालखंडात सगळ्यांनाच आवडेल असं मी काही करू शकेन, अशी खात्री देता येत नाही. माझ्यावर तुमचा विश्वास असेल आणि दादाजींच्या इतकंच तुम्ही मला इमान दिलेत, तरच चाललेला स्वतंत्र व्यवसाय सोडून मी इथं येण्यात काही स्वारस्य आहे. दादाजींच्या इतका नव्हे, पण या क्षेत्रात मीही कुणीतरी आहे, याचे भान तुम्ही सदैव ठेवले पाहिजे. मला जर असं आढळून आलं की, मला हवा तो एकोपा आणि श्रद्धा इथं नाही; तर मी हे काम सोडून देईन. लोभ धरावा अशी एकच गोष्ट इथं आहे– ती म्हणजे, दादाजींनी मला पुत्रासारखं वागविलं... एवढंच नव्हे, तर मला इथं मॅनेजिंग ट्रस्टी म्हणून नेमून माझ्यावर विश्वास दाखविला आणि त्याहीपेक्षा माझ्या हातून आपला अंत्यसंस्कार व्हावा, अशी इच्छा व्यक्त केली. त्यांची जागा मी घेत नाहीय, घेऊ शकणार नाही; पण त्यांचे सर्व अधिकार जे मला नव्या अधिकारपत्रामुळे मिळाले आहेत, ते मला वापरता आले पाहिजेत. अशा तऱ्हेचं सहकार्य मला मिळू शकलं, तरच राजहंसची कीर्ती केवळ भारतातच नव्हे, तर विश्वातही मी दुमदुमून दाखवीन.

"आजपर्यंत तुटपुंज्या पगारावर तुम्ही अत्यंत आनंदानं हे काम करीत राहिलात. बदलत्या काळानुसार पगारात वाढ होईल. निवृत्तिवय होऊनही जे कामगार आणि तंत्रज्ञ इथं काम करताहेत, त्यांचा स्वतंत्र विचार केला जाईल. जे हंगामी रोजंदारीवर असणारे कामगार आहेत, त्यांची आवश्यकता असेल तर त्यांना कायम केलं जाईल. कामचुकार माणसाची इथं गय केली जाणार नाही. जे दादाजींच्या काळात कारभाराचं सूत्र होतं, तेच पुढे चालू राहील. कलाविभागातील थत्त्यांसाठी उद्या कोणता सेट लावायचा, त्यांच्या स्वतंत्र सूचना आज मिळतील आणि उद्यापासून नव्या चित्रपटाचं शूटिंग चालू होईल. माझ्याबरोबर चित्रपटविद्येचे धडे घेतलेले सदाशिव माने यांच्याकडे चित्रपटाची सूत्रे असतील. स्क्रिप्ट तयार आहे. त्यात बदल करायचे आहेत, ते मी तातडीने करून घेईन. हा चित्रपट नव्वद दिवसांच्या शूटिंग शेड्युलमध्ये पुरा झाला पाहिजे. यासाठी सर्वांनाच कामाची पराकाष्ठा करावी लागेल. जवळपास वर्षभरापर्यंत राजहंसची म्हणून काहीही निर्मिती झालेली नाही आणि वेगवेगळ्या कारणांनी स्टुडिओही बंद होता. त्यामुळे आपल्यापुढे आर्थिक अडचणी उत्पन्न झालेल्या आहेत. याही परिस्थितीत

मी सरसकट वीस टक्के पगारवाढ जाहीर करीत आहे. शिवाय एक महिन्याचा बोनस मिळेल; पण तो आपण हाती घेतलेला हा चित्रपट पूर्ण झाल्यानंतर मिळेल. एवढं आश्वासन आपल्याला पुरेसं असेल, असे मी समजतो. त्यातूनही प्रत्येकाच्या जबाबदाऱ्या व उपयुक्ततेचा विचार करून स्वतंत्रपणे प्रत्येकाची केस हाताळली जाईल. मी मुंबईत कायमचा राहू शकेन, असं नाही. पण माझं वास्तव्य जास्तीत जास्त काळ मुंबईत राहील. दर शनिवारी संध्याकाळी इथं सर्व खातेप्रमुखांची बैठक होईल. प्रत्येक खात्यानं आपल्या खात्यातील अडी-अडचणी त्या वेळेस सांगायच्या आहेत. शक्य तितकी ज्येष्ठ सहकाऱ्यांशी सल्ला-मसलत मी करेन. आपण ध्यानात ठेवले पाहिजे की, अंतिम निर्णय हा माझाच असेल आणि माझा निर्णय जोपर्यंत मानला जाईल, तोपर्यंतच इथं कोणाही कामगाराला राहता येईल. हे सारं तुम्हाला कबूल असेल, तरच माझ्या इथं येण्याचा उपयोग आहे. प्रत्येक खातेप्रमुखानं आता येऊन ही नवी व्यवस्था मान्य आहे, असं आश्वासन द्यायचं. ज्या कुणाला राजहंस कलामंदिर सोडून जायचं असेल, त्याचे कायद्यानुसार मिळणारे सर्व पैसे एकरकमेनं त्याला मिळतील. कुणावरही सक्ती नाही, कुणावाचून इथं अडणार नाही. तेव्हा आपण कलामंदिर सोडण्याची धमकी दिलीत, तरी त्याचा काहीही परिणाम होणार नाही. मी या सर्व पसाऱ्याचा मालक नाही, तर रक्षक आहे, या गोष्टीचा तुम्ही विसर पडू देऊ नका.''

मी हे सारं नम्रतेनं सांगितल्याचा आविर्भाव आणला असला तरी त्यातील ठाशीवपणामुळे सर्वच जण काही काळ नि:स्तब्ध झाले. त्यांच्या एक गोष्ट लक्षात आली की, नव्या व्यक्तीचा कारभार सुरू झाला, तरी पूर्वीची इथली परंपरा मोडली जाणार नाही. एवढेच नव्हे, तर माझ्या अधिकाराला आव्हानही देता येणार नाही. नोकरीची शाश्वती मिळाली असली तरी ती टिकविण्यासाठी आपल्याला पूर्वीच्याच एकतानतेनं इथं राबलं पाहिजे. सप्रेंना खुणावून मी पुढे बोलावले. त्यांच्याशी माझे काही बोलणे झालेले नव्हते, पण त्यांनी मला हवे तसे सहकार्याचे जाहीर आश्वासन दिले. त्यांचीच 'री' इतर खातेप्रमुखांनी ओढली. सभेचे काम खरे तर संपलेलेच होते. काळे आणि सप्रे संतुष्ट झाले होते. उद्याच्या उद्या वाढीव पगाराचे ओझे पडणार होते, तरी पण त्याची चिंता करण्याचे कारण नव्हते. राजहंस कलामंदिराची बाजारात चांगली पत होती. माझ्याही हिमतीवर पाच-पन्नास लाख उभे करणे शक्य होते. राजहंस कलामंदिराचा रुतलेला गाडा आता चालू होणार होता. सभा संपली आहे, असे मी जाहीर केले. सर्व खातेप्रमुखांना थांबायला सांगितले. सर्वांच्या चहाची सोय केलेलीच होती. चहा

घेता-घेता मी सहज वेगवेगळ्या कोंडाळ्यांतून फेरफटका मारला. नाव घेऊन चौकशी केली; तेव्हा माझ्या लक्षात आले की, सर्वांचा माझ्यावर विश्वास आहे. मीच हे गाडे मार्गाला लावीन, याबद्दल कुणाच्याही मनात संदेह नाही. याहून मला काही नकोच होते.

सभा संपवून मी सप्रे यांच्या खोलीत आलो, तेव्हा सर्व खातेप्रमुख जमले होते. प्रत्येकाला उद्या काय काय लागेल याची मी सूचना दिली. तयारीसाठी पुरेसा अवधी मिळावा म्हणून संध्याकाळी पाच वाजता मुहूर्ताचा शॉट घ्यावा, असे ठरले. केवळ मुहूर्ताचा शॉट घेऊन भागण्यासारखे नव्हते. नायक, नायिका आणि इतर नट या सगळ्यांची नेमणूक व्हायची होती. गाणी लिहून घ्यायला हवी होती आणि ती चार-आठ दिवसांच्या आत रेकॉर्डही व्हायला हवी होती. चित्रपटकथेत दुरुस्त्या तर करणे भागच होते. रॉ स्टॉक आणि इतर काही तांत्रिक बाबी पुऱ्या करायच्या होत्या. बाकीच्या एकेकाला मी जायला सांगितले. मी आणि सप्रे दोघेच राहिलो. त्यांना घेऊन मी माझ्या फ्लॅटवर आलो. सप्रे इथेच जेवणार आहेत, अशी सूचना नोकरांना दिली आणि आम्ही दोघेही स्टडीत जाऊन बसलो. बसताक्षणीच मी सप्रे यांना काय काय करायचे आहे याची यादी सांगू लागलो, दादाजींच्या पद्धतीने. तेही बरोबर आणलेल्या नोटबुकात त्याची टिपणे करू लागले.

चित्रपटव्यवसायात सारी हयात घालविली असल्याकारणाने थोडा अवधी देऊनही कोण कोण माणसे मिळू शकतील, याची जाण दोघांनाही होती. त्यामुळे कंपनीचे संगीत-दिग्दर्शक जरी नाईक असले तरी आता ते खूप वयस्कर झाले होते. म्हणून त्यांच्याऐवजी अलीकडेच लोकप्रिय होऊ लागलेल्या सनत देसाईंना संगीत दिग्दर्शनाचे काम द्यावे, ही कल्पना ताबडतोब मान्य झाली. चार-दोन गीतकारांची नावे निघाली. पण विषय लक्षात घेऊन प्रदीपजींचीच नियुक्ती पक्की करायचे ठरले. एक तर हा माणूस चेंगट नव्हता, दिलवाला होता. क्रांतिकारकाच्या जीवनावरील चित्रपटात शोभतील अशी गीते रचण्यात त्यांचा हातखंडा होता. चित्रपटकथेत जे बदल करायला हवेत, ते माझे मीच करणार होतो. प्रमुख पात्रांची निवड करताना मात्र खूप अडचणी येणार होत्या. कारण लोकप्रिय कलाकार हे बिझी शेड्युलमध्ये अडकलेले असणार आणि नव्या कलाकारांचा धोका पत्करता येणार नव्हता. नायिकेच्या कामासाठी चंद्रकला चालली असती; पण तिला या चित्रपटासाठी घ्यायचे नाही, असे मी ठरविले होते. नायक-नायिकांच्या भूमिका पक्क्या ठरल्याखेरीज इतर भूमिका ठरवून फायदा नव्हता

आणि इतर भूमिका करण्याजोगते काम कंपनीतला कोणताही पगारी नोकर पार पाडू शकला असता. इथे माझ्या मद्रासमधील कार्यक्षेत्राचा उपयोग झाला. मद्रासी नट आणि नट्या माझ्या पहिल्याच राजहंस बॅनरच्या चित्रात लोक चालवून घेतील किंवा काय, याची मला शंका होती. पण अन्य पर्याय नव्हता. तमिळी कलावंतांशी माझी घसट होती. त्यांना मी केव्हाही आज्ञा करू शकत होतो आणि ती आज्ञा आनंदाने पाळली गेली असती. शिवाय पहिल्याच हिंदी चित्रपटात काम करायला किती तरी जण उत्सुक होते. शेवटी राहुल नायर या उगवत्या नटाला नवे नामांतर करून संधी द्यावी आणि त्याच्याच बरोबर तमिळमध्ये गाजलेल्या पद्मिनीला हिरोईन करावी, या निर्णयाप्रत आम्ही आलो. माझ्या चालू तमिळ चित्रपटात दोघेही काम करीत होते. त्यांनाही अन्य चित्रपटांची कामे होती– विशेषत: पद्मिनीला. परंतु माझे स्नेही असणारे अन्य तमिळ निर्माते सहकार्य करतील, या खात्रीने सर्व शेड्युल आम्ही पक्के केले. मग एकेकाला फोन करून तातडीने त्यांच्याशी संपर्क साधण्याचा प्रयत्न सुरू झाला. फारसे व्यत्यय आले नाहीत. राजहंस कलामंदिराच्या बॅनरवर आपण काम करतो आहोत, याचा प्रत्येकाला आनंद झाला. आपापल्या हातातली कामे दूर ठेवून सर्वांनी सहकार्य करण्याचे मान्य केले. मानेलाही मी चर्चेसाठी आता बोलवायला हवे होते, कारण इतर लहान-सहान पात्रांची निवड त्याच्यावरच सोपविणे सोईचे होते. माने कुठे राहतो, हे मी सप्रे यांना विचारले आणि त्याच्याकडे गाडी पाठवून त्याला बोलावून घेता येईल काय, असे म्हणताच ते हसले आणि म्हणाले, ''माने अजून स्टुडिओतच असेल.'' आणि खरोखरीच तो होताही. आपल्याला हा चित्रपट जवळपास एकट्याने दिग्दर्शित करायला मिळणार आहे, या कल्पनेनेच तो हरखून गेला होता. तो आल्यानंतर काम आणखी सोपे होत गेले.

ही आमची चर्चा चालू असताना अधून-मधून कॉफी येत होती. नऊ-साडेनऊ वाजायची वेळ आली. अजून मेघनेचा आणि चंद्रकलेचा पत्ता नव्हता, म्हणून मी जरा संतापलो. चौकशी केली तेव्हा कळले की, त्या अलिबागला गेल्या आहेत. पण ही विचारणा चालू असतानाच त्या धावत-पळत उत्साहाने आमच्यासमोर येऊन उभ्या राहिल्या आणि मला बोलायची संधी देण्याच्या आत मेघना म्हणाली,

''तुम्हाला सांगितल्याशिवाय इतका वेळ मी दूर राहिले म्हणून रागावला असाल; नाही?''

''ही काय पद्धत झाली? माणसानं समजायचं तरी काय? आज खरं तर

तुम्ही दोघीही हजर असायला हव्या होतात.''

मेघना नुसतीच हसली आणि म्हणाली, ''दुसऱ्याच्या राज्यात अकारण लुडबुड करू नये, असं बाई म्हणाल्या; ते मला पटलं. एक तर तुम्हाला खूप गोष्टींचे निर्णय घ्यायचे होते, त्यासाठी वेळ हवाच होता. माझी उगाचच तिथं लुडबुड झाली असती. बाई म्हणाल्या की, अलिबागचं घर तर पाहा आणि खरं सांगू? त्यांचं मन मला मोडता येईना. आपखुशीनं त्या हे सर्व सोडून जवळपास विजनवासात जाणार आहेत. मला 'नाही' म्हणवलंच नाही. शिवाय कामात मग्न असलात की, तुम्हाला कसली शुद्ध राहत नाही. आमची तुम्हाला आठवण झाली, ती बहुधा जेवणाची वेळ झाल्यामुळेच.''

मला एकदम हसू आले. इतका वेळ मेघना माझ्यापासून दूर होती, तेव्हा काही मला तिची आठवण झाली नव्हती आणि आठवण झाली ती नेमकी जेवणाच्या वेळेसच- ही गोष्ट काही खोटी नव्हती.

''मी म्हणते ते खरं ना?'' मेघना म्हणाली, ''पण तुम्ही चिंता करू नका. आज रात्री तुमची बैठक असणार, उत्तम जेवण करावं लागणार- हे सारं आम्ही गृहीतच धरलं होतं. तुम्हाला आवडणारं मटण तर बाईंनी बरोबर करून आणलेलंच आहे आणि बाकीचीसुद्धा तयारी व्हायला अर्ध्या तासाहून अधिक वेळ लागणार नाही. तोपर्यंत तुमचं संध्याकाळचं आचमन घ्यायला हरकत नाही. तीही व्यवस्था मी केलीय.''

मी मितपान करीत असे. पण दादाजींच्या ह्या वास्तूत मद्यपान करण्याची कल्पना मला कशीशीच वाटली. दादाजी निर्व्यसनी तर होतेच, पण स्टुडिओतले त्यांचे बहुतेक सर्व सहकारी निर्व्यसनीच होते. नाही म्हणायला सप्रे माझ्याबरोबर कधी कधी गुप्तपणाने बिअर घेत असत. तत्परतेने आणि चापल्याने मेघनेने सारा सरंजाम मांडून दिला. कुणाही नोकराच्या मदतीशिवाय मग आमच्या गप्पा पुढे चालू झाल्या.

-०-०-०-

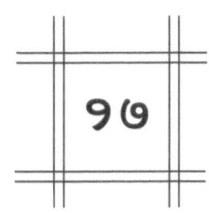

१७

चित्रपटांची दुनिया मायावी आहे. खरे काय आणि खोटे काय, हे इथे कळत नाही. वर्तमान हे इथे फक्त सत्य असते. कालच्या कीर्तीपुढे माणसे नम्र होतात. आपल्या भविष्याचे मनोरे बांधीत यश खेचून आणणारे नशिबवान थोडे. उद्याच्या आशेवर जगत राहिलेले लोक शेकडो. काही माणसे तर आयुष्यभर ही स्वप्ने उराशी बाळगत आपले आयुष्य फुकट घालवतात. इथे मंत्रचळेपणा तर अनावर असतो. चित्रपटांचे नाव किती अक्षरांचे असावे, कोणत्या आद्याक्षराचे असावे, मुहूर्ताचा शॉट कोणता असावा, कोणते नट अवलक्षणी आहेत आणि कोणाचा हातगुण यशस्वी आहे, रिलीजची तारीख कोणती, कोणत्या चित्रपटगृहात प्रिमियर करायचे– या सर्व गोष्टी इथे भाविकतेने विचारात घेतल्या जातात. दादाजींचा एक सुखद अपवाद सोडला; तर बाकी साऱ्या चित्रपटसृष्टीत ज्योतिषी, मांत्रिक, कुंडली, मुहूर्त, हातगुण या साऱ्या गोष्टींचे वर्चस्व होते. दादाजींमुळे मी ही भाबडी भाविकता कधी मानली नाही. चांगले काम करण्यासाठी मुहूर्ताची आवश्यकता नाही, असे मनाने मानलेले असल्यामुळे मी घाईगर्दीने उद्या नव्या चित्रपटाचा मुहूर्त करण्याची घोषणा केली. खूप मोठी तयारी बाकी होती. 'राजहंस'ची प्रतिष्ठा, माझी वैयक्तिक पत आणि सप्रे यांचा व्यवस्थापकीय अनुभव या साऱ्या गोष्टींमुळे अशक्य ते शक्य झाले.

राजहंस कलामंदिरामधील संप मिटला. कलामंदिर पुन्हा चालू झाले आणि माझ्या नेतृत्वाखाली नवा चित्रपट निर्माण होऊ लागला– या साऱ्या गोष्टींना वृत्तपत्रांनी खूप प्रसिद्धी दिली. शूटिंगला अजून वेग यायला हवा होता तसा आलेला नव्हता. कारण कलाकार निवडण्यात, त्यांच्याकडून चोख अभिनय करून घेण्यात वेळ जातच होता. एक गोष्ट माझ्या लक्षात आली की, एकदा निर्मितीची नशा चढली की, झपाटल्यासारखे होते. आपण एकटेच झपाटत नाही; तर सारा स्टुडिओ झपाटला जातो. मेघना

यापुर्वी कधी शूटिंग पाहायला आजपर्यंत आली नव्हती. पण आता ती जास्तीत जास्त वेळ स्टुडिओ फ्लोअरवर काढीत होती. चंद्रकला मुहूर्तानंतर दुसऱ्या दिवशीच अलिबागला गेली होती.

ज्या दिवशी मी स्टुडिओचा ताबा घेतला आणि कामगारांच्या समोर भाषण केले, त्या रात्री चर्चा, मद्यपान पुष्कळ वेळ लांबलेले होते. साडेबारा-एक वाजता सप्रे, माने गेले. स्वयंपाकगृहाची आवरासावर करण्याचे काम चंद्रकलेने आपल्या हाती घेतले होते आणि जवळपास आम्हाला बेडरूममध्ये ढकलून दिले. मी थकलोही होतो आणि उद्याचे काम मला पेलायचे होते. खरे म्हणजे श्रमापेक्षा जबाबदारीने मी जास्त थकलो होतो. नव्या बेडरूमचे कौतुक करण्याचे, उत्तेजित होण्याचे मला सामर्थ्यही नव्हते. मी अंथरुणावर विसावलो... आणि कपडे बदलून– खरे म्हणजे कपडे काढून मेघना माझ्या कुशीत आली. माझ्या कर्तृत्वाचे क्षितिज वाढलेला हा पहिला दिवस होता; तिला तो साजरा करायचा होता. अगदी हनिमूनच्या पहिल्या रात्रीपासून गेली कित्येक वर्षे शरीराने आणि मनाने आम्ही एकत्र आलो होतो. तीन अपत्यांचे ओझे तिने फुलासारखे झेलले होते. पण तिच्या हालचालींत कसलाही कोमटपणा आलेला नव्हता. तिने आपला देह काळजीपूर्वक टवटवीत राखला होता. अनेक प्रलोभने माझ्या आयुष्यात येऊनही, तिच्याबद्दलचे माझे आदरमिश्रित आकर्षण तिने टिकवून धरले होते. माझी मर्मस्थळे तिला ठाऊक होती. माझ्यातील पुरुषाला तिने सदोदित चेतविले होते आणि तिच्या देहाचा स्पर्श अजूनही मला चेतवू शकत होता. ती आली आणि माझ्या कानाशी ओठ नेत म्हणाली, ''तुम्ही आज फार दमलात!''

मी काहीच बोललो नाही. ती माझ्या केसांतून हात फिरवीत होती. ओठ जवळ आणीत होती. नको तिथे स्पर्श करीत होती. तिच्या ओठांचा ओला स्पर्श हळूहळू मला चेतना देत होता. फक्त स्पर्शाने आमचे बोलणे चालू होते. निरंतर वाटचालीत ओळखीचा असलेला स्पर्श सारे उन्मत्त क्षण साक्षात समोर उभे करीत होता. देहातील प्रत्येक इंद्रियाला स्वतःचा असा चैतन्यधर्म आहे. चतुर स्त्रीला त्या-त्या चैतन्यधर्माची ओळख असेल, तर प्रत्येक अवयवाला भोग देता आणि घेता येतात. जितकी देण्याची उत्कट इच्छा, त्याहून अधिक मिळत राहते. रतिसुख हे क्लांत करणारे असते; पण हेच आयुष्याच्या अंधारवाटा उजळून टाकणारेही असते. सुखप्राप्तीचा उत्कट क्षण योग्य त्या समेवर आला, तरच खरी दाद मिळते. दोन्हीही प्रदीप्त इच्छा एकत्र झाल्या, तर उत्कट असा आनंद मिळतो. दुसऱ्याच्या प्रदीप्त आकांक्षेत विरघळून जाण्यातच सर्व मजा असते.

इतकी वर्षे झाली तरी मेघनेला मी पुरेसा ओळखू शकलो आहे, असे मला वाटत नव्हते. शरीरधर्माने, प्रपंचाने, लहान-मोठ्या सहजीवनाने स्त्री-पुरुष कितीही एकत्र आले; तरी काही कप्पे अज्ञातच राहतात. मनुष्य सर्वार्थाने समजून घेणे अशक्यच असते. जरा हालचाल झाली की, कॅलिडिओस्कोपमधली केवळ आकृतीच बदलत नाही, तर रंगसंगतीही बदलते. ओळखीचे चित्र अपरिचित होते आणि अपरिचित चित्रांची नवी ओळख पटते. एक अध्याय संपलाय असे वाटते, तोवर दुसरा अध्याय सुरू होतो.

सर्वार्थाने तृप्त करून माझ्या अंगावर पातळसे पांघरूण घालून पाठमोरी होऊन मेघना झोपली होती. पण मला मात्र त्या क्षणी असे वाटले की, शेजारच्या खोलीतली चंद्रकला आता काय करीत असेल? वास्तविक, हा विचार माझ्या मनात यायला नको होता; पण तो आला. माझ्यावर एके काळी स्वामित्व निर्माण करू पाहणारी चंद्रकला अशीच माझ्या कुशीत झोपलेली असे. पण त्यानंतर माझा हात तिच्या पाठीवर असावा, अशी तिची नेहमी इच्छा असे. स्पर्शाचे अनाकलनीय गूढ संपून गेलेल्या क्षणानंतर खरे तर तिला माझा स्पर्श कशासाठी लागायचा? कदाचित असे असेल की, ज्या स्पर्शाच्या पुलावरून एकमेकांकडे आम्ही चालत जात असू, तो स्पर्शाचा पूल मधेच तुटावा– हे तिला आवडत नसावे. सकाळी जाग आल्यानंतरसुद्धा ती माझा हात पाठीवर आहे की नाही, ते पाही. नसला, तर ती तो ओढून आपल्या वक्षावर घेई. ती चंद्रकला चार हातांच्या अंतरावर असलेल्या खोलीत झोपलेली होती. तिला झोप आली असेल का? का ती या खोलीतला प्रत्येक आवाज कानाने टिपत असेल? प्रत्येक घटना डोळ्यांपुढे आणत असेल? का, मनाने ती माझा भोग घेत असेल?

या विचाराने मी मात्र एकदम दचकलो; कारण गेल्या कित्येक दिवसांत तिची अलिप्तता आणि माझ्याबद्दलचा कोरडेपणा मी अनुभवला होता. माझ्याबद्दलची तृष्णा तिच्या डोळ्यांत प्रगट झालेली नव्हती. दादाजींशी ती मनाने एकरूप झालेली आहे, अशीच तिची चालचलणूक होती. एवढेच कशाला– ती माझ्यापासून प्रतिक्षणी दूर जात होती, संपर्क टाळत होती. मेघनेला विश्वास वाटावा म्हणून तिने हा निर्णय घेतला, का खरोखरीच तिने मनातून मला पुसून टाकले होते? माझ्या मनात हे विचार येत असताना मला झोप केव्हा लागली, हे कळलेही नाही.

आठ दिवसांनंतर मेघना मद्रासला गेली. मी नव्या चित्रपटात अगदी बुडून गेलो. इतक्या वेगाने सारे काही घडत होते की, त्यात कसलाही दुसरा विचार

सुचत नव्हता. पब्लिसिटी, प्रॉडक्शन, डिस्ट्रीब्युशन, म्युझिक, फायनान्स हे सारे प्रश्न माझ्यापुढे नवनवी आव्हाने उभी करत होते. पण माझ्या लक्षात एक गोष्ट आली की, ती म्हणजे– निग्रहाने तुम्ही एखादी गोष्ट करू लागलात की, एरवी कठीण वाटणाऱ्या गोष्टीसुद्धा सोप्या वाटू लागलात. शरीराची इतकी दमणूक यापूर्वी मी कधीच केली नव्हती. कामगारही माझ्या झपाट्यावर खूश होते. सारे कसे सुरळीत चाललेले होते. रोजचे प्रत्यक्ष चित्रण लगेचच्या लगेच लॅबोरेटरीत जाई आणि मला त्याचा परिणाम दुसऱ्या दिवशी सकाळी पहायला मिळे. लगेच मी प्रदीपजी, माने आणि सप्रे यांना रशप्रिंट्स दाखवी. कमी-जास्त झाले असेल, तर लगेच सुधारून घेई. पहिला सेट संपला की, लगेच दुसरा सेट सुरू होई आणि ही गती चित्रपट पूर्ण होईपर्यंत अखंडपणे चालली. नवा नायक राहुल नायर याने पद्मिनीपेक्षा अधिक चांगले काम केले आहे, असे माझे मत झाले. तीन-साडेतीन महिन्यांच्या अवधीत पूर्ण लांबीचा चित्रपट तयार करून मी जवळपास एक विक्रम केला होता.

माने एडिटिंगमध्ये वाकबगार होताच. शिवाय चित्रपटाचे बरेचसे चित्रण त्यानेच केले होते. चालती गाडी प्रतिसरकारने लुटल्याचे जे दृश्य होते, ते मी एका इंग्रजी चित्रपटावरून घेतले होते. त्यासाठी विक्रोळीला असलेल्या सायडिंगचा आम्ही उपयोग केला होता. रेल्वेनेही आम्हाला सहकार्य दिले होते. त्याचप्रमाणे उमरीच्या बँकेवरील दरोड्याचा प्रसंगही बेचाळीसच्या चळवळीतील जे क्रांतिकारक नाना पाटील, लाडमास्तर हयात होते– या सर्वांना आणून चित्रित केला होता. नायक राहुल आणि पद्मिनी ह्यांच्या प्रणय प्रसंगात कोठेही शारीरिक लगट किंवा उथळ प्रेमसंभाषण यांचा वापर केलेला नव्हता. तरीही ते प्रसंग काव्यात्मकतेने चित्रण करताना प्रदीपजींचे सहकार्य मला लाभले होते. त्यांची गाणी नेहमीच प्रासादिक असत. या वेळेस तर चित्रपटात त्यांची इन्व्हॉल्व्हमेंट खूप झाल्याकारणाने एक उदात्त आत्माहुती असे रूप चित्रपटाला प्राप्त झाले होते. चित्रपटाला कुठेही प्रचारकी वास येऊ दिलेला नव्हता. सर्व लोकोत्तर नेत्यांच्या कर्तृत्वाची ओळख करून देणारे एक गीत प्रदीपजींनी लिहिले होते. त्यात झाशीच्या लक्ष्मीपासून टिळक, गांधी, नेहरू, सावरकर, भगतसिंग या सर्वांचा समावेश होता. हे गीत थोडेसे लांबट होईल, असे मला वाटले होते. पण त्या व्यक्तींच्या आयुष्यातील घटनांची जोड त्यांना दिल्यामुळे ते गाणेही परिणामकारक झाले होते. चित्र तयार झाले. ट्रायलसाठी मुद्दामच सर्व संपादकांना, मोठ्या कलावंतांना, राजकीय पुढाऱ्यांना आमंत्रण दिले होते. त्या सर्वांनी केलेली स्तुती सर्वार्थाने खरी धरायची

नसली, तरी नापसंतीचा सूर कोठेही दिसला नाही. शिवाय चित्रपटाचा खर्च फारच कमी, म्हणजे दादाजींच्याहीपेक्षा कमी झालेला होता. चित्रपटाचे रिलिज चौदाही प्रांतांत एकाच वेळेस होणार होते. पंतप्रधान नेहरू दिल्लीतल्या प्रिमियरला हजर राहणार होते. ठिकठिकाणच्या राजधान्यांत त्याच दिवशी होणाऱ्या प्रिमियरला कुठे मुख्यमंत्री, तर कुठे एखादा क्रांतिकारक हजर राहणार होता.

मध्यंतरीच्या इतक्या धामधुमीच्या शेड्युलमध्येही मद्रासला मला तीन-चार वेळा जाता आले. एक तर माझ्या व्यवसायाची ती गरज होती आणि मुलांचे फोन आले की, मला राहवतही नव्हते. मेघना तर रोजच फोन करी. सकाळी सकाळी सहा वाजता तिचा तो स्निग्ध आवाज, ते उत्तेजक बोलणे माझा एकटेपणा धुऊन टाकी. या कालखंडात मला कोणा स्त्रीची ओढ लागली नाही किंवा मद्याचीही नशा करावीशी वाटली नाही. गमतीची गोष्ट म्हणजे, चंद्रकला एकदा जी अलिबागला गेली, तेव्हापासून तिच्याकडून फोन आला नाही, निरोप आला नाही आणि ती स्वत:ही नाही.

चंद्रकलेला दिल्लीच्या प्रिमियरला घेऊन जावे, असे मेघनेने सुचविले; तेव्हा मला बरे वाटले. कारण माझ्या मनात तो विचार आलेला होताच. चंद्रकलेने स्टुडिओपासून किंवा पूर्वीच्या जगापासून जवळपास फारकत घेतली होती. अलिबागला ती एकटी कशी काय राहू शकते, याचे मला कुतूहल वाटायचे. बरे, तिने आपल्या आईला किंवा इतर कुणाला सोबतीसाठी बोलावून घेतले नव्हते. दादाजींचे हे रिट्रीट अलिबागला होते, याचा अर्थ ते प्रत्यक्ष अलिबागला नव्हते. अलिबागच्याही पुढे पाचसात मैलांवर दूर समुद्रकिनारी होते. मुख्य बंगला, नोकरचाकरांची निवासस्थाने, नारळीची एक छोटी बाग, इतर फुलझाडे– असे एक थोडे गर्दीपासून दूर आणि समुद्राला लागून ते स्थान होते. एकट्या स्त्रीने, तेही चंद्रकलेसारख्या स्त्रीने एकटीने राहावे, असे ते स्थान सुरक्षित नव्हते. अर्थात पाच-सात नोकर होते. गावही तसे दूर नव्हते; ते हाकेच्या अंतरावर होते. पण जवळपास संपूर्ण एकांतवास हीच खरी तिथली चैन आणि शोभा होती. मोटार होती, टेलिफोन होता. सर्व काही आधुनिक सुखसोई होत्या आणि त्याहीपेक्षा दादाजींचा ॲनिमल फार्महही होता. दादाजींना प्राणी पाळायचा शौक होता. पण मुंबईत त्या प्राण्यांची देखभाल करणे शक्य नव्हते. नाना तऱ्हेचे पक्षी तिथे होते, ससे होते. पण तिथले खरे वैभव म्हणजे अल्सेशियन जातीची कुत्री. दादाजींनी स्वत:साठी पिस्तुलाचा परवाना काढलेला होताच, पण ड्रायव्हरसाठीसुद्धा काढलेला होता. अशा या निर्जन, एकाकी घरात चंद्रकला दिनक्रम कसा चालवत असेल,

असा मला प्रश्न पडत असे. सप्रे यांचा तिच्या फोनवर संपर्क होत असणार. सप्रे कधी कधी सपत्नीक तिथे जातात, हेही माझ्या कानावर आले होते. मी आपणहून खोलात जाऊन चौकशीच करायची नाही, असे ठरविले असल्यामुळे तिचा विषय कधी निघाला नाही. आता तो प्रथमच निघाला. या चित्रपटाच्या दिल्लीतल्या प्रिमियरसाठी तिने यावे असे मी सुचविले, तेव्हा त्यांच्या चेहऱ्यावर प्रसन्नता आली. ते म्हणाले, ''हे काम माझ्याकडे द्या. त्या येतील. आपण जर दोघे अलिबागला गेलो, तर त्यांना आनंद होईल. पण तुम्हाला सवड नसेल, तर मी जाऊन त्यांना घेऊन येतो.'' वास्तविक, मला सवड नसायला काय झाले होते? तरीपण मी माझे मन आवरले.

प्रिमियरला जाण्यासाठी विमानाची तिकिटे बुक झाली. मेघनाही मद्रासहून आली. मद्रासमधला माझा असिस्टंट गणेशन यानेही यावे, असे ठरले. सप्रेंची येण्याची इच्छा होती. पण मुंबईतल्या प्रिमियरची व्यवस्था पाहण्यासाठी कुणी तरी मुंबईत राहणे आवश्यक होते. मी, मेघना आणि चंद्रकला दिल्लीला गेलो. चंद्रकला जेव्हा मुंबईत पोचली, तेव्हा मेघना आलेलीच होती. चंद्रकलेत एक विलक्षण बदल झालेला मला दिसला. पूर्वीपेक्षा ती अधिक गंभीर झाली होती, अबोलही झाली होती. तिच्यात संन्यस्त वृत्ती मला जाणवली. पूर्वी तिचे अस्तित्व जितके चैतन्यदायी वाटे, तसे ते आता उरलेले नव्हते. मेकअप ती पूर्वीही फारसा करीत नसे; आता तर तिने तो पूर्णतया सोडून दिला होता. ती अधिकच सडपातळ झाल्यामुळे तिच्या सौंदर्यात अजूनही कुठलीही उणीव निर्माण झाली नव्हती. उलट, तिच्या व्यक्तिमत्त्वाला एक धार आली होती. मेघना आणि ती जिवाभावाच्या मैत्रिणीसारख्या बोलत होत्या. हॉटेल कॉंटिनेंटलमध्ये आम्ही राहणार होतो. तिथे दोन खोल्या बुक केलेल्या होत्या आणि मेघनेच्या सूचनेवरून ती आणि चंद्रकला एका खोलीत राहिल्या आणि मला मात्र एकट्याला खोलीत तळमळत झोपावे लागले.

दुसऱ्या दिवशी सकाळी दिल्ली सर्किटचा आमचा प्रतिनिधी कन्हय्यालाल जेव्हा आम्हाला भेटायला आला, तेव्हा त्याच्याबरोबर एक चुणचुणीत मुलगा होता. तो कोण, हे मला थोडा वेळ समजलेच नाही; पण चंद्रकलेने जेव्हा उचलून त्याला वक्षाशी भिडविले, तेव्हा एक वास्तवाची जाणीव माझ्या मनाला भिडली. हा दादाजींचा– म्हणजे माझा मुलगा होता! ज्याला हे रहस्य माहीत होते, त्यालाच फक्त त्याच्यात आणि माझ्यात असणारे साम्य समजले असते. अजिंक्यची आणि माझी तशी ओळख झालेलीच नव्हती. त्यामुळे त्याच्या लेखी

मी जवळपास अपरिचित होतो. मी त्याला कौतुकाने जवळ घ्यायला गेलो, तेव्हा त्याने एकदम तोंड फिरविले आणि चंद्रकलेला तो अधिकच बिलगला. पण आम्ही ब्रेकफास्ट टेबलवर जेव्हा बसलो, तेव्हा मेघनेकडे मात्र त्याने झेप घेतली. मेघनेची आणि त्याची तरी कितीशी ओळख असणार? मुलांचे तसे काही सांगता येत नाही. काही माणसं आवडतात– काही आवडत नाहीत. मलाही त्याच्याशी जास्त जवळीक दाखविता येत नव्हती. पण लक्ष त्याच्याकडेच सारखे जात होते. दादाजींच्या मालमत्तेचा आज मी उपभोग घेत होतो; पण ही सारी संपत्ती या मुलाच्या मालकीची आहे आणि आज ना उद्या केव्हा तरी मला ती परत द्यायची आहे, हे त्याही अवस्थेत माझ्या मनात येऊन गेले.

दिल्लीचा प्रिमियर थाटामाटाने पार पडला. पंडितजींना चित्रपटाच्या विषयाची थोडीफार कल्पना दिली होती. त्यामुळे चित्रपट पाहताना ते रंगले. वास्तविक, मध्यंतरानंतर ते जाणार होते, पण त्या विषयाच्या ओढीमुळे त्यांनी पुढचे कार्यक्रम रद्द करायला लावले. चित्रपट संपताच ओलावलेल्या आपल्या डोळ्यांना त्यांनी रुमाल लावलेला मी पाहिला. या देशाचा पंतप्रधान, स्वातंत्र्यलढ्यात वावरलेला सेनानी, एक रसिक म्हणून त्यांची ही प्रतिक्रिया मोलाची होती. त्यांच्या चेहऱ्यावरच्या भावमुद्रा शक्य तितक्या वेळा आम्ही कॅमेऱ्यात टिपून ठेवल्या. भारावून जाऊन त्यांनी माझे आणि उपस्थित असलेल्या कलावंतांचे अभिनंदन केले. चंद्रकलेची आणि अजिंक्यची ओळख करून दिल्यावर त्यांनी अजिंक्याला चक्क उचलून घेतले. त्या क्षणाचाही फोटो आम्ही टिपला. आपल्या छोट्याशा भाषणात ते म्हणाले होते, ‘‘आपल्या स्वातंत्र्यलढ्यातील बेचाळीसची चळवळ हे एक अद्‌भुत पर्व आहे. अतुल स्वार्थत्याग करून आपण जे स्वातंत्र्य मिळविले, त्याचे इतक्या कलात्मक तऱ्हेने चित्रण चित्रपटसृष्टीत प्रथमच पाहायला मिळाले. या चित्रपटाचा सर्व देशातला करमणूक कर माफ केला आहे, असे जाहीर करताना मला अभिमान वाटतो.’’ दुसऱ्या दिवशी सकाळी नऊ वाजता त्यांच्या निवासस्थानी त्यांनी आम्हाला बोलाविले. माझ्या लेखी त्यांचे गौरवोद्‌गार हा एक अभूतपूर्व ठेवा ठरला.

त्या रात्री मात्र अजिंक्य व चंद्रकला एका खोलीत झोपले आणि मेघना माझ्या खोलीत झोपली. तिच्या डोळ्यांत माझ्याबद्दलचे कौतुक आणि अभिमान ओसंडत होताच. आम्हाला झोप अशी आलीच नाही. माझ्या कुशीत बिलगत ती सारखे काही तरी बोलत होती. जुन्या आठवणींना उजाळा देत माझे कौतुक कसे आणि किती करावे, हे तिला सुचत नव्हते. ती जेव्हा म्हणाली, ‘‘दादाजी

आत्ताचा प्रसंग पाहायला असते, तर तुमचा त्यांना किती अभिमान वाटला असता, नाही?'' मी म्हणालो, ''दादाजी असते, तर कौतुक त्यांचे झाले असते; माझे थोडेच झाले असते?''

''तेही खरेच आहे म्हणा. पण तुमचे गुण काय त्यांना माहीत नव्हते? याही चित्रपटात साह्यासाठी तुम्हालाच त्यांनी बोलावलंच असतं.''

''असतं किंवा नसतंही. पण जे काही यश मिळालं, ते त्यांच्या नावावर जमा झालं असतं. ते असताना माझ्याकडे कोण लक्ष देणार होतं?''

''मागे तुम्ही एकदा मद्रासचा पसारा आवरावा आणि मुंबईत यावे असे म्हणालात, तेव्हा मी अनुकूल नव्हते. पण आता मुंबईत कायमचं यायला माझी हरकत नाही.''

''इतक्या उतावीळपणानं हा निर्णय घेऊ नकोस. तुझा उत्साह मी समजतो आणि आज कायमचं स्थलांतर करायला अनुकूलताही आहे. पण राजहंस कलामंदिर हे काही आपल्या मालकीचं नाही. आज ना उद्या– केव्हा तरी अजिंक्य वयात आला की, त्याच्या स्वाधीन आपल्याला त्याची मालमत्ता करावी लागेल. त्या वेळी आपला स्वत:चा असा स्टुडिओ मुंबईत असायला हवा. त्याची जुळणी प्रथम करू दे आणि मग हा निर्णय आपण घेऊ. नाही तर आज चांगलं चाललेलं असताना आत्मघातकी निर्णय आपण घेतला, असं होईल. किती झालं तरी मद्रासला आपण गेलो आणि खऱ्या अर्थाने मला यश मिळालं. आपल्याला कुणी परक्यासारखं वागवलं नाही. आपलं भाग्य तिथंच उदयाला आलं. तिथला स्टुडिओ, चित्रपटनिर्मिती– किंबहुना, चित्रपटाचं जग हे सर्व माझ्या कर्तृत्वाचं फळ आहे. इथं लोक नेहमी दादाजींशी माझी तुलना करतील. आपण जरूर विचार करू, पण घाईघाईनं निर्णय घेण्यात काही अर्थ नाही.''

''पण आता तुमच्यापासून दूर राहायला माझ्या मनाचीच तयारी नाही.''

''मग माझी तयारी आहे, असं म्हणते आहेस की काय? खरं सांगायचं म्हणजे वय वाढत जातं, तसतसं आपल्या जिवाभावाची काळजी घेणारं माणूस आपल्याजवळ असावं, असं आपल्याला वाटतं. खऱ्याखुऱ्या अर्थानं या वयातच घराची खरी गरज समजायला लागते. घराचा डोह आठवणींनी तुडुंब भरलेला असतो. लहान-मोठ्या आठवणींनी पूर्वी उमललेल्या कळ्यांची आठवण येते. अपयशांच्या जखमा बुजल्या तरी ते व्रण कायम राहिलेले असतात. वेगवेगळ्या हव्यासांची तृप्ती ओसंडून वाहून गेलेली असते. आपण चोवीस तास कलावंत नसतो किंवा प्रसिद्धीच्या वलयातील नसतो. अशी एकच जागा असते– तुझ्यासारखी

की, जिथं कौतुक असतं– पण लाचारी नसते. तो हात दिलासा देणारा असतो, पण केवळ भलावण करणारा नसतो. फसव्या स्तुतीचा वीट आलेला असतो, म्हणून मायेमुळे उत्पन्न झालेला अधिकार दाखविणारी, नजरेच्या धाकात ठेवणारी तुझ्यासारख्या स्त्रीची सोबत असावी लागते.''

मेघना मला अधिकच बिलगली आणि तिने माझ्यातले अन् तिच्यातले सारे अंतर बघता-बघता संपवून टाकले. असे प्रगाढ, अतूट कौतुक केवळ दीर्घकालीन पवित्र नात्यातून उत्पन्न होते. अजिंक्यचा विषयही मधे निघाला, चंद्रकलेचाही निघाला. अजिंक्यच्या रूपाचे, त्याच्या बाललीलांचे कौतुक करताना ती भरून यावी हे स्वाभाविक होते; तो तसा होताही. त्याला मेघना आवडलीही होती. पण चंद्रकलेबद्दल जेव्हा अभिमानाने मेघना बोलू लागली, तेव्हा मात्र माझे मन चोरट्यासारखे झाले. चंद्रकलेबद्दल आता ती अलिप्तपणे बोलू शकत होती. कारण गेल्या गाठी-भेटीनंतर चंद्रकला प्रथमच मुंबईत आली होती, हे कळल्याबरोबर आणि त्यांच्या संभाषणातून तिचा दिनक्रम समजल्यामुळे तिच्याविषयी मेघनेच्या मनात करुणोद्भव आदर निर्माण झाला असावा. पण माझे मन तितकेसे स्वच्छ नव्हते. चंद्रकलेच्या दृष्टीला मी दृष्टी भिडवू शकलोच नव्हतो. तिथला अग्नी विझला असेल, यावर विश्वास कसा ठेवावा? चंद्रकलेचे नवे रूप तिला एक भोळे व्यक्तिमत्त्व देत होते. पण मला माहीत होते की, ह्या नैसर्गिक शक्तीमुळे अभिनयात पारंगत असलेल्या स्त्रीने हा नवा मुखवटा धारण केला आहे, इतकेच. सारे जग– एवढेच नव्हे, तर मेघनासुद्धा फसू शकली; पण मी कसा फसणार? चंद्रकलेची सारी ताकद निग्रहात होती. आता निग्रहाला एक संन्यस्त रूप आले होते. पण हाच निग्रह कोणत्याही क्षणी मला निमंत्रण देऊ शकत होता. पूर्वीच्या चावऱ्या आठवणी जाग्या करीत होता. चंद्रकलेसारखी लावण्यवती, अभिनेत्री आणि उपजत शहाणपणा असलेली स्त्री कोणतीही गोष्ट सहजगत्या करणार नाही.

दुसऱ्या दिवशी पंडितजींच्या निवासस्थानी आम्ही गेलो आणि जपण्यासारख्या काही आठवणी घेऊन आम्ही परतलो. त्यांच्याबरोबर काढलेले आमच्या सर्वांचे एकत्र आणि वेगवेगळे असे फोटोग्राफ्स ही तर जतन करण्यासारखी गोष्ट होतीच; पण त्याहीपेक्षा मोलाची गोष्ट मला मिळाली होती– ती म्हणजे, पंडितजींच्या हस्ताक्षरातील चित्रपटाच्या कौतुकाचे पत्र. हे पत्र माझ्या वैयक्तिक कर्तृत्वाचे निदर्शक होतेच, पण त्याहीपेक्षा आर्थिक दृष्ट्याही हा चित्रपट लाभदायक ठरण्यासाठी उपयुक्त ठरणार होते. आमच्या पब्लिसिटी डिपार्टमेन्टने पुढे त्याचा वापर

केलाही.

आम्ही मुंबईला परतलो ते मोठ्या तृप्त मनाने. अजिंक्य मसुरीला परतला. चंद्रकला अलिबागला परतली. मेघनाही तृप्त मनाने मद्रासला पोचली. वृत्तपत्रांच्या वारेमाप स्तुतीचा आणि चित्रपटाचा व्यावसायिक दृष्ट्याही होत असलेल्या गौरवाचा धनी असा मी– दुसरा चित्रपट हातात घेण्यापूर्वी तो आनंद लुटत एकटाच मागे उरलो.

- ० - ० - ० -

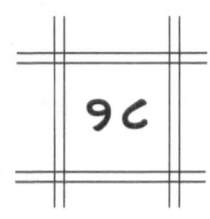

१८

'देवदासी' या नावाचे एक चांगले स्क्रिप्ट दादाजींनी पसंत करून ठेवले होते. अर्थात, ते चंद्रकलेसाठीच त्यांनी निवडलेले असावे, हे माझ्या लक्षात आले. नृत्यशिक्षक, त्याची शिष्या आणि राजकुळात जन्म पावलेला युवराज अशा त्रिकोणावर ते आधारलेले होते. मध्ययुगीन काळातले हे चित्र खर्चिक होते. संगीत, नृत्य आणि भव्य सेटिंग्ज यांची या चित्रपटाला मूलभूत गरज होती. थोडा जुगारही ठरला असता, कारण राजसत्ताविरुद्ध कलावंताचे स्वातंत्र्य अशी समस्या त्यात मांडली होती. पन्नाशीकडे झुकत चाललेल्या माझ्यासारख्या माणसाला नृत्याचा, संगीताचा अभ्यास नव्याने करावा लागणार होता. चित्रपट खर्चिक होता, हा फारसा महत्त्वाचा प्रश्न नव्हता. कारण पैशाचा पाऊस आमच्या मागच्या चित्रपटाने आमच्यावर पाडलेला होता. माझा त्यात वैयक्तिक काहीच फायदा झालेला नव्हता, कारण हा चित्रपट मी राजहंस बॅनरखालीच काढला होता. त्याबाबत त्यातल्या उत्पन्नावर माझा हक्क किती असावा, यासंबंधी आधी काही व्यवस्था केली नव्हती. दिग्दर्शक म्हणून जो काही मुशाहिरा मला मिळाला असता, तो मी घेऊ शकत होतो. अखेरीस या संस्थेचा मी ट्रस्टी होतो. चित्रपट निर्माण करण्याच्या नशेत मी इतका बुडालेला होतो की, याचा व्यवहार नेमका कसा करावा, याचा विचार करायलाच मला फुसरत नव्हती. पण आता काही निश्चित स्वरूपाची योजना करणे आवश्यक होते. स्टुडिओतील कामगारांचे सर्व प्रश्न निकालात निघाले होते. नको ते कामगार मी कामावरून कमी केले होते. चांगल्या गुणी कामगारांना आपणहून मी पगारवाढ दिली होती. हा चित्रपट चांगला चालतो आहे, असे पाहिल्यावर मी त्यांना एक महिन्याचा जादा बोनसही दिला होता. स्टुडिओतील वेगवेगळे फ्लोअर्स प्रदीर्घ काळासाठी भाड्याने गेले होते. मला मिळालेल्या स्वातंत्र्याचा दुरुपयोग झालेला नव्हता. मी म्हणेन ते करू शकत होतो. तरीही मला

वाटले, पुन्हा एकदा जुन्या सर्व ट्रस्टींची मीटिंग घ्यावी; आपल्या यशाच्या काळातच असे निर्णय घेतलेले बरे.

त्याप्रमाणे सॉलिसिटर काळे, सप्रे, चंद्रकला यांची मी मीटिंग घेण्याचे ठरविले. सप्रेंना जेव्हा मी त्या मीटिंगची वेळ ठरवून त्याप्रमाणे व्यवस्था करायला सांगितले, तेव्हा ते म्हणाले, ''खरं अशा मीटिंगची काही गरज आहे असं मला वाटत नाही. तुम्ही जे ठरवाल, त्याला कुणी विरोध करण्याचं कारणही नाही. तुम्ही ही जबाबदारी घेतली नसतीत, तर ही ऊर्जितावस्था आलीच नसती. फार तर तुम्ही तुमची योजना जी असेल, ती त्यांच्याकडे पाठवून त्यांची संमती आणवावी. कायद्याच्या दृष्ट्या त्यांचा या ट्रस्टशी आता संबंध कुठंय? माझा तरी कुठंय?''

''सप्रे, तुमच्या एक गोष्ट लक्षात आलेली नाही. ट्रस्ट डीडचं स्वरूप आपण बदललंय. हा एक चित्रपट यशस्वी झाला आहे; पण उद्या एखादा चित्रपट अयशस्वी झाला, तर काय होईल? त्यापेक्षा मूळ ट्रस्ट अस्तित्वात आहे, हे गृहीत धरणं आणि सर्वानुमते निर्णय घेणं, ही गोष्ट मला जास्त सोईची वाटते. कारण उद्या काही गुंतागुंतीचे प्रश्न निर्माण झाले, तर लोकांना हे माहीत असणार नाही की, एक आपद्धर्म म्हणून मी ही जबाबदारी स्वीकारलीय. लोक असा आरोप करायला कमी करणार नाहीत की, मी दादाजींच्या संपत्तीवर डल्ला मारतो आहे. कोणत्या परिस्थितीत ही जबाबदारी मी स्वीकारली आणि ट्रस्टने स्वरूप बदलले, या परिस्थितीचे आकलन तेव्हाच्या परिस्थितीत होईलच, असं सांगता येत नाही. दुसऱ्या महत्त्वाच्या कलमाकडे मी गंभीरपणे पाहायला हवं. अजिंक्य वीस वर्षांचा झाला की, त्याच्यावतीनं माझ्या सर्वच कारभारांची, आर्थिक व्यवहाराची चौकशी होऊ शकते. आर्थिक लाभासाठी मी राजहंस कलामंदिर राबविली, असं वाटलं, तर मी काय करू? हीच परिस्थिती आणखी बारा-तेरा वर्षांनंतर राहील, हे कसं म्हणू?''

सप्रेही विचारात पडले आणि त्यांनी अखेर तशी सभा आवश्यक आहे, हे मान्य केले आणि अशी सभा घेण्याचे ठरले. त्या दिवसाची मी वाट पाहत राहिलो. ट्रस्टींच्या मीटिंगची काही आवश्यकता आहे, हे काळ्यांना पटेना. पण माझ्या आग्रहाखातर ही मीटींग घेतली गेली. अलिबागला चंद्रकला राहण्यासाठी गेल्यानंतर प्रिमियरचा दिवस सोडून तिची माझी गाठ-भेट अशी झालेलीच नव्हती. खऱ्या अर्थाने या सभेच्या निमित्ताने ती येईल, तेव्हाच तिची गाठ-भेट होणे शक्य होते. या वेळेस मेघना मुंबईला असणार नव्हती. एकांतवासात

चंद्रकला इतके दिवस राहू शकते, ही गोष्टसुद्धा आश्चर्यकारकच होती. मी दादाजींचा हा रिट्रीट पाहिलेला होता. समुद्राच्या काठाशी समुद्रात घुसलेल्या एका टेकडीच्या टोकावर मुद्दाम बांधून घेतलेले हे विरामस्थान होते. पुरेशा नोकराचाकरांची व्यवस्था होती. आदर्श असे उद्यान आणि गर्द आमराई तिथे जोपासलेली होती. दादाजी तिथे फार क्वचित जात असत, कारण स्टुडिओ सोडून जाणे त्यांच्या जिवावर येत असे. पण एकदा गेले की, एखादा आठवडा तरी ते राहत. ते हयात होते तोपर्यंत ते एकटे कधी जात नसत. त्या-त्या काळात त्यांच्या आश्रयाने राहणारी नायिका त्यांच्या समवेत असेच. एका परीने दादाजींचा तो रंगमहाल होता. पण खऱ्या अर्थाने नवा चित्रपट हाती घेण्यापूर्वी दुसऱ्या चित्रपटाची संपूर्ण संकल्पना त्या एकांतात ते सिद्ध करीत. पण किती झाले तरी एका तरुण स्त्रीला सुंदर निसर्ग असलेल्या समुद्राचे सान्निध्य असले, इमानी नोकरवर्ग असला; तरी इतके एकटे राहणे कसे शक्य होते? पण चंद्रकलेने तर ते आजपर्यंत करून दाखविलेलेच होते. तिचा दिनक्रम कसा असेल याचा मी मनाशी चाळा करून पाहिला. पण माझ्या डोळ्यांसमोर स्पष्ट चित्र काही उमटेना. आता चंद्रकला मीटिंगसाठी स्टुडिओत येणारच होती. माझे कुतूहल चाळवले होते.

खरे तर, माझ्या हातातला चित्रपट यशस्वी झाला, तेव्हापासून 'देवदासी'चे स्क्रिप्ट माझ्या डोक्यात घोळत होते. चित्रपटसृष्टीत अग्रभागी असलेल्या आणि उत्तम नृत्य करू शकणाऱ्या सर्व तरुण नट्यांना देवदासीच्या प्रमुख भूमिकेत पाहण्याचा मी प्रयत्न केला; पण त्यांतली कोणतीच माझ्या कल्पनाचित्रात शोभून दिसत नव्हती. ती जागा चंद्रकलाच घेईल. तिच्या नृत्यकलेचा मी माझ्या पहिल्या चित्रपटात खूप उपयोग करून घेतलेला होता. ती एक जन्मजात उत्कृष्ट नर्तिका होती, हे मी स्वत: अनुभवले होते. पण दादाजींच्या संगतीत पाच-सात वर्षे घालवूनही दादाजींनी तिच्या नृत्यकलेचा फारसा उपयोग केला नव्हता. दादाजी आणि चंद्रकला या दोघांचे नाव माझ्या अधिकारक्षेत्राला अडचणीचे होते, म्हणून ते मी पुसून टाकण्याचे ठरविले होते. ते आता पुसून टाकण्यात मी यशस्वी झालो होतो. आता चंद्रकला 'राजहंस'च्या बॅनरमध्ये आली तरी तिचे अस्तित्व मला अडचणीचे ठरणार नव्हते. अडचण एवढीच होती की, या सहा-सात वर्षांच्या अवधीत नृत्यकलेचा तिचा रियाज सुटलेला असणार आणि त्याहीपेक्षा तिची तारुण्यातील नजाकत ओसरलेली असणार. तिला प्रिमियरच्या वेळेस मी निरखून पाहिलेले होते. अजून प्रौढत्वाची कोणतीही खूण तिच्या चेहावर उमटलेली

नव्हती. तरीपण सुस्थिर व सुखासीन आयुष्याची गोलाई काठाकाठाने जमा होऊ लागली होती. तिचे डोळे अजूनही पूर्वीसारखे पारदर्शक होते. कोणत्याही नराला चेतविणारे तारुण्य तिने अजून राखले होते. पण ते तारुण्य कॅमेऱ्याच्या डोळ्यांनाही जाणवायला हवे होते. तशी चित्रपटातील मूळ भूमिका अगदी अल्लड तेरा-चौदा वर्षांच्या मुलीची नव्हती; होती ती विशीतली. पंचविशी उलटून गेलेल्या चंद्रकलेला ह्या अनाघ्रात देवदासीची भूमिका करणे कितपत शक्य झाले असते? माझ्या वैयक्तिक आकांक्षेमुळे माझे मन चंद्रकलेभोवती घुटमळत होते; पण कोणाही नवागत निर्मात्याला चंद्रकलेचे आकर्षण वाटले असते का? रोज दाही दिशांनी ताज्या टवटवीत फुलांचे निमंत्रण ज्या जगात येत असते, तेथे उमलून आता कोमेजण्याच्या अवस्थेत चाललेल्या चंद्रकलेसारख्या फुलाला स्थान देणे शक्य होते काय?

पण माझा हा अदमास खोटा ठरला. सभेसाठी म्हणून चंद्रकला जेव्हा आली; तेव्हा माझ्या लक्षात एक गोष्ट आली की, हिच्या देहाला काळाने कसलाही स्पर्श केलेला नाही. आपल्या देहाचा, त्वचेचा, विभ्रमांचा तिने काळजीपूर्वक सांभाळ केलेला होता. दादाजींच्या संगतीत ती प्रौढ वाटे. ती परिधान करायची, ते कपडेसुद्धा तिला अकारण प्रौढ करायचे. तिच्या वागण्यात स्वामिनीचा तोरा नसला, तरीही स्वामिनीचा अभिमान असायचा. डोळ्यांत तृप्ती जेव्हा ओसंडून जात असे, तेव्हा आपोआपच शैशवाला कात्री लागायची. तारुण्याची खरी खूण म्हणजे डोळ्यांतली सळसळ. जाणत्या माणसाला त्यातील निमंत्रण ओळखता येते. चंद्रकलेने डोळ्यांतली सारी निमंत्रणे तृप्तीत जाणीवपूर्वक बुडवून टाकली होती. ती ज्या वेळी मद्रासला आली, तेव्हापासून माझ्या गाठीभेटी झाल्या, त्या वेळेस तिच्या डोळ्यांत जाणवणारा निर्धार, संन्यस्त वृत्ती या साऱ्या गोष्टी मला जाणवायच्या. आमचा जो एकांत घडला, त्या वेळेस फक्त काही क्षण तिच्या डोळ्यांतला तो निर्धार मालवलेला होता. नाइलाजाने ती त्या स्मरणक्षणांत विरघळली होती. ते क्षण ओसरले आणि पुन्हा ती अलिप्ततेच्या कोशात शिरली— मागे दाह ठेवून. प्रथम जेव्हा चंद्रकला तिच्या उमलत्या यौवनात मला सापडली, तेव्हा तर तिची दाहकता मी भोगलेलीच होती. किंबहुना, त्या वेळेला ती स्वत: पेटे आणि मला पेटवी. तिच्यासारखा आतून-बाहेरून पेटलेला देह मी त्यापूर्वी कधी अनुभवलेला नव्हता आणि म्हणूनच मी तिच्यात प्रमाणाबाहेर गुंतत चाललो होतो. ती सारी चित्रे आज धूसर होत गेली, पण संपूर्णपणे पुसून टाकता आली नाहीत.

बैठकीसाठी ती आली, तेव्हा ती पुन्हा मला पहिल्या दिवशी दिसली– इतकी ताजी टवटवीत दिसू लागली. तिने आकाशी रंगाची चमकदार साडी नेसलेली होती. तिच्या कृष्णवर्णाला जणू एका मेघाने वेढले होते! तिचा साराच पोशाख, वागणे, विभ्रम या साऱ्यांत एक नवचैतन्य जाणवत होते. पूर्वी तिची हालचाल नर्तिकेला योग्य अशा तालासुरात असे. मधे हरवलेली तिची चाल तिला आता परत गवसली होती. इतरांच्या समोर माझ्या भावना व्यक्त करणे शक्य नव्हते. सभा कशासाठी बोलावली आहे, हे मी सर्वांना समजावून सांगितले. मी जरी सर्वाधिकारी ट्रस्टी होतो तरी ट्रस्टी होतो; मालक नव्हतो. त्यामुळे आर्थिक व्यवहार कोणत्या तत्त्वानुसार करायचे याचा विचार आरंभीच करणे आवश्यक आहे, ही गोष्ट काळ्यांना पटली; पण चंद्रकलेला काही पटेना. तिचे म्हणणे असे होते की, मालमत्ता जशी आहे तशी परत देण्याचे बंधन ट्रस्टीवर जरूर आहे. त्यासाठी मालमत्तेचा जो वापर केला जाईल, त्याची त्या-त्या वेळेप्रमाणे आकारणी होऊन तीही ट्रस्टकडे जमा होणे आवश्यक आहे; पण वैयक्तिक जबाबदारीवर धोका पत्करून आणि व्यवसायकौशल्य वापरून जो आर्थिक लाभ होईल, त्यावर अर्थात माझीच मालकी राहिली पाहिजे. मी त्यावर म्हणालो, "दिसायला हे ठीक आहे. परंतु चित्रपट हे जर राजहंस बॅनरखालीच निघणार असतील, तर राजहंस कलामंदिर या नफ्या-तोट्यात भागीदार असायला नको काय?" यावर ती म्हणाली, "चित्रपट धंद्यात यश-अपयश या गोष्टी केव्हाही घडू शकतात. दर खेपेला खात्रीपूर्वक चित्रपट यशस्वी होईलच, अशी खात्री कुणी देऊ नये. शिवाय आजचा जो चित्रपट यशस्वी झाला आहे, तसाच तो चित्रपट अयशस्वी झाला असता; तर आपण काय करणार होतो? ट्रस्टला जर या प्रकरणात फटका बसला असता, तर कुणी हा प्रश्न काढलाच नसता. राजहंस कलामंदिराची प्रतिष्ठा सांभाळण्यापलीकडे कोणतीही जबाबदारी ट्रस्टींकडे असण्याचं कारण नाही. फार तर राजहंस कलामंदिराच्या बॅनरखाली निर्माण होणाऱ्या चित्रपटाच्या उत्पन्नाची काहीएक रॉयल्टी ठरवावी. म्हणजे तुम्हाला स्वातंत्र्य मिळेल आणि ट्रस्टचंही काही नुकसान होणार नाही. जे काही उत्पन्न होईल, त्यावर नफ्या-तोट्याचा विचार न करता पाच टक्के रॉयल्टी तुम्ही ट्रस्टमध्ये जमा करावी. चित्रपट नुकसानीत गेला, तरीही उत्पन्नावर रॉयल्टी असल्या कारणानं ट्रस्टला नेहमीच उत्पन्न होत राहील."

काळ्यांनी ही योजना उचलून धरली. ते म्हणाले, "बाईंच्या या योजनेमुळं ट्रस्ट कधीच नुकसानीत जाणार नाही. चित्रपटाचा हल्लीचा धंदा कमीत कमी एक

कोटीपर्यंत होतो. म्हणजे दर वर्षी एक चित्रपट निघाला तरी पाच लाख रुपये ट्रस्टमध्ये जमा होतील. दोन-तीन चित्रपट तर आपण काढतोच; निदान काढावेत. म्हणजे स्टुडिओचे भाडे, हे वाढीव उत्पन्न आणि डिस्ट्रीब्युशन ऑफिसकडून मिळणारी रॉयल्टी यामुळे ट्रस्टची आर्थिक बाजू भक्कम होईल.'' तिघांचंही या बाबतीत बहुतांशी एकमत झाले आणि ही योजना सोईची असल्यामुळे मलाही ती मान्य करावी लागली. पाच टक्क्यांऐवजी दहा टक्के ट्रस्टकडे वर्ग करावेत, ही मी आपणहून मांडलेली कल्पना प्रत्यक्षात स्वीकारली गेली.

परंतु ट्रस्टची रचना पूर्वीसारखीच असावी– म्हणजे उरलेल्या तिघांनी ट्रस्टीपद स्वीकारावे, या योजनेला मात्र सगळ्यांचा विरोध होता. सर्वांचे म्हणणे असे पडले की, आज जो एकछत्री अंमल आहे, त्याची छाप कामगारांवर आणि अन्य व्यावसायिकांवर पडते. चार माणसे एकत्र जमून बहुमताने निर्णय घेणे, ही कल्पना मूळ उद्दिष्टांशी सुसंगत असली तरी व्यवहार्य नाही. फार तर उरलेले तिघे ट्रस्टी ट्रस्टमधील जी अन्य कल्याणकारी कामे आहेत किंवा ट्रस्टचे जे निधी निर्माण होत जातील, तेवढ्यापुरतेच जबाबदार असावेत. वास्तविक, माझी अधिकारकक्षा मी कमी करण्याची इच्छा करीत असताना ती कुणी उचलून धरलीच नाही आणि त्यात चंद्रकलेचा वाटा अधिक होता. माझा एकछत्री अंमल असाच कायम राहिला पाहिजे, असा जो तिचा आग्रह दिसत होता, त्याचे कारण माझ्या आकलनापलीकडचे होते. मला जादा अधिकार दिले आहेत, म्हणून तिचे दादाजींशी मतभेद झाले असा जो माझा समज झालेला होता; तो आता खोटा ठरू पाहत होता. दादाजींची मालमत्ता ही खऱ्या अर्थाने चंद्रकलेची आणि तिच्या मुलाच्या मालकीची होती. आपले अधिकार सर्वार्थाने जरी नाही तरी काही अंशी परत मिळत असताना तिने आपणहून विरोध करावा, याचे मला आश्चर्य वाटले. खरोखरीच का मनातून त्या अधिकारांना ती विटलेली होती? खरोखरीच का तिला जबाबदारी टाळायची होती? स्त्रीचे मन गूढ असते, हेच खरे.

परमुलखातून एक कोवळी तरुण स्त्री मुंबईसारख्या नगरात येते, चित्रपट-व्यवसायातील एका सर्वश्रेष्ठ माणसाला अंकित करते आणि आपल्या महत्त्वाकांक्षा पुऱ्या करून घेते अन् आता अवचितपणे सर्व किंमत देऊन अनेक सुखे नाकारून, प्राप्त करून घेतलेली उच्च स्थाने अलिप्तपणे भिरकावून देते– याला काय म्हणावे, हेच समजत नव्हते. चित्रपटासारखा व्यवसाय, क्षुद्र माणसांपुढे संधी मिळावी म्हणून हवी ती द्यावी लागलेली किंमत, शिक्षणही फारसे नाही– अशा परिस्थितीत चंद्रकलेला समजून घेणे फार कठीण होते. हा आटापिटा तिने

केलाच कशासाठी? तिच्या मनात नेमके काय आहे? त्याचा खरोखरीच काही पत्ता लागेना. आपण इतक्या स्त्रिया खेळविल्या, दासीप्रमाणे त्यांना वागविले; पण स्त्री काही आपल्याला समजू शकली नाही. मला मिळालेल्या या संधीचा लोभ वाटावा, असे खरोखरीच काही नव्हते. राजहंस बॅनरची आता मला गरजही नव्हती. आता माझा मी आपल्या पायांवर उभा होतो. हिंदी चित्रपटसृष्टीत आता माझ्या नावाचे नाणे चालणार होते. तशी मला राजहंस कलामंदिर या संस्थेच्या लौकिकाची गरज उरलेली नव्हती. पण चंद्रकलेची गोष्ट तशी नव्हती. स्वत:च्या प्रकाशात चमकावे, असा तो स्वयंप्रकाशित सूर्य नव्हता. दुसऱ्याच्या प्रकाशामुळे तळपणारा तो चंद्र होता. पुन्हा आपले स्वामित्व प्रस्थापित करण्याची संधी मिळूनही चंद्राने ती का नाकारावी?

सभा पार पडली. भोजनोत्तर आपल्या घरी जाण्यासाठी सप्रे आणि काळे निघाले. तेव्हा काळे जाताना म्हणाले, ‘‘ठरल्याप्रमाणे आवश्यक ती कागदपत्रे तयार करून मी तुमच्याकडे पाठवीन. ती आपण चॅरिटी कमिशनरकडे नोंदवू, म्हणजे तुमचे समाधान होईल. आता ट्रस्टचा, स्टुडिओचा, वितरणसंस्थेचा आणि तुमचा– म्हणजेच निर्मितीचा वेगवेगळा खर्च ठेवावा लागेल. त्यासाठी आपल्या अकाउंटंना योग्य त्या सूचना द्या आणि दर वर्षी वेगळी रिटर्न्स भरा. त्यामुळे हिशोब तर व्यवस्थित राहतीलच; पण जेव्हा कधी ट्रस्ट डीडचा पुनर्विचार करावा लागेल तेव्हा कामे सुलभ होतील.’’

काळे आणि सप्रे निघून गेले. मी आणि चंद्रकला दोघेच माझ्या दिवाणखान्यात उरलो. अधून-मधून कोणी कर्मचारी आल्याची वर्दी मिळे. तो येऊन आपल्या सूचना घेऊन जाई. पण या साऱ्या क्रियेत चंद्रकला तिऱ्हाईतपणे, पण हसतमुखाने नि:शब्द सहभाग घेत होती. अधून-मधून किरकोळ गोष्टी चर्चिल्या जात होत्या. दुपार पडू लागली. त्याबरोबर आळोखे-पिळोखे देत चंद्रकला म्हणाली, ‘‘दादाजी काय, तुम्ही काय– नुसती यंत्रे झाला आहात. एवढ्या गोष्टी तुमच्या लक्षात कशा राहतात? अठरा-अठरा तास तुम्ही काम कसं करू शकता? चट्‌कन निर्णय कसा घेऊ शकता, हे मला काही समजतच नाही. काम हीच तुमची विश्रांती. आपल्यासारखेच इतर लोक असतील, असं तुम्ही गृहीत धरता. मी इथं आल्यापासून आता चार-पाच तास झालेत. कामाव्यतिरिक्त एक गोष्टसुद्धा तुम्ही तोंडातून काढली नाहीत.’’

‘‘वेळच मिळाला नाही. तसा काही मी अगदी नीरस माणूस नाही, हे तुला माहीत आहे.’’

''चांगलंच माहीत आहे. पण आता त्या दिवसांचा तुम्हाला विसर पडलाय.''

''विसर पडायलाच हवा. आता मी नवा रोल करतोय ना– राजहंस कलामंदिराचा सूत्रधार म्हणून? मग त्याला अनुरूप अशी भूमिका वठवायला नको?''

''राजहंस कलामंदिराची सर्व मालमत्ता तुमच्या स्वाधीन झाली; पण सगळीकडे तुमचं लक्ष नाही.''

''कसं काय बुवा? कोणत्या गोष्टीकडे माझे दुर्लक्ष झालं?''

''माझ्याकडे! मीही राजहंस कलामंदिरातील एक मालमत्ताच आहे. तुमच्या पुढच्या चित्रपटाची कथा दादाजींनी माझ्यासाठीच लिहून घेतली होती, हे तरी तुमच्या लक्षात आहे की नाही, कुणास ठाऊक!''

''आहे की, चांगले लक्षात आहे.''

''लक्षात आहे म्हणता? पण माझ्याकडे तुम्ही नीट निरखून पाहिलेलंच नाही; मग माझ्या उपयुक्ततेचा विचार तुम्हाला सुचण्याचं कारण नव्हतं. गेले कित्येक दिवस मी नृत्याचा रियाज करते आहे. माझ्यासाठी आचार्य गुरुपाद-स्वामी अलिबागला येऊन राहिले आहेत. मी डाएटिंग करते. त्या कामाला शोभेल असं होण्याचा शिकस्तीचा यत्न करतेय, तिकडं तुमचं अजिबात लक्ष गेलेलं नाही. मी एक कलावती आहे, नर्तिका आहे, हे तर तुम्ही विसरलेलाच आहात; पण मी एक स्त्री आहे, हेसुद्धा तुम्ही विसरलेला आहात. दादाजींवर मी खरंखुरं प्रेम केलं. दादाजींवर म्हणण्यापेक्षा त्यांच्या कलानिर्मितीवर. दादाजींना मी अंतर्बाह्य बदलून टाकले, हेही खरं आहे. दादाजी होते तोपर्यंत माझ्या मनात कोणत्याही गोष्टीला थारा मी मिळू दिला नाही.

''तुमच्याजवळ जी मी आले ती एकाच कारणासाठी– दादाजींचं नाव लावणारा वारस मागे राहावा म्हणून, आणि तो वारस तरी त्यांना मी का द्यावा? दादाजी बाहेरून जरी कोरडे आणि अगदी अलिप्त वाटत असले, तरी ते अतिशय हळवे होते. आपल्याला मूल होत नाही, हे शल्य त्यांना टोचत होते. एक तर आगापिछा नसलेला हा मनुष्य आणि आपल्या मागेही काही राहणार नाही त्यामुळे निर्माण झालेली बोच, हेही कारण असेल. प्रतिष्ठा मिळावी म्हणून त्यांनी चांगल्या कुटुंबातल्या शांतासारख्या स्त्रीशी लग्न केले. शांताबाई दादाजींसारख्या माणसाला समजून घेणारी स्त्री नव्हतीच. त्यामुळे त्यांचा जोडीदाराचा शोध कायम चालूच होता. चित्रपटाच्या नटरंगी जगात त्यांना खूप स्त्रिया मिळाल्या; नाही असे नाही. पण ते तेवढ्यापुरत्या आणलेल्या स्त्रीबरोबर दीर्घकाळ रममाण

होऊ शकले नाहीत. त्यांनी आपल्या बायकोला कधी वाईट वागविले नाही, पण खराखुरा संसारही केला नाही. तिने त्यांना मूल दिले असते, तर कदाचित दादाजींचा सहचरीचा शोध थांबला असता.

‘‘मी त्यांच्या आयुष्यात आले; तेव्हा बाहेरून जरी दादाजी एक अहंकारी, यशस्वी असे कलाकार वाटत असले, तरी अंतर्यामी ते एक दु:खी-एकाकी असे गृहस्थ होते, हे मी जाणले. मी आले तेव्हा त्यांना संपूर्णपणे कब्जात घेऊ शकले याचं एकच कारण– त्यांचं दु:ख ओळखून त्यांच्याशी एकरूप होण्याचा मीही निश्चय केला होता. मला प्रतिष्ठा, पैसा हे सगळं हवं होतं; नाही असं नाही. पण मला त्याहीपेक्षा हवा होता संसार. माझं पूर्वचरित्र तुम्हाला माहीतच आहे. तुमच्यापासून लपविण्यासारखं काही नाहीच. सिनेमाच्या जगात माझी किंमत रसरशीत मांसाचा एक तुकडा एवढीच होती. दादाजींपासून माझे पूर्वायुष्य मी फारसं लपवून ठेवलं नाही, कारण त्यांच्यासारख्या प्रकृतीच्या माणसाला माझा इतिहास माहीत असणारच. जेव्हा आमचं प्रथम बोलणं झालं; तेव्हाच मी त्यांना सांगितलं की, श्रीमंतीची मला अजिबात ओढ नाही. मला आयुष्यातील जोडीदार करण्याची त्यांची तयारी असेल, तरच मी बांधून घ्यायला तयार आहे; नचपेक्षा केवळ शरीरव्यवहारात मला रस नाही. आयुष्यात कुणापुढेही शरीर पसरायचं, ही गोष्ट मला थांबवायचीच होती. केवळ श्रीमंती हेच माझं आकर्षण असतं, तर अनेक श्रीमंतांनी माझ्याभोवती गोंडा घातलेला होता. पण त्यांचं मला कधीच आकर्षण वाटलं नाही.

‘‘दादाजींनी मला स्वीकारलं आणि मीही त्यांना मन:पूर्वक साथ दिली! इतर सर्व दरवाजे बंद करून टाकले आणि एकदा विश्वास निर्माण झाल्यावर दादाजींनीही मला मान दिला. माझ्यापेक्षा दादाजी वयानं खूप मोठे होते, पण ही गोष्ट मला कधी जाणवलीच नाही. आपल्याला मूल हवं, असं दादाजी स्वच्छ शब्दांत कधी म्हणाले नाहीत; पण त्यांच्या मनात ते शल्य होतं, यात काही शंकाच नाही. ते शल्य दूर करण्यासाठी मी तुम्हाला हाक मारली, कारण दादाजींबाबत सारे प्रयत्न निष्फळ होत होते. तुमच्यावर मी विश्वास ठेवला आणि तुम्हीही त्या विश्वासाला तडा जाऊ दिला नाहीत. हे रहस्य तुमच्या आणि माझ्यात– दोघांच्यात राहिलं. पुत्रप्राप्तीचा झालेला आनंद दादाजी लपवू शकले नाहीत. माझ्याच सांगण्यावरून त्यांनी स्टुडिओचा ट्रस्ट केला. माझी आणि शांताची पुरेशी व्यवस्था करून हा ट्रस्ट झाला होता. माझा त्याला विरोध तर नव्हताच, पण उत्तेजन होते. दादाजींबरोबरची पाच-सात वर्षं मी प्रथमच गृहिणीच्या

स्वरूपात वावरले…. खरोखरच मी अंतर्बाह्य तृप्त झाले होते.''

"मी तर ऐकलं की, ह्या ट्रस्टबाबतचा तुझा-त्यांचा काही मतभेद झाला होता?''

"झाला होता. पण फक्त तुमचा हस्तक्षेप या ट्रस्टमध्ये झाला होता, म्हणून. तुमच्या-माझ्यातले जे रहस्य सुरक्षित राखायचं होतं, ते राखणं त्यामुळे कठीण जाणार होते. माझ्यावर अविश्वास व्यक्त होत होता; यापेक्षा तुमचं इथं येणं-जाणं, अधिकार वापरणं हे सारं त्यामुळे अपरिहार्य होणार होतं. जर तुमचे-माझे संबंध काय आहेत याचा त्यांना दुरान्वयाने संशय आला असता, तर मी उभा केलेला माझा संसार कोसळायला वेळ लागला नसता; हा ट्रस्ट, मृत्युपत्र या साऱ्या रचनेत त्यांनी मला विश्वासात घेतलं नाही, हेही माझ्या नाराजीचं कारण होतं. खैर, जाने दो. व्हायचं ते घडलंच. दादाजी इतक्या अनपेक्षितपणे लवकर जातील, असं मला वाटलं नव्हतं. पण ते तर गेले– मला एकटीला मागे ठेवून. त्यांच्या हे लक्षातसुद्धा आलं नाही की, एक तरुण स्त्री खूप जबाबदाऱ्या शिरावर घेऊन आपल्या मागं कशी जगेल?''

"मला वाटतं, माझी नियुक्ती चित्रपटनिर्मितीपेक्षा किंवा कारभारापेक्षा तुझा सांभाळ करण्याकरताच झालेली असावी.''

"असं जर तुम्हाला वाटत होतं, तर तुम्ही माझ्याकडे काय लक्ष पुरविलंत? तुम्ही ती जबाबदारी कितपत पार पाडली आहे?''

"तुझ्या कसं लक्षात येत नाही चंदा? तुझे नि माझे काय संबंध आहेत, हे मेघनेला माहीत नव्हते काय? पुन्हा आपण जवळ येऊ याचा अर्थ काय होतो? आणि त्यातून काय निष्पन्न होईल याचा अंदाज बांधणं तिला मुळीच कठीण नव्हतं. ट्रस्टची जबाबदारी प्रथम मी नाकारली, तेव्हा तिला हायसं वाटलं. तिला नाराज करणं म्हणजे आपणहून आपला संसार उद्ध्वस्त करणं, हे उघड सत्य होतं. शिवाय खरोखरीच सांगतो– दुसऱ्याच्या मदतीनं जबाबदारी स्वीकारणं किंवा दुसऱ्यांच्या अधिकारक्षेत्रात जाऊन काम करणं, हा माझा पिंड नाही.''

"हे तुमचं म्हणणं तितकंसं खरं नाही. मेघनाबाईंसाठीच तुम्ही ती जबाबदारी नाकारलीत. माझ्यासारखी स्त्री तुमच्यावर कसला अधिकार गाजविणार होती? मी मद्रासमध्ये राहिलेच असते, तर तुमच्या आयुष्यात माझं स्थान कायम राहिलं नसतं का? माझ्या आकर्षणातून मी तुम्हाला कधीही मुक्त होऊ दिलं नसतं. मेघनाबाईंनी ते आपले संबंध कसे तोडले असते? पण मीच तुमच्या आयुष्यातून

निघून गेले. कारण मला एक जाणवलं की, तुम्ही कितीही स्वच्छंदी जगलात, तरी मेघनाबाईंना कधीही दुखवू शकणार नाही. मग मी तुमचा नाद सोडला. खरं म्हणजे, थोडंसं तुमच्यावर सूड घेण्याचं समाधान मिळावं, म्हणून तुमच्या गुरूंच्या– दादाजींच्या आयुष्यात मी आले. माझा तो निर्णय चूक नव्हता, कारण दादाजींनी मला खरोखरीच सुखी केलं होतं. पण एका स्वप्नाइतकंच आयुष्य त्या संसारात मिळालं. आता मी एकटी म्हणजे, अगदी एकटी आहे. दुनियेचा थोडा-थोडा अर्थ मला समजू लागलाय. तुमची इच्छा असो वा नसो, पण माझ्या मुलाचा पिता म्हणून तुमचं आणि माझं नातं पक्कं झालंय. मला मूल झालंय, पण ते खऱ्या अर्थानं माझं नाही. दादाजींच्या इच्छेतून मी अपत्याचा आटापिटा केला. एरवी तुमचं आणि माझं झालेलं मूल हा माझ्या अभिमानाचा विषय झाला असता. अजिंक्य माझ्यापासून निर्माण झालाय; पण तो मला कधी आपला वाटलाच नाही! दादाजी होते तोपर्यंत वात्सल्याचं नाटक मी केलं, पण ते गेल्याबरोबर माझं त्यांच्याबद्दल सगळं आकर्षण विलयाला गेलंय. गेले कित्येक दिवस तुमच्याशिवाय माझ्या मनात दुसरा कोणताही विचार आला नाही. माणसापासून दूर मी एकटी राहत आले आहे. या एकटेपणाच्या काळात हळूहळू दादाजींची प्रतिमा अस्पष्ट होत गेली आणि हळूहळू मला जाणवलं की, माझ्या देहाचे खरे स्वामी तुम्हीच आहात. मी दादाजींची पत्नी म्हणून दादाजींच्या घरात राहते, त्यांचं अन्न खाते– एवढंच कशाला, त्यांचं नाव असलेल्या मुलाला मी जन्मही दिला. पण त्यांच्याबद्दल असीम आदर आणि भक्तिभाव असूनसुद्धा त्यांच्या आठवणीनं माझं रक्त सळसळत नाही. तुमचं नुसतं स्मरण झालं, तरीसुद्धा मी अंतर्बाह्य मोहरून येते. तुम्ही तुसडेपणानं माझा अव्हेर केला, मला दूर ठेवायचा प्रयत्न केलात, तरीसुद्धा तुमचा राग मला येत नाही. कारण तुमच्या ठायी मी गुंतून राहिले आहे. असे कित्येक क्षण असतील की, दादाजींच्या मिठीत मी असताना त्यांच्या धसमुसळेपणात मी पाझरतही असेन. पण माझ्या डोळ्यांसमोर सदैव तुम्ही होतात! तुला मी काहीच दिलं नाही का राघव? तुला एकदासुद्धा माझी आठवण झाली नाही?''

"असं नाही चंदा, खरोखरीच असं नाही. मला तुझी आठवण होत नव्हती, असं तुला म्हणवतं तरी कसं? माझ्यावर जबाबदाऱ्या होत्या, त्या मला टाळता येत नव्हत्या. शिवाय, माझ्या लेखी उत्तुंग असणाऱ्या दादाजींशी तू लग्न करून बसलीस. त्यांच्याशी बेइमान होणं मला शक्य नव्हतं. शिवाय तू तृप्त दिसत होतीस, सुखी वाटत होतीस. अशा परिस्थितीत उगाचच तुझ्या आयुष्यात

गुंतागुंत करावी, असं मला कसं वाटेल? मला जरा समजून घे. ज्या स्त्रीचा एकदा पुरुषाशी संबंध आलेला असतो, त्या पुरुषाला सहजगत्या त्या स्त्रीला विसरता येत नाही आणि तुझ्यासारख्या स्त्रीला तर विसरणं शक्यच नव्हतं. तू आणि मी प्रथम एकत्र आलो, तेव्हा तू केवढीशी होतीस! तुला पुरुषाचा अनुभवसुद्धा नव्हता. तुझ्या आयुष्यात नुकती कुठं पालवी फुटू लागली होती. तुझ्याजवळ एक रांगडा धसमुसळेपणा होता. स्त्रीत्वाचं सारं कसब मला जिंकण्यासाठी तू पणाला लावलं होतंस. हे सारं विसरणं कसं शक्य आहे?''

''पण विसरलास, ही गोष्ट तर खरी आहे ना? नंतर परत एकत्र आलो. मूल व्हायचं तर दादाजींशी प्रतारणाच करावी लागणार असेल; तर निदान ती तुमच्या हातून व्हावी, असं मी ठरविलं. याचादेखील अर्थ तुम्हाला उमजला नाही! स्त्री जेव्हा आपखुशीनं इतका विश्वास एखाद्यावर टाकते, तेव्हा तिच्या मनात काय चाललं असेल, हेसुद्धा तुमच्यासारख्या समजदार माणसाला समजू नये, याचं हे मला आश्चर्य वाटतं.''

''समजतंय.''

''तीच मी आहे. मी तुमच्यावर सर्व कारभार सोपवून अलिबागला एकांतात जाऊन राहिले. तुम्हाला कधी वाटलं नाही की, आपण या एकाकी स्त्रीची चौकशी करावी?''

''खूप वाटलं. पण मी जबाबदारीनं इतका चेचून गेलो होतो की, मला विचार करायला काही उसंतच मिळाली नाही; शिवाय लोक काय म्हणतील याचाही विचार मनात येत असलाच पाहिजे.''

''लोकांचा विचार करायला तुम्ही कधी लागलात? तसा काही तुमचा लौकिक नाही.''

मी नुसताच हसलो आणि म्हणालो, ''तू काही आता पूर्वीची चंद्रकला नाहीस. तुझं अस्तित्व मोठ्या व्यक्तीच्या नावाशी निगडित आहे. घरातले नोकरसुद्धा जुनेच आहेत. त्यांना तुझं हे वागणं आवडणार नाही. या साऱ्याच गोष्टींचा गवगवा होईल. असल्या गोष्टी गुप्त राहत नाहीत.''

''गवगवा झाला तर काय बिघडलं? काय आकाश कोसळणार आहे? चित्रपटाच्या दुनियेत तुम्ही राहता, वावरता; तुमच्याबद्दल गॉसिप कॉलममधून काय कमी मजकूर येतो?''

''या वर्षभरात तरी तसा काही आलेला नाही.''

''येईल. सिनेव्यवसायात त्या प्रसिद्धीचा उपयोग असतोच की!''

"तरीसुद्धा मला वाटतं, आपण सावधगिरी बाळगलेली बरी."

"मेघनाबाईंच्या कानावर तुमच्या-माझ्या संबंधातलं काही जाणार नाही, एवढीच काळजी घ्यायची ना; तेवढी मी घेईन. खरं म्हणजे– त्यांनी जेव्हा राजहंस कलामंदिराची जबाबदारी घ्यायला तुम्हाला परवानगी दिली, तेव्हा पुढे काय होईल याची त्यांना कल्पना नसेल की काय? आजपर्यंत त्यांनी तुमचं सारं वर्तन खपवून घेतलंय, पुढेही घेतील. आता तर त्यांच्यात आणि माझ्यात एक अतूट स्नेहसंबंध निर्माण झालाय. त्या मला धाकट्या बहिणीसारख्या वागवतात."

"तुझ्यापासून मी सुरक्षित राहीन, ह्या भरवशावर हे वागणं अवलंबून आहे."

"असं मुळीच नाही. एक तर मी त्यांना तुमच्यापासून कायमचं हिरावून घेऊ शकणार नाही, याची त्यांना खात्री आहे. शिवाय, नाही म्हटलं तरी मी पूर्वीसारखी आवारा लडकी नाही. शिवाय मी एका मुलाची आई झालेय. आता जर धोका असलाच तर तो काही तितका गंभीर नाही, असं गृहीत धरूनच त्यांनी तुम्हाला राजहंस कलामंदिराची जबाबदारी घ्यायची परवानगी दिलीय."

मी क्षणभर स्तब्ध झालो. असले प्रसंग मला काही नवे नव्हते, परंतु चंद्रकलेच्या स्त्रीत्वाचा गुंता जरा वेगळ्या प्रकारचा होता. चंद्रकलेची उघड-उघड मागणी काय होती, हे माझ्या लक्षात आले होते आणि माझ्या स्वभावधर्माप्रमाणेच मी या गुंत्यात सापडणार, हेही अनुभवजन्य सत्य होते.

"आपण किती रुक्ष बोललो नाही आज? खरं म्हणजे, पूर्वी नुसत्या नजरेनं तुम्हाला निमंत्रण दिलं की, तुमचं रक्त उसळू लागायचं."

"पण आता मी पूर्वीइतका नवजवान कुठं राहिलोय?"

"ते मला ठरवू द्या ना–" मिस्कीलपणे हसत चंद्रकला म्हणाली आणि मलाही त्यात सामील होण्यावाचून गत्यंतर उरले नाही.

-०-०-०-

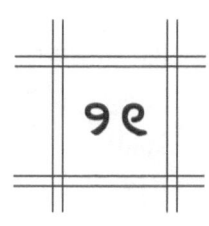

१९

आता एक नवा प्रवास सुरू झाला होता. खरे म्हणजे मधे अडलेला प्रवाह पुन्हा वाहू लागला होता. त्या दिवशी चंद्रकला तिच्या गाडीतून पुढे गेली आणि मी एक तासाभराने तिच्या मागोमाग अलिबागला गेलो. पूर्वी या घरात दादाजींचे अस्तित्व सर्वत्र जाणवत होते, पण आता त्यापैकी काहीही शिल्लक राहिलेले नव्हते. नोकरचाकर बहुतेक सगळे बदलले होते. नाही म्हणायला ड्रायव्हर तेवढा तोच होता. घराला एक नवा, तरुण साज आलेला होता. अगोदर ही वास्तू मुळात सुंदर होतीच; आता ती अधिक सजीव झाल्यासारखी वाटली. कदाचित चंद्रकलेच्या कायमच्या वास्तव्यामुळे घराची निगा अधिक चांगली राहत असणार. अजून पूर्वीची पशुसृष्टी मात्र तशीच होती. मी गाडी आत नेऊन घरालाच जोडून असलेल्या गॅरेजमध्ये ठेवली, तेव्हा गाडीच्या मागोमाग चंद्रकलेबरोबर सारी कुत्री धावत आली. गेल्या कित्येक दिवसांत मी इथे आलेलो नसलो, तरी कुत्र्यांनी ओळख दाखविली. मी गाडी उघडून बाहेर पडण्यापूर्वीच चंद्रकला माझ्या नजीक आली होती. मालकाची मने ही प्राणी कशी ओळखतात, कोण जाणे? आलेला पाहुणा हा स्वागतार्ह आहे, हे मालकिणीच्या डोळ्यांतून त्यांना समजले असावे. ड्रायव्हर लगोलग आला आणि त्याने मला एक कडक सलाम ठोकला. इतर नोकरही क्षणार्धात जमा झाले. कुणी माझी सूटकेस घेतली, तर कुणी अदबीने आमच्या मागोमाग चालत आले. मी येण्याची वर्दी सगळ्यांना होती. आम्ही दिवाणखान्यात गेलो तोपर्यंत अतिशय देखण्या अशा छोकरीने कॉफी, बिस्किटे, काजू असे खाण्याचे पदार्थ मांडले. मी स्थानापन्न झालो. दूर अंतरावर नोकर उभे राहिले– मालकिणीच्या आज्ञेची वाट पाहत. किरकोळ औपचारिक गप्पा आम्ही मारू लागलो.

दिवाणखान्याची रचना अशी केली होती की, समुद्राचे अथांग दर्शन कुठूनही घडावे. समुद्राकडे पाठ

करून बसले, तरी समोरची भिंत एक महाप्रचंड आरसा होता. त्यामुळे सागर दिसेच. माझे सामान वरच्या मजल्यावर माझ्या सूटमध्ये ठेवायला सांगितले गेले आणि कॉफीपान झाल्यानंतर मीही फ्रेश होण्यासाठी जिना चढून वर आलो. माझ्या मागोमाग चंद्रकला आणि एक-दोन नोकरही आले. दिवाणखाना, बेडरूम, प्रशस्त व्हरांडा, स्टडीरूम– असे हे स्वतंत्र दालन होते. घराचा निम्मा भाग या दालनाने व्यापलेला होता. अद्ययावत फर्निचर, नव्या पडद्यांनी आणि रंगसंगतीने दादाजींच्या मृत्यूनंतर हे दालन नव्याने सजविले असले पाहिजे. मी सर्व खोल्यांतून चक्कर मारली. आम्ही चित्रपटात श्रीमंत माणसांच्या शयनगृहांची उभारणी करतो. जे-जे जगात नवीन घडत असते, त्या सर्वांचा आम्हाला परिचय असावाच लागतो. भव्य, सुंदर, विलासी वास्तू चित्रपटात का होईना, लोकांना पाहण्यास आवडतात. पण हे सारेच दालन चूक काढायला जागा ठेवू नये, अशा पद्धतीने सजविले गेले होते. सर्वत्र एअरकंडिशनर्स होते. हवा असेल तर समुद्राचा बेबंद वारा येऊ देण्यासाठी झडपाही तेथे होत्या. दिवाणखान्यात आणि व्हरांड्यात भारतीय चित्रकारांनी काढलेल्या अतिशय सुंदर अशा चित्राकृती टांगलेल्या होत्या. माझ्या मागोमाग चंद्रकला वावरत होती. एक अनोखा आणि व्याकूळ करणारा सुगंध माझ्या मागोमाग येत होता. तसे हे दालन फार मोठे नव्हते आणि एक मजल्याचा निम्मा भाग असल्याने बंगलाही फार मोठा नव्हता. खटकण्यासारखी एकच गोष्ट होती. ती म्हणजे, पाहुण्यासाठी निर्माण केलेल्या या दालनाचा उर्वरित भागाशी कसलाही संबंध नव्हता. त्या दालनात जायचे असेल, तर जिना उतरून खाली परत जाणे भाग होते आणि दुसऱ्या टोकाला असणाऱ्या जिन्यावरून पलीकडच्या दालनात जाता येत होते. पाहुण्यांचा उपसर्ग होऊ नये, म्हणून ही व्यवस्था केलेली असावी. पण नोकरांना समजल्याशिवाय माझी आणि चंद्रकलेची परस्परांची गाठ-भेट होऊ शकत नव्हती. एवढे वैगुण्य सोडले, तर खूप श्रीमंतीत वावरूनही अशी कलात्मक श्रीमंती मी आजपावेतो अनुभवली नव्हती.

"त्या कोपऱ्यातल्या मिनीबारमध्ये सर्व प्रकारची मद्ये आहेत. हवे ते घ्या. काही लागले तर घंटा वाजवा. तुमची व्यवस्था बघणारा चौगुले ताबडतोब इथे हजर राहील. बी ॲट ईझ.''

चंद्रकला निघून गेली. नोकर-चाकरही तिच्या मागोमाग गेले. मागे उरला होता तो एक विलक्षण-दाहक सुगंध. त्या सुगंधाच्या वेटोळ्यात मी गरगरा फिरत होतो. उगाच इकडे-तिकडे वावरत होतो. ड्रिंक घ्यावे, असेसुद्धा वाटले नाही. एकट्याने ड्रिंक घेण्यात मला कधीच मजा वाटली नाही.

मद्रासमध्ये माझ्या घरी मी असलो, तर मेघना मला कंपनी देई– अर्थात नावापुरतीच! सोबतीशिवाय मद्याची नशा चढत नाही. चार पावलांपलीकडे चंद्रकला वावरत होती, पण ती मला कंपनी देऊ शकत नव्हती. त्यामुळे छानदार असा एकांत होता, उसळते असे समुद्राचे सान्निध्य होते. आकाशातल्या रंगछटा संपून जाऊन हळूहळू अंधार दाटू लागला होता. दूरवर एखादा पडाव समुद्रावरून तरंगत चाललेला अस्पष्टपणे दिसत होता. चंद्राचे आगमन झालेले दिसत नसले, तरी चंद्रप्रकाश येण्याच्या पाऊलखुणा मात्र जाणवत होत्या. चंद्रकलेच्या निमंत्रणानुसार मी इथे आलो खरा; पुढे काय काय घडेल, केव्हा घडेल याचा अंदाज बांधता येत नव्हता. मी स्नान केले. लुंगी गुंडाळली. मलमलीचा शर्ट पेहेरला आणि सिगारेटचे झुरके घेत रमत गमत खाली आलो.

सारे घर प्रकाशाने उजळले होते. जेवणाची सिद्धता झालेली होतीच. गरम वाफाळलेले अन्न– त्यातही मला आवडू लागलेली मद्रासी जेवणाची चव. समोर माझ्याबरोबर आहार घेणारी, पण मला आग्रह करून जेवायला भाग पाडणारी चंद्रकलेसारखी कामिनी. या साऱ्या गोष्टी कशा– सुरात सूर मिसळावेत तशा एकमेकांत मिसळलेल्या होत्या. नोकरचाकरांना आमचे संभाषण ऐकू जात होते, म्हणून असेल कदाचित; चंद्रकलेने देवदासीच्या जीवनावर मी निर्माण करणार असलेल्या 'राजनर्तकी' या चित्रपटावर संभाषण सुरू केले. उद्या सकाळी रियाझासाठी आचार्य गुरुपादस्वामी येणार होते. त्या वेळेस तिच्या नृत्याचे प्रात्यक्षिक ती मला दाखविणार होती. कुणालाही वाटले असते की, आम्ही या चित्रपटासंबंधी बोलणी करायलाच एकत्र आलो आहोत. रमत-गमत आमचे जेवण झाले. जेवणानंतरही मला ब्लॅक कॉफी लागते आणि जमले तर कोनॅकही लागते, हे चंद्रकलेला माहीत होते. व्हरांड्यात आम्ही जाऊन बसलो, तेव्हा तीही सारी सिद्धता-जय्यत तयारी होती. 'लेसिंग द कॉफी विथ कोनॅक' असा शब्दप्रयोग का केला जातो याचा एक निराळाच अर्थ मला आज कळाला. जीवनतृप्त झालेल्या माणसाला कॉफीची कडू, म्हणजे अंतिम गोड होणारी चव लाभायला हवी आणि त्या कडू असणाऱ्या चवीचे गोड चवीत रूपांतर करण्यासाठी फ्रेंच ब्रँडीचा एक तवंगही वर असायला हवा; म्हणजे मग साऱ्या सुखाची सांगता एखाद्या हलक्याशा नशेत होते. वासनेची नशा माणसाला उतावळा करते. पण कोनॅक त्या उतावीळपणाला सबुरीचा सल्ला देते. पेटावे पण हळूहळू पेटावे, अशी त्यात गर्भित सूचना असते.

खरे तर मी इथे आलो तेव्हापासून पेटलेलाच होतो. चंद्रकलेची विविध

आवृत्त आणि अनावृत्त रूपे माझ्या डोळ्यांसमोर येत होती. प्रत्यक्ष शालीनतेच्या आणि अलिप्ततेच्या पारदर्शक वस्त्रांतून चंद्रकला साक्षात समोर बसलेली होती. तिला अजिबात घाई झालेली नव्हती. नोकरांची जेवणे झाली आणि ते आपापल्या निवासस्थानांत निघून गेले. फक्त चौगुले मात्र मला दिसेल इतक्या अंतरावर वावरताना जाणवत होता. रात्र बरीच पुढे झुकली होती. समुद्र आता शांत झाला होता, वादळ आणि लाटा गिळून टाकल्यासारखा. त्याचे रूप चंद्रकलेसारखेच होते म्हणा ना! चमचम करणारा कृष्णवर्ण तर तिथे जाणवत होताच; पण मर्यादेत आवरून धरलेले क्षोभही जाणवत होते. सबंध दिवसभराची थकावट मला आता जाणवायला लागली. माफक का असेना, पण घेतलेल्या मद्याची नशा डोळ्यांत जागी व्हायला लागली. मी आळस दिला. एक नवी सिगारेट पेटविली आणि उठून उभा राहिलो. मिस्कील डोळ्यांनी माझ्याकडे पाहत चंद्रकला म्हणाली, "गुड नाईट! दमलाहात, विश्रांती घ्या. उरलेलं सकाळी बोलू. चौगुले तुम्हाला वर घेऊन जाईल." आणि ती माझ्याकडे पाठ फिरवून दुसऱ्या बाजूला असणाऱ्या जिन्याच्या दिशेने चालूही लागली.

मी वर गेलो. चौगुले मागे होताच. एअरकंडिशनर्स पूर्वीच चालू केले होते. सुसज्ज असा डबलबेड माझी वाट पाहत होता. चौगुलेने काही हवे-नको विचारले. खरे तर माझ्या मनात आले होते की, कशाला असला दांभिकपणा चाललाय? चंद्रकलेशिवाय मला काहीही नको होते. दार लावून घ्यायला सांगून चौगुले निघूनही गेला. मी दार लावून घेतले आणि एक चित्रपटाचे मासिक घेऊन अंथरुणावर पडून झोपेची आराधना करू लागलो. एकदम वाटले, म्हणून मी उठलो. पडदा बाजूला करून खिडकी उघडली तेव्हा लक्षात आले की, सर्वच दिवे मालवले गेले आहेत. सर्वत्र नि:स्तब्ध शांतता वावरत आहे. मुद्दाम वाकून पाहिले, तेव्हा चंद्रकलेच्या दालनातले दिवे मालवले गेलेले दिसले. मी रुष्ट मनाने दार लावून घेतले. पडदे सारखे केले आणि नाराजीने परत अंथरुणावर पडलो.

माझा डोळा केव्हा लागला, हेही माझ्या लक्षात आले नाही. पण कुठल्या तरी अति मृदु स्पर्शाने मला जाग आली. डोळे उघडले, तेव्हा दिसले– दिवे कुणी तरी मालवलेले असावेत; फक्त निळा बेडलँप चालू केलेला होता. कसला स्पर्श झाला हे समजण्याइतकी चेतना मला आली. तेव्हा माझ्या लक्षात आले की, माझ्या पायाशी संपूर्ण नग्न असलेली चंद्रकला पहुडलेली होती. ती या दालनात आलीच कशी, हेच मला समजेना. तिने सरकत-सरकत माझ्या वक्षावर

आपले वक्ष घासले. निर्जीव असणाऱ्या दोन गारगोट्या प्रत्यक्ष घर्षणातून अग्नी पैदा करतात; इथे तर एकमेकांत गुंतलेली दोन माणसे एकमेकांच्या स्पर्शातून अग्नी निर्माण करत होती. तिचा पूर्वपरिचित असा कमनीय देह पाहिल्यावर मला भलतेच अवास्तव प्रश्न विचारण्याची इच्छाच झाली नाही. तिच्या डोळ्यांत पूर्वीचेच निमंत्रण होते. तिचा देह मी निरखून पाहिला आणि माझ्या लक्षात आले की, या देहाचा टवटवीतपणा वा तजेला सुतराम कमी झालेला नाही. आता या डोळ्यांत कुतूहल नव्हते, पण एक मिस्कीलपणा आणि स्वत्वाची जाणीव झालेली चेतना जाणवत होती. पावलापासून मस्तकापर्यन्त स्पर्शाचे चंदनी लेप ती मला अबोलपणाने लावीत होती. हे सारे न बोलता पुष्कळसे बोलके होते. देहाच्या भुका पुरविण्यात आता नावीन्य राहिले नव्हते. ही सारी वादळे अनेकदा पूर्वी उठली होती. जो विझत नाही, असा एकच अग्नी या जगात आहे– तो म्हणजे कामाग्नी. प्रत्येक नवे निमंत्रण हे नवे आव्हान होते. कोमट झाले आहे, असे पाणी एकदम उकळायला लागले. हे फूल मी अनेकदा हुंगले होते आणि त्या कळीचे फुलात रूपांतर होताना मी प्रत्यक्ष पाहिले होते. दीर्घकाळ टवटवीत राहणारी व सुगंधाला ओहोटी न लागणारी अशी काही अपूर्व फुले या जगात आहेत. हळूहळू शब्दांचे चीत्कारांत रूपांतर झाले. अपेक्षित परंतु मिळायला विलंब झालेल्या सुखाच्या क्षणांनंतर आलेले आनंदाश्रू टिपताना मला सारा पूर्वकाळ आठवत गेला. गात्रे हळूहळू तृप्त होत गेली. वासनेचे कडे चढून परत उतरले गेले. एका आवर्तनात वर्षानुवर्षांचा हिशोब चुकता होण्यासारखा नव्हता, म्हणून अग्नी पुनः पुन्हा पेटवला गेला. प्रत्येक देहाच्या चेतनेच्या वेगवेगळ्या जागा असतात. त्या-त्या सर्व जागा चंद्रकलेनेच मला दाखवून दिल्या होत्या. सर्वांगाने एकमेकाला भोगत-भोगत आम्ही गाढ झोपेत मग्नही झालो. अधून-मधून पूर्वीच्या आठवणी या सुखचेष्टितांची रंगत वाढवीत होत्या. उमाळा दाटून येत होता. एक नवा अध्याय सुरू झाला होता आणि तो संपविणे माझ्या हातात राहिलेले नव्हते.

खरे म्हणजे, खूप-खूप बोलायचे होते आणि मध्यंतरीच्या काळात आम्ही बोलतही होतो. पण त्या बोलण्यात खंड पडणेही स्वाभाविक होते. ज्या घटनांच्या आठवणी होतात, त्या आठवणी मूळ घटनांपेक्षा अधिक गहिऱ्या बनतात; कारण त्या घटना अगदी वस्त्र फेडून टाकून आता नग्न स्वरूपात उभ्या असतात. प्रत्यक्ष भोगाच्या आनंदापेक्षा भोगांच्या आठवणी अधिक उत्तेजक असतात.

सकाळी जागा झालो तेव्हा लक्षात आले की, माझा हात चंद्रकलेच्या

नितळ आणि तुकतुकीत पाठीवर विसावला होता. ती तिची पूर्वीची लकब तिच्या अजून पुरती लक्षात आहे, हे पाहून मलासुद्धा या सुखापासून मी इतके दिवस वंचित का राहिलो याचा विषाद वाटला. ती तृप्त होऊन विसावलेली होती. पायात पाय अडकवून तिने अंग आकसून घेतले होते. तिच्या लांबसडक, काळ्याभोर केसांचा पिसारा पांढऱ्याशुभ्र चादरीवर पसरलेला होता. एकदा वाटले, तिला उठवावे... पहाटेच्या धूसर प्रकाशात अशा स्थितीत तिला उचलून व्हरांड्यात न्यावे, सागराचे उसळते रूप आणि पहाटे सुटलेला धुंद खारट वारा दोघांनी एकाच वेळी उपभोगावा. पण तिची तृप्त निद्रा मोडावीशी वाटली नाही. मी उठलो, चांगला आळस दिला. सिगारेट ओढली. कॉफीची तल्लफ आली होती, पण या अवस्थेत चंद्रकला खोलीत असताना कॉफी कशी मागायची– हा प्रश्न मला पडला होता. पण तो प्रश्न मी आपल्यापुरता सोडवला. बेडरूमचे दार बंद करून व्हरांड्यात येऊन मी घंटा वाजवली. घंटा वाजताक्षणीच चौगुले आला. त्याला मी दोन-चार कप कडक कॉफी आणायला सांगितली. जणू तो आज्ञेची वाटच पाहत होता. वाफाळलेल्या कॉफीचा ट्रे आणून ठेवून तो जाताक्षणीच मी परत दार लावले आणि मागे वळणार तोच माझ्या लक्षात आले की, चंद्रकला नाईट गाऊन घालून मागे उभीच होती. उगवत्या चंद्रासारखे हे झालेले आगमन जितके प्रसन्न होते, तसेच अनपेक्षितही होते. मी चट्‌कन तिच्याजवळ गेलो, तिला मिठीत घेतले.

आयुष्यात एकमेकांना छेदून जाणारे रस्ते सदैव भेटतात. वास्तविक, चंद्रकलेचे प्रकरण हे पूर्वीच संपलेले होते; पण ते पुन्हा सुरू होईल आणि त्यात मी खोलवर अडकेन, असे मला तरी कुठे वाटले होते? पण हे असे घडले. एकटेपणा दूर करण्यासाठी तिला आधार हवा होता आणि मोहाला शरण जाणाऱ्या माझ्यासारख्या पुरुषाला एक नवा मोह निर्माण व्हायला हवा होता. तसे आम्ही परस्परांना पूरक होतोच आणि आता तर 'राजनर्तिका' या चित्रपटात जर तिला काम दिले, तर संपर्क अटळ होता. फक्त माझ्यापुढे अडचण एवढीच होती– ती म्हणजे, चित्रपट सुरू झाल्यानंतर तिला मुंबईत राहणे आवश्यक होते आणि तिचे अन् माझे संबंध लोकांपासून लपविणे कठीण जाणार होते. मेघनेची तर समजूत घालणे किंवा तिच्यापासून माझे आणि चंद्रकलेचे नवे नाते लपवून ठेवणे, ही गोष्ट जवळपास अशक्य गोष्ट होती. शिवाय हा चित्रपट इतका खर्चिक होणार होता की, तो एक जुगार ठरणार होता.

परंतु मी समजलो तशा अडचणी फारशा उत्पन्न झाल्या नाहीत. मेघनेने

तर हा चित्रपट व त्यामुळे चंद्रकलेशी येणारा माझा संपर्क याची गंभीरपणे दखलच घेतली नाही. तिचा आजपर्यंतचा जो माझा अनुभव होता, त्यावरून तिचे वागणे थोडे अनपेक्षित होते. कदाचित असल्या अपरिहार्य गोष्टी तिने मनोमन स्वीकारूनच मला स्टुडिओची जबाबदारी घ्यायला लावली असावी.

चंद्रकला एके काळी उच्च दर्जाची नर्तिका होती, पण आजही तिने नृत्याभ्यास चालू ठेवला होता; एवढेच नव्हे, तर तिच्या रूपात, पदलालित्यांत उणीव येऊ दिली नव्हती. मी दुसऱ्या दिवशी आचार्य गुरुपादस्वामी यांच्या मार्गदर्शनाखाली तिचा नृत्याभ्यास पाहिला. परंपरागत नृत्याबरोबरच चित्रपटाला आवश्यक असणारे नृत्याचे नवे रूपही तिने दाखविले. परंपरागत नृत्य हे शास्त्रीय दृष्ट्या कितीही आत्मसात केले, तरी फार काळ लोकांना ते पाहवत नाही. शेवटी नृत्य हा चित्रपटातला एक भाग होता– अपरिहार्य असा. पण चित्रपटात नृत्य हे सर्वस्व नव्हते. चित्रपटाची कथा पूर्वी चंद्रकलेने दादाजींकडून समजून घेतली असावी. त्यामुळे कोणत्या प्रकारचे व किती नृत्य चित्रपटात चालू शकेल, यावर तिने विचार केला असावा.

मी अलिबागहून परत मुंबईला आलो आणि चित्रपटाची जुळणी करायला लागलो. चित्रपट भव्य आणि श्रीमंती दाखविणारा निर्माण होणार होता. चित्रपटातल्या साऱ्याच भूमिका मोठ्या ऐटीने सादर करण्यासाठी नेहमीची प्रथा मोडून पुष्कळ बाहेरचे कलावंत घ्यावे लागले. संगीतकार, नृत्यकार यांच्या शिक्षणाची व्यवस्था करावी लागली. प्रत्येक प्रसंगाची तालीम करण्याची राजहंस कलामंदिराची प्रथा होती. या वेळेस ती प्रथा अधिक कसोशीने अमलात आणावी लागली. चित्रपटाची सर्व प्राथमिक तयारी झाल्यावर चंद्रकला मुंबईत आली आणि स्टुडिओतल्याच आवारातील गेस्ट सूटमध्ये राहू लागली. चित्रपटाच्या मुहूर्ताच्या वेळेस मी मेघनेला मुद्दाम मुंबईला बोलावले. आल्या क्षणीच ती म्हणाली, ‘‘चंद्रकला कुठे आहे?’’

मी म्हणालो, ‘‘पलीकडच्या सूटमध्ये आहे. तिला बोलावू काय?’’

‘‘नाही– नाही, मीच भेटेन तिला.’’

कॉफी वगैरे घेऊन झाल्यानंतर मेघना चंद्रकलेला भेटण्यासाठी म्हणून बाहेर पडली. चंद्रकला तिच्या निवासस्थानात नाही, तर ती नृत्याचा रियाज करण्यासाठी तालीम हॉलमध्ये आहे, असे कळल्यामुळे ती तालीम हॉलमध्ये गेली. तिथे ती पोचताच चंद्रकलेने नृत्य थांबविले. एकदम तिच्याजवळ येऊन

तिला मिठी मारली. नृत्याचा रियाज बराच वेळ चालू असावा, कारण तिचे सारे अंग घामाने ओलेचिंब झाले होते. अशा शिणलेल्या आणि घामाने डबडबलेल्या चंद्रकलेला मिठीत घेताना मेघना कौतुकाने सद्गदित झाली. उच्च पदावर पोचण्यासाठी किती कष्ट घ्यावे लागतात, असा विचार तिच्या मनात आला. दोघींनाही जवळिकीने एकत्र आलेल्या पाहून माझे मन उगीचच शंकाकुल झाले. पण त्या दोघी इतक्या खुशीत होत्या– विशेषत: चंद्रकला या चित्रपटाचे मनसुबे सांगताना इतकी धुंद झाली होती– की, माझे मलाच आश्चर्य वाटले. तसे मी अलिप्तपणाचे सोंग आणले होते, पण ते सोंग केव्हाही उघडे पडण्याची शक्यता होती.

चित्रपटाचा मुहूर्त झाला आणि दोन तीन दिवस मेघना मुंबईत राहिली. पण या दोन-तीन दिवसांच्या अवधीत तिचा बराचसा काळ चंद्रकलेच्याच निवासस्थानी जात होता. तिला चंद्रकलेविषयी गूढ आकर्षण निर्माण झालेलेच होते आणि आत्ताची तिची एकाकी अवस्था, चित्रपटात पुनरागमन करण्यासाठी ती घेत असलेले कष्ट यामुळे तिच्यासंबंधीच्या जिव्हाळ्यात अधिकच भर पडली होती. रात्री जेव्हा आम्ही एकत्र येत होतो, तेव्हा तिच्या बोलण्याचा विषय बहुतांशी चंद्रकलाच असे. मेघनेच्या शहाणपणाचा अनुभव मी पूर्वी घेतलेला होता आणि म्हणून या वेळचे तिचे भाबडेपण मला आश्चर्यचकित करणारे होते.

मेघना निघून गेली. त्या दिवशी पहिल्या रात्री मी एकटाच होतो. थोडा वेळ चंद्रकलेची आठवण झाली. पण आता तिची गाठ-भेट उघडपणे होणे शक्य नाही, या विचाराने मी झोपेची आराधना करत होतो. पण पुन्हा अगदी अलिबागला घडले तसे अनपेक्षित तिचे अस्तित्व माझ्या खोलीत उमटले. माझ्या डोळ्यांतल आश्चर्य पाहून ती हसली आणि म्हणाली, ''अगदी साध्या गोष्टी तुम्हाला समजत नाहीत. अलिबागला काय किंवा या घरात काय, दादाजी आणि जी व्यक्ती त्यांना हवी असेल त्या व्यक्तीचा संपर्क साधण्यासाठी दोन्ही फ्लॅट्स गुप्तद्वाराने एकमेकांना जोडले आहेत. कुणालाही शंका येऊ नये म्हणून एरवीचा सारा व्यवहार स्वतंत्रपणे वेगळ्या रस्त्यानं करावा लागावा; पण केव्हाही शेजारच्या फ्लॅटमध्ये राहणाऱ्याला गुप्तपणे भेटता, यावं अशी त्यात योजना आहे.''

मग तिने मला तो रस्ता दाखविला आणि त्याची कामगिरी पाहून मी चकितच झालो. कारण कुणालाही शंका आली नसती की, तो सहा फुटी आरसा एका इलेक्ट्रिकच्या बटणानं स्वत:भोवती फिरतो आणि एका माणसाला पलीकडे जाता येईल एवढी जागा निर्माण होते. त्या रात्री आम्ही एकत्र आलो. पण शरीर-धर्म मात्र विसरून गेलो होतो. आठ-दहा तासांच्या रियाजाने चंद्रकलाही थकली

होती आणि अनेक गोष्टींच्या जबाबदाऱ्यांनी मी पुरेपूर थकून गेलो होतो. मी तिला कुशीत घेऊन झोपलो, तर ती लहान मुलाप्रमाणे पाच मिनिटांत झोपली. मग मी तिला उठविली नाही. हाच जर मी पूर्वीचा असतो, तर मोठ्या इसाळ्याने तिचा भोग घेतल्याशिवाय राहिलो नसतो. माझ्या वासनेची ओढही ओसरत चालली होती. सर्व इंद्रिये शाबूत होती, पण इंद्रियावर नियंत्रण ठेवणारी मनोबलाची शक्ती आता जरा कोमट झाली होती. प्रत्यक्ष स्त्रीच्या प्राप्तीपेक्षा स्त्रीत्वाचे प्रौढ रूप आपल्या सन्निध असणे, हेही सुखाचे वाटू लागले होते. शिवाय चंद्रकलासारख्या मला अंकित झालेल्या स्त्रीविषयी हव्यास दाखवायचा कशाला? ही वस्तू सर्वथा आपलीच आहे, हा एकदा विश्वास निर्माण झाला की, पुरुषार्थाला आमंत्रण देऊन स्त्रीत्वाला बांधून ठेवण्याची इच्छा मालवू लागते.

'राजनर्तकी' या नव्याने निर्माण करीत असलेल्या चित्रपटाची वारेमाप जाहिरात चित्रपट नियतकालिके करीत होती, यामुळे माझ्यावरही एक दडपण येत होते. प्रत्येक शॉट काळजीपूर्वक घेण्यासाठी मी प्रयत्नांची पराकाष्ठा करीत होतो. चित्रपटकथा इतकी साक्षेपाने तयार केली होती की, एकाच वेळेला अनेक फ्लोअर्सवर चित्रपटाचे वेगवेगळे शॉट्स घेतले जात होते. सदाशिव माने हा दादाजींचा असिस्टंट या चित्रपटात इतका रमून गेला होता की, त्याच्या उत्साहाला कधी कधी आवर घालावा लागत असे. चित्रपटविद्या ही एक व्यामिश्र कलानिर्मिती आहे, हे भान लक्षात ठेवून दादाजींच्याच करडेपणाने प्रत्येक निर्मिती घटकावर काटेकोर नजर ठेवण्यासाठी माझी त्रेधातिरपीट उडत होती. चित्रपटाचे संगीत फार चित्तवेधक होते आणि नृत्यादी दृश्ये चांगली होतील किंवा नाही, याबद्दल माझ्या मनात शंकाच नव्हती. थत्त्यांनीही भव्य सेट्स आणि रंगसंगती यात नवे परिमाण निर्माण केले होते. या चित्रपटाचा जुगार माझ्या लेखी परीक्षा पाहणारा होता. पण या परीक्षेत मी पास होऊ शकेन, असा माझा विश्वास दिवसेंदिवस वाढत होता. या चित्रपटात दादाजी एक भूमिका करणार होते. भूमिका लहानच होती, पण ते झेंगट मात्र मी पत्करले नाही. तशी चित्रपटातून लहानशी कामे मी करत आलो होतो. पण या वेळेला निर्मितीवर चोहोबाजूंनी लक्ष देण्यासाठी मी मोकळा असणे माझ्यासाठी आवश्यक होते. प्रत्येक गोष्ट पहिल्या दर्जाची असली पाहिजे, असा आग्रह धरल्यामुळे कधीही ज्या मर्यादेपर्यंत बजेट गेलेले नव्हते, त्या मर्यादेपर्यंत बजेट जाऊन पोचले होते.

चित्रपट वेगाने पूर्ण होत होता. सर्वांच्यावरच चित्रपटाचा वेगाचा ताण निर्माण झालेला होता. रोजच्या रोज रशप्रिंट्स पाहणे, आवश्यक त्या सुधारणा

ताबडतोब करून घेणे आणि सर्व घटकांवर करडी देखरेख ठेवणे– यात माझीही थकावट होत होती. हा चित्रपट कोणत्या हेतूने मी काढतो आहे, याचे ज्ञान हळूहळू मला व्हायला लागले. कलेच्या उच्चानंदासाठी किंवा ऐहिक यश गाठण्यासाठी ही चित्रपटनिर्मिती होत नव्हती; ही चित्रपटनिर्मिती चंद्रकलेला परत चित्रपटसृष्टीत स्थिर करण्यासाठी उघड-उघड होती. एका स्त्रीच्या आकर्षणापायी मी हे साहस का करतो आहे, या प्रश्नाचे उत्तर मला सापडत नव्हते. जेव्हा रात्री माझ्या स्टडीत मी चित्रपटाच्या रशप्रिंट्स पाहत बसत असे, तेव्हा चंद्रकला माझ्या मांडीवर झोपलेली असे. कधीकधी मी फार थकलेला असेन, तर ती काम थांबवायची सूचना करी. अशा वेळेला ती एक नटी उरत नव्हती किंवा तिचे कामांगिनीचे रूपही एकदम हरवून जात असे. ती मला जवळ घेई अन् माझे अंग चेपून देई किंवा मस्तक दाबून देई आणि मी गाढ झोपलेला पाहून कृतार्थ होऊन माझ्या शेजारी देह लवंडून देई. एका महत्त्वाच्या साहसकर्मात ती माझी भागीदार बनली होती. बोलता-बोलता ती एकदा म्हणाली, ''हा चित्रपट बजेटबाहेर जातोय. तुम्हाला टेरीटरीज विकून पैसे उभे करण्याचा मोह होईल किंवा कुणाला भागीदार करून घेण्याची दुर्बुद्धी होईल; पण पैसे कमी पडत असतील तर मला सांगा. माझ्याजवळ वेगवेगळ्या स्वरूपात पंधरा-वीस लाख रुपये आहेत. मला त्याचा काही उपयोग नाही. ते तुम्ही खुशाल घेऊ शकता.''

''तुला निष्कांचन करून हा चित्रपट मी काढीन, असं तुला वाटतं तरी कसं?''

''प्रश्न तो नाहीय. यश जवळ आलेलं दिसत असताना तुम्ही कच खाऊ नये, एवढीच माझी इच्छा आहे. शिवाय तुम्ही मला काय वाऱ्यावर सोडाल? पैशाचा उपयोग तरी काय असतो? हा चित्रपट तुम्ही माझ्यासाठी काढता आहात आणि आयुष्यातील एक जुगार खेळता आहात, हे कळण्याचं ज्ञान मला नाही; असे का तुम्ही समजता? आजपर्यंत अत्यंत सावधगिरीने तुम्ही व्यवहार पाहून लो बजेट फिल्म्स करीत आलात. या वेळेलाच तुम्ही कधी खेळला नाहीत असा जुगार खेळत आहात. तुमच्या आणि माझ्या नात्याला जगात काही किंमत नाही. पण मी तुमची पत्नी आहे, असंच मानते. तुमच्या या जुगारात सहभागी होण्याची माझी मन:पूर्वक इच्छा आहे. यश मिळालं तर तुमच्याबरोबर माझा थोडासा का होईना, पण वाटा तर असेल आणि अपयश मिळालं तरी त्यातही माझा वाटा असेल. आपल्याला आवडलेल्या पुरुषासाठी प्रसंगी सर्वस्व देऊन टाकावं, असं स्त्रीला वाटतं. तुमच्याशिवाय आता माझ्या आयुष्याला काही अर्थ नाही. म्हणून

म्हणते, माझे पैसे घेण्यात तुम्हाला अजिबात अवघड वाटू देऊ नका. शिवाय माझे हे सगळे पैसे व्हाईट आहेत. डिस्ट्रीब्युशन ऑफिसमधून मिळालेले हे पैसे आहेत. दादाजींनी को-प्रोड्यूसर म्हणून काढलेल्या चित्रपटातील माझा वाटा इन्कम टॅक्स रिटर्नमध्ये दाखविला गेला आहे. केवळ एक पुरुष म्हणून मी तुमच्याजवळ आले नाही. लग्न करून मला प्रतिष्ठा मिळावी, अशी केव्हाही अपेक्षा नव्हती. लग्नाच्या बायकोसारखी प्रतिष्ठा तुम्ही मला तेव्हाच दिली असतीत, तर मला मद्रास सोडण्याचीसुद्धा गरज नव्हती. आता परिस्थिती पुष्कळ बदलली आहे. मेघनाबाई मला आवडतात आणि त्यांनाही मी आवडते. त्यांची अप्रतिष्ठा होईल, असं माझ्याच्यानं काहीही केलं जाणार नाही. पण खरं सांगू? तुमची पत्नी म्हणून जगायला मला फार आवडेल. ते तर शक्य नाही; पण निदान पत्नीसारखे स्थिर आयुष्य मला तुम्ही द्यावे.''

तिने एकदम माझ्या छातीवर आपले मस्तक ठेवले. तिचे मस्तक मी वर केले आणि माझ्या लक्षात आले की, तिच्या डोळ्यांत अश्रू भरलेले आहेत. मीही तिला थोपटले आणि कामदेवाला निमंत्रण दिले.

या चित्रपटाच्या निमित्ताने चंद्रकलेचे आणि माझे संबंध अधिकाधिक गहिरे होत गेले. वास्तविक, या चित्रपटातल्या नायिकेची भूमिका ती करत होतीच आणि त्या भूमिकेसाठी तिला अपार कष्ट करावे लागत होते. शॉट नसला तरीही आठ-आठ तास ती रियाजात गुंग असे. रियाज चालू नसेल, तेव्हा ती इतरांच्या तालमीत भाग घेत असे. ती चित्रपटाशी इतकी एकरूप होऊन गेली होती की, जणू तिला दुसरे आयुष्यच उरले नव्हते! चित्रपटाचे रशप्रिंट्स जेव्हा मी पाही; तेव्हा माझ्या ध्यानात येई की मिताहार, व्यायाम आणि निग्रह यांच्या बळावर तिने आपले तारुण्य तर राखलेले आहेच– पण त्याहीपेक्षा तिच्या हालचाली, पदन्यास आणि भावमुद्रा पूर्वीपेक्षाही अधिक तल्लख झालेल्या आहेत. रात्री शूटिंग करण्याची 'राजहंस'ची प्रथा नव्हती. जास्तीत जास्त दहा वाजेपर्यंत शूटिंग चाले. पुढच्या दिवसाच्या शूटिंग स्क्रिप्टची संपूर्ण कल्पना सर्व खातेप्रमुखांना आधीच मिळालेली असे. मनासारखा एखादा सेट लागला नाही, प्रॉपर्टीत काही उणीव राहिली, तर कामात थोडा खोळंबा होई. पण एरवी सारा स्टुडिओच भारल्यासारखा काम करीत होता. रविवारी राजहंस कलामंदिर संपूर्णतया बंद असे. त्या सुट्टीची सर्व कर्मचारी उत्कंठेने वाट पाहत. प्रत्येक जणच आपल्या शक्तीला ताण देऊन काम करत होता. मी तर माझ्या शक्तीवर इतका ताण दिलेला होता की– मला भीती वाटे की, केव्हा तरी माझा देह काम करायला

नकार देईल. चंद्रकलेचे तिकडेही लक्ष होते. शूटिंग संपवून आम्ही निवासस्थानी आलो, म्हणजे ती अंघोळीसाठी गरम पाणी तयार ठेवी. शीण उतरेपर्यंत स्वत: उभी राहून मला अंघोळ घाली आणि स्वत:ही सुस्नात होई. सात्त्विक असे थोडेफार जेवण आम्ही घेत असू. नंतर रशप्रिंट्स पाहणे आवश्यक असे. पण मला ती ते काम कित्येकदा करू देत नसे. सेट पुरा झाला की, मग ती रशप्रिंट्स पाहू देई. त्यामुळे माझ्या वेळेची बचत होई. कारण तोपर्यंत एडिटेड असा तो शॉट सदाशिव मानेने करून ठेवलेला असे. फारशा गप्पा-गोष्टी न करता ती मला झोपायला भाग पाडी. एरवी तिच्या देहात कामोत्सवाचे निमंत्रण सदैव मिळण्यासारखे असताना तिने एक त्रयस्थ आणि तटस्थ भूमिका स्वीकारली होती. माझ्या शक्तीचा प्रत्येक कणन्कण गरज असेल तरच वापरला जाईल याविषयी ती विलक्षण दक्ष असे.

तिचे आणि माझे नाते आता तितकेसे गुप्त राहिले नव्हते. प्रथम-प्रथम आम्ही गुप्ततेची खूप काळजी घेत असू; पण मग चित्रपटाला वेग आला, कामांचा बोजा वाढला, तेव्हा लोक काय म्हणतील ही चिंता करण्याचे आम्ही सोडून दिले. दिसायला आमची निवासस्थाने वेगवेगळी होती; पण प्रत्यक्षात आम्ही एकत्रच राहत होतो. चंद्रकलेची संगत ही शीतल चंद्रासारखीच होती. पाण्याप्रमाणेच तिला स्वत:चा रंग नव्हता. कधी झोपेत मी नुसती कूस हलवली तरी ती एकदम जागी होई; इतके माझ्या देहाचे, मनाचे चलनवलन तिने आत्मसात केले होते. आपल्या आयुष्यातील सर्वांत महान अशी भूमिका ती आता 'राजनर्तकी' या चित्रपटात करत होती. पण त्या जबाबदारीचे ओझे दोघांच्या भावविश्वात अजिबात जाणवत नव्हते. उलट, तिची वत्सल अशी नजर माझ्यातील प्रत्येक बदल लक्षात ठेवीत असे. जो वासनेचा खेळ दोघांच्यात एके काळी प्रधान आकर्षणाचा विषय होता, तो खेळ आता थोडा थंडावला होता. आकर्षण ओसरले होते म्हणून नव्हे, तर आपल्या मालकीची ही वस्तू आता पुरवून खायची आहे, या जाणिवेने. स्वामित्वामुळे संयम येतो, तो हा असाच.

चित्रपट वेगाने पुरा होत होता आणि आमचे सहजीवनही अधिक गांभीर्याने लज्जतदार बनत होते. अधून-मधून आमच्या तृप्त जीवनक्रमात व्यत्यय येई; नाही असे नाही. कधी माझा मुलगा भेटीला येई, तेव्हा तिला चोरट्यासारखे वाटे. तेवढ्यापुरते तरी ती अलिप्ततेचे सोंग करी. कधी खोलीत असतानाच मेघनेचा फोन येई. तेव्हा आपण मेघनेशी प्रतारणा करतो आहोत, यामुळे चंद्रकला खंतावून जाई. कधी माझे सासरे अचानक न कळविता घरी येत, तेव्हा

ते जाईपर्यंत चंद्रकलेला बेडरूममध्येच कोंडून घ्यावे लागे. तर, कधी मसुरीतील तिच्या मुलाबद्दल— अजिंक्यबद्दल शाळेच्या प्रिन्सिपॉलच्या काही तक्रारी असत. त्यामुळे ती चिंतेत पडल्यासारखी वाटे. मेघना कधी मुंबईला आली की, पहिले चार क्षण ती जरा अवघडल्यासारखी होई. तरी मेघनेची मनमोकळी वागणूक पाहून तिच्या मनातल्या साऱ्या शंका दूर होत असत. हे असे लहान-मोठे व्यत्यय एका परीने चंद्रकलेच्या आणि माझ्या स्नेहसंबंधांचा एखादा वळसा घट्ट करीत. मेघनेचा जेव्हा जेव्हा मुक्काम असे, तेव्हा मेघना माझे कपडे, भोजन यांची व्यवस्था काळजीपूर्वक लावण्याचा प्रयत्न करी. पण तिला काही संधीच मिळत नसे; इतकी माझी काळजी चंद्रकलेने घेऊन ठेवलेलीच असे.

एकदा तर असे घडले— आम्ही रात्री तिघेही जण बाहेर जेवायला गेलो होतो. रमत-गमत आमचे जेवण झाले. मेघनेने आग्रह केला म्हणून आम्ही तिघांनी कोनॅक घेतली. अलीकडे मी फारसा मद्य घेत नव्हतो, कारण त्यामुळे दुसऱ्या दिवशीची सकाळ तितकी चैतन्यदायी राहत नसे. मेघनेला मद्याचे मुळीच आकर्षण नव्हते. कधी घेतलेच तर माझ्या आग्रहाखातर एखादा घोट ती मद्य घेई. चंद्रकलेला मद्याची आवड तर राहोच, पण त्याउलट मद्याविषयी नफरत होती. तिच्या आयुष्यात जे काही पुरुष आले होते, ते मद्यपानानंतर पशुत्वाचे वर्तन करीत. तो अनुभव तिने घेतलेला असल्यामुळे मद्य या गोष्टीबद्दल तिच्या मनात अरुची उत्पन्न झाली होती. दादाजी तर मद्याला स्पर्शसुद्धा करीत नसत. नाही म्हणायला, मलाच मद्य घेताना तिने कधी पाहिले असेल ते आणि माझ्या आग्रहाला बळी पडून मद्याची चव घेतली असेल, तेवढीच. पण आताची गोष्ट निराळी होती. चित्रपट पुरा होत आलेला होता. हळूहळू चित्रपटनिर्मितीचा पीळ सैल होत होता. त्यात कधी नव्हे ती मेघना आग्रह करीत होती. मद्याचे घोट घोट गळ्याखाली उतरत असताना ते डोळ्यांत चढतही होते. एरवी जे बोलणे तेवढे बंदिस्त होते, ते आता सैल होऊ लागले होते. एकाच पुरुषात गुंतलेल्या दोन स्त्रिया त्या पुरुषाबद्दल जिव्हाळा दाखविण्याची स्पर्धा करीत होत्या. मद्यपानाची मला चांगली सवय होती. त्यामुळे प्राप्त परिस्थितीचा धोका मला समजत होता. मी चट्कन बैठक मोडण्याच्या उद्योगाला लागलो आणि दोघींना सांभाळीत स्टुडिओत परत आलो. सावध असलेली चंद्रकला गाडीतून उतरता क्षणीच आपल्या निवासस्थानाकडे जाण्यासाठी आमचा निरोप घेऊ लागली. तेव्हा मेघनेने तिला घट्ट धरून ठेवली आणि ती म्हणाली, ''आता एकटी जाऊन कुठं झोपतेस? इथं खूप जागा आहे— सहज मावू आपण तिघंही.''

आम्ही जिना चढून वर आलो. मलासुद्धा सर्वांनी लवकरात लवकर झोपी जावे, असे निकडीने का वाटले, हे सांगता येत नाही. मेघनेचा तोल जात होता; परंतु तिच्या तोंडी गाण्याची लकेर होती आणि एक विलक्षण खुशीही होती. माझ्या बेडरूममध्ये मी शिरलो. चट्कन कपडे बदलले आणि अंथरुणावर आडवा झालो. मला वाटले होते– मिनिटा दोन-मिनिटांत मेघनाही आपले आटोपून लवकर येईल. पण तसे काही लक्षण दिसेना. तिचे आणि चंद्रकलेचे काही तरी बोलणे मला ऐकू येत होते. शेवटी मी मेघनेला ओरडून हाक मारली. ती जिथे होती, तिथूनच ओरडून म्हणाली "आले हो! एवढा धीर धरवेना की काय?" मग पटापट दिवे मालवल्याचा आवाज ऐकू आला आणि दरवाजातून मेघना अन् तिच्या मागोमाग जवळजवळ ओढत आणलेली चंद्रकला अशा दोघीही बेडरूममध्ये आल्या. दोघींनी एकसारखी पातळे नेसली होती. कधी नव्हे ती चंद्रकलेची मान खाली होती. मेघनेच्या मनात काय आहे हेच, मला समजेना. यापूर्वी अनेकदा आम्ही एकत्र राहिलो होतो. पण एका खोलीत कधीच झोपलो नव्हतो. मेघना आणि चंद्रकला कॉटच्या टोकावर येऊन बसल्या होत्या. मेघनेच्या डोळ्यांतील एकच चमत्कारिक भाव पाहून मद्यामुळे आलेला जडपणा एकदम हरवला. मी म्हणालो, "काय खेळ चाललेला आहे, मेघना! किती वाजलेत, काही कल्पना आहे का?" बोचऱ्या आवाजात मेघना म्हणाली, "हो– बारा-साडेबारा तर वाजताहेत. तसा काही फारसा उशीर झालेला नाही."

"तरी पण–"

"तरी पण काय? बरेच दिवस राहिलेले हे काम आहे, ते आज मी पुरे करीत आहे. आता चित्रपट संपत आलाय. तुम्ही दोघांनीही आतापर्यंत खूप ताण सहन केलाय. हा चित्रपट काढायचं जेव्हा तुम्ही ठरविलंत, तेव्हा पुढचं भवितव्य मी ओळखलं होतं. तुम्ही आणि चंद्रकला मनानं किती जवळ आलेला होतात, हे मी पूर्वीच जाणलं होतं. पण मध्यंतरीची पाच-सात

वर्षं तुम्ही दूर गेलात, म्हणून मी थोडीशी निश्चिंत होते. या स्टुडिओची जबाबदारी घ्यायला तुम्हाला मी परवानगी दिली, तेव्हा तुम्ही परत एकत्र येणार हे उघडच होतं. त्यातून हा चित्रपट तर चंद्रकलाबाईंसाठीच काढायचं धाडस तुम्ही दाखविलंत, तेव्हा मी समजायचं ते समजून घेतलं. हे अपरिहार्य आहे, हे ओळखण्याचं चातुर्य माझ्याजवळ आहे. तुमच्या दोघांच्याबद्दल सर्व गोष्टी मला कळतील, अशी मी व्यवस्था केली होती. तुम्ही थिल्लर, उत्तान असं वर्तन केलं नाहीत– थोडंसं लोकनिंदेमुळे असेल, बरंचसं मला भिऊनही असेल. काहीही

असो; तुमच्या आयुष्यात चंद्रकला येऊन पोचलेली आहे. ती नुसतीच तुमची शरीरतृप्तीचे साधन बनलेली नाही; तुमची काळजी घेणारी, तुमचं नि तुमच्या कुटुंबाचं हित चिंतणारी अशी तुमची ती सखी झालेली आहे. चोरटेपणानं हे नातं सांभाळताना तुम्हा दोघांनाही त्रास होतोय. चंद्रकला मला खरंच आवडलीय. माझ्या धाकट्या बहिणीसारखी ती वागते. आता तशी ती एकटी आहे. तिला तर तुमची गरज आहेच, पण तुम्हाला पण तिची गरज आहे. म्हणून मी ठरविलं आहे की तुम्हाला अधिकृतपणे चंद्रकलेच्या हाती सोपवायचं. आता दुसऱ्या कुठल्या स्त्रीपासून तुमचं संरक्षण करण्याची गरज नाही. चंद्रकला तुम्हाला चांगली ताब्यात ठेवील!''

''मेघना, तू हे काय बोलतेस?''

''अहो, मी काही आता पूर्वीसारखी तरुण राहिलेली नाही. तुमचं आणि माझं लग्नाचं नातं आहे. तुमची मुलं मी पोटी वागविली आहेत, सगळा संसार फुलासारखा सांभाळला आहे. मनानं मी अगदी तृप्त आहे. कलावंत म्हणून मी तुम्हाला काही देऊ शकले नाही. पण तुमच्यातला कलावंत हा सतत अस्वस्थ असतो, हे मला माहीत आहे. आता मुंबई आणि मद्रास या दोन्ही ठिकाणचे उद्योग तुम्हाला सांभाळावे लागतील. तुमच्या आरोग्याची, तुमच्या कपड्यालत्त्याची, खाण्यापिण्याची निगा आता दिवसेंदिवस काळजीपूर्वक ठेवायला हवी. तुम्हाला जास्त श्रम करू देता कामा नये. तुम्हाला धाक वाटेल अशी दुसरी व्यक्ती मी कोठून आणू? त्यापेक्षा माझ्याशी बेइमान न होणारी अशी चंद्रकला तुमची काळजी घ्यायला तयार असेल, तर मी विरोध तरी कशाला करू? तुम्ही दोघांनी कुढत संसार करण्यापेक्षा आता मोकळेपणानं खुशाल वागायला हरकत नाही. ही माझी धाकटी बहीण आहे, असं समजा. पूर्वी बहिणी-बहिणी सवती होत असत; तसेच आम्ही झाल्या आहोत, असं का मानू नये?''

मेघनेचा हा आविष्कार तिच्या स्वभावाशी सुसंगत नव्हता. पण तो प्रामाणिक होता, मला धक्का देणारा होता. चंद्रकला तर एवढी विलक्षण गोंधळली होती की, ती उठून उभी राहिली आणि जायला निघाली. तिला एका हाताने मेघनेने खेचली. अनपेक्षितपणे तिला खेचल्यामुळे तिचा थोडा तोल गेला आणि ती चक्क बिछान्यावर पडली. मेघनेने एका हाताने बेडरूममध्ये दिवे बंद केले आणि दोघींच्याही अंगावर पांघरूण ओढून घेतले. खरे म्हणजे, दिव्याच्या प्रकाशात हे दृश्य पाहण्याची माझी इच्छा होती; पण धाडस नव्हते. चंद्रकलेच्या अंगावरून माझ्या अंगावर मेघनेचा हात आला आणि माझ्या केसांत तो फिरू

लागला आणि मोठ्या चमत्कारिक अवस्थेत केव्हा झोप लागली, कुणास ठाऊक? पण एक दाहक सुंदर सत्य तिघांच्याही आयुष्यात त्या रात्री शिरले.

मेघना नंतर चार-दोन दिवस मुंबईत राहिली. तिचं वागणं आता पूर्वीपेक्षाही प्रसन्न होते. दोघींनी बाजारात जाऊन खूप खरेदी केली. साड्या, कपडे, क्रोकरी, सेंट्स– ज्या-ज्या गोष्टी मेघनेला कमी वाटल्या, त्या सगळ्या आज घरात येऊन पोचल्या होत्या. मेघनेने हा जो निर्णय घेतला होता, त्याचा तिला काहीच त्रास झाला नसेल, असे मानणे फार कठीण होते. पण तिच्याजवळ एक निर्धार होता. वास्तवाला सामोरे जाण्याचे तिला भान होते. ती आता मद्रासला परत जाईल, तेव्हा पुष्कळशी मुक्त मनाने जाईल. कारण आता शंका-कुशंकांना स्थानच नव्हते. पण त्यामुळे आमची जबाबदारी मात्र वाढली होती. कारण आता जे-जे आम्ही करू, त्यावर इतर कुणाचा नाही तरी मेघनेचा पहारा असणार! प्रेमाच्या गुप्ततेचे थ्रिल संपले. आपापल्या क्षेत्रातले आम्ही उच्चपदस्थ होतो. लोकांचे आमच्याकडे लक्ष होते. चित्रपटाच्या या अखेरच्या निर्णायक कालखंडात चित्रपटाला मारक असे गॉसिप्स निर्माण होऊ न देणे, हे आमचे कर्तव्य होते. या चित्रपटाने माझी सगळी पूंजी फस्त करून टाकली होती. माझ्याकडून प्रयत्नांची मी कोणतीही कसूर ठेवलेली नव्हती; आता यश मिळणे आणि न मिळणे, हे केवळ सिद्धिविनायकाच्या हातात होते.

चित्रपट पूर्ण झाला. एक-दोन दिवसांचे आणखी शूटिंग करावे लागले, कारण चित्रपटाचा वेग सांभाळण्याची गरज होती. चित्रपट पूर्ण केल्यावर जाणत्यांच्या समोर ट्रायल शो झाला. सर्वांचेच डोळे दिपून जावेत, असे काही तरी घडले होते.

यश ही गोष्ट आहे की, जी मिळू लागली की नको तितकी मिळू लागते. यशाने जीव वैतागावा, असाही प्रसंग कित्येकदा निर्माण होतो. या चित्रपटाने हिंदी चित्रपटसृष्टीतली सारी रेकॉर्ड्स मोडली. रंगांचे एवढे अभूतपूर्व दर्शन यापूर्वी क्वचितच घडले असेल. गाणी, नाच, भावनोत्कट प्रसंगांची रेलचेल, भव्य सेटिंग, खटकेबाज संवाद या साऱ्यांचा मी उत्तम प्रकारे वापर केला होता. चंद्रकलेचे पडद्यावरचे दर्शन तर इतके लोभस होते की, प्रत्यक्षापेक्षाही कॅमेऱ्यातून ती जास्त तरुण दिसत होती. नेहमी आम्ही वीस प्रिंट्स काढत असू, पण त्याही बाबतीत रेकॉर्ड मोडले. फॉरिन टेरिटरीज फार चांगल्या किमतीला विकल्या गेल्या. वृत्तपत्रांनी कौतुकाची परमावधी केली.

माझा हा जुगार यशस्वी झाला. कितीही अनुभवी चित्रपटनिर्माता असला

तरी प्रत्येक चित्रपट हा त्या अर्थी जुगारच असतो. लोकांना काय आवडेल, याचा अंदाज सारी हयात चित्रपटसृष्टीत घालविली तरी येतोच, असे नाही. सर्व तऱ्हेची बक्षिसे या चित्रपटाने मिळवली.

चित्रपटाची सर्व कॉस्ट केव्हाच भरून आली होती आणि ओव्हरफ्लो सुरू झाला होता. असला जुगार पुन्हा खेळायचा नाही, असे मी मनाशी ठरवून टाकले. कारण गेल्या वर्षभरात या चित्रपटनिर्मितीच्या निमित्ताने जो ताण पडला, तो आता जाणवू लागला होता. आता थकावट जाणवू लागली. झोपेवरही परिणाम झाला. मुंबईच्या स्टुडिओचे सर्व मार्गी लावून मी विश्रांतीसाठी मद्रासला जायचे ठरविले.

चंद्रकलाही या निर्णयामुळे थोडी नाराज झाली. मद्रासपेक्षा मी अलिबागला जाऊन विश्रांती घ्यावी, असे तिने सुचविले. तिला मला समजून सांगता येईना की माझी कित्येक वर्षे मद्रासमध्ये गेली आणि सवयी लकबीने मी तमिळीयन झालो होतो. आहार-विहार, कपडे-लत्ते, भाषा या सगळ्या गोष्टींत मी पुरा तमिळी बनलो होतो. वास्तविक, चंद्रकलेला म्हणालो असतो तर तिलाही मद्रासला यायला मनातून आवडलं असतं. पण मग डिस्ट्रीब्युशन ऑफिस बघणारे कुणी उरले नसते. शिवाय बऱ्याचशा जबाबदाऱ्या माझ्या सांगण्यावरून चंद्रकला पेलू लागली होती. पूर्वी तिच्या शब्दाला किंमत होतीच आणि आता 'राजनर्तकी'च्या यशामुळे तिच्या शब्दाचे महत्त्व अधिकच वाढले होते. माझ्यापासून दूर राहणे, ही कल्पना तिला पटत नव्हती; पण नाइलाजाने ती तयार झाली. अर्थात अधून-मधून ती मद्रासला केव्हाही येऊ शकत होती. मी मद्रासमध्ये चार-दोन महिने तरी राहायचे, या कल्पनेने गेलो होतो आणि माझा तो निर्णय पुष्कळ अर्थाने बरोबर होता. मद्रासमध्ये माझ्या ज्या ॲक्टिव्हिटीज होत्या; त्यात बीचवर सकाळी फिरायला जाणे, अय्यंगारांकडे योगासने करणे आणि निदान दोन वेळा तरी मनसोक्त पोहणे– हा कार्यक्रम आपोआप होऊ लागला होता. त्यामुळे माझी प्रकृती पूर्ववत् होत गेली. मी विसाव्यासाठी मद्रासला येणे, या गोष्टीने मेघना मनोमन सुखावली होती. माझ्या दिमतीला ती जास्तीत जास्त राहिली होती, कारण आता सगळीच मुले मोठी झाली होती. थोरला मुलगा तर मुंबईलाच होता आणि पवईला त्याचे शिक्षण होऊन तो परदेशी जाण्याच्या तयारीत होता. मुली आता लग्नाच्या झालेल्या होत्या. त्यांच्यामागे मुलांच्या घिरट्या सुरू झाल्या होत्या. एक-दोन ठिकाणच्या मागण्याही त्यांना आल्या होत्या. त्यांच्या लग्नात तसा आता काही व्यत्यय नव्हताच. तशा मुली हटवादीही नव्हत्या किंवा कुठे

गुंतलेल्याही नव्हत्या.

मुंबईला माझ्या सासऱ्यांनी म्हणजे प्राध्यापक दामल्यांनी एक स्थळ सुचविले होते. मुलगा चांगला डॉक्टर होता आणि त्यानेही माझ्या मुलीला पाहिले होते. प्रश्न इतकाच होता की, मद्रासमध्ये इतकी वर्षे घालवून माझ्या मुली तमिळ जेवढे सफाईने बोलत होत्या, तेवढे काही त्यांना मराठी बोलता येत नव्हते. कदाचित असेही घडले असते की, वैधर्म्यामुळेच संसार सुखी होणे शक्य होते. मी त्याबाबत कसलाच आग्रह धरायचा नाही, असे ठरविले होते आणि असल्या गोष्टीत आग्रह धरून फारसा फायदाही नसतो. मेघनेचे आपल्या मुलांकडे काळजीपूर्वक लक्ष होते. ती मुलगे पाहत होती, हेही मला कळले होते आणि तिच्या प्रयत्नांना यश येऊन याच माझ्या मुक्कामात दोघींचीही लग्ने झाली. माझ्यासारख्या सिनेमावाल्याच्या बाबतीत या गोष्टी सुरळीतपणे पार पडणे म्हणजे आश्चर्यच म्हणायला पाहिजे.

तसे माझे लग्न तरी कुठे सरळ झाले होते? मीही एक प्रकारे राक्षस विवाहच केला होता. सुदैवाने नशिबाचे दान व्यवस्थित पडले, म्हणून आमच्या संसाराची नाव पैलतीराला लागली; नाही तर आम्हीही कुठे तरी लटकत- भरकटत राहिलो असतो. आमच्या यशस्वी संसाराला अर्थात दृढनिश्चयी मेघनाच कारणीभूत होती. कोणतीही सांसारिक घटना असो, त्यात ती नेहमीच सावध असे. मुलांवर संस्कार करण्यासाठी ती सदैव धडपडत असे. अनियमितपणा वा बेशिस्त या सिनेमा व्यवसायात आढळणाऱ्या गोष्टी तिच्यामुळेच आमच्या घरात कधी येऊ शकल्या नाहीत. मुलांची शिक्षणे व्यवस्थित झाली आणि आता योग्य त्या वेळेला मुलांच्या आयुष्यातले महत्त्वाचे निर्णायक क्षण जेव्हा आले, तेव्हाही तिने ते सफाईदारपणे सोडविले. धाकटीला मद्रासमधल्याच स्थायिक झालेल्या मोडक नावाच्या आमच्या परिचित कुटुंबातील चार्टर्ड अकाउंटंट मुलाचे स्थळ तिने पक्के केले होते आणि थोरलीला मात्र मुंबईत तिच्या वडिलांच्या परिचयातील प्रिन्सिपल पैंचा डॉक्टर पै हा मुलगा तिने स्वीकारला. लग्न ठरल्यानंतर तिने दोन- चार महिने जाऊ दिले होते. आपले हे प्रेमलग्न आहे, असे तरुण माणसांना वाटले म्हणजे ती मनातून संतुष्ट असतात. डॉ. पै एकदा आई-वडिलांबरोबर, तर नंतर एकदा एकटाच आमच्या घरी राहूनही गेला होता आणि मोडक तर रोज सकाळ-संध्याकाळ आपल्या नियोजित वधूच्या दारी चकरा मारीत होताच.

या माझ्या मद्रासच्या मुक्कामात दोन्ही लग्ने पार पडली. पण त्यामुळे मेघनेला मात्र घर खायला उठेल, असे मला वाटले. कारण तिच्यामागचा सारा

व्यापच आता संपुष्टात आला होता. जबाबदाऱ्या संपल्या होत्या. मुलगा मुंबईलाच होता आणि तोही उच्च शिक्षणासाठी आता अमेरिकेला निघाला होता. आयुष्याच्या उतरणीचा प्रवास आता सुरू झाला होता.

-०-०-०-

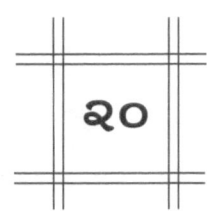

२०

माझ्यासारख्या चित्रपटात अग्रभागी असणाऱ्या कुटुंबातील हे लग्न– मग तिथे वैभवाला काही उणेपणा नव्हता. हिंदी चित्रपटातली असा एकही नट वा नटी नसेल की, ती या लग्नसमारंभाला आली नाही. लग्नसमारंभ तीन-चार दिवस चालले. प्रत्येकाच्या इतमामाप्रमाणे त्याच्या आवडीचे भोजन त्याला उपलब्ध होते. त्याचप्रमाणे मनोरंजनासाठी करमणुकीचे किती तरी कार्यक्रम श्रेष्ठ कलावंतांनी सादर केले. फुलवाल्यांनी फुलांचे ढीग आणून ओतले. इलेक्ट्रिक कॉन्ट्रॅक्टर्सनी रोषणाईची कमाल केली. उत्तम केटरर्स मदतीला धावले. दोन-तीन महत्त्वाच्या हॉटेल्सनी केवळ माझ्या पाहुण्यांसाठी सारी हॉटेल्स राखून ठेवली होती. आलेल्या प्रत्येक पाहुण्याचे स्वतंत्र फोटो काढले जात होते. सबंध समारंभात कमतरता अशी कशाचीच नव्हती. रात्री मद्याचे पूर वाहत होते. परदेशी बनावटीच्या गाड्यांचे ताफेच्या ताफे उगाचच इकडून तिकडे फिरत होते. अनेक वर्षे एका व्यवसायात मी निष्ठेने काढली होती. तुमच्या कीर्तीचा संचय किती झाला आहे, हे अशा वेळी आपल्याला कळत असते. प्रसंग येतो तेव्हा कृतज्ञतेने आपल्या डोळ्यांत पाणीच येते. या मद्रास गावात एक दिवस आम्ही दोघे उपऱ्यासारखे आलो आणि याच गावात लोकप्रिय अन् सन्माननीय व्यक्ती म्हणून आमचा गौरव होत होता.

चंद्रकला तर मालकिणीच्या तोऱ्यात सर्व गोष्टींचा ताबा घेऊन वावरत होती. काही तरी विचारण्यासाठी म्हणून ती जरा वाकून मेघनेच्या जवळ जाई. तेव्हा मेघना तिचा हात धरून तिला आपल्याजवळ बसवून घेई अन् अनेक फ्लॅशचे बल्ब प्रकाशत आणि दोघींच्याही प्रेमाची प्रतिबिंबे कॅमेऱ्यात बंदिस्त होत. या लग्नाच्या निमित्ताने मेघना आणि चंद्रकला अधिकच जवळ आल्या होत्या. मला त्या दोघींना इतक्या प्रेमाने, एकमेकींना सांभाळून घेताना पाहून फार बरे वाटले. वास्तविक, या दोघींनी

मनात आणले असते, तर माझ्या आयुष्यात दुःखही निर्माण केले असते. मेघनेने मन मोठे केल्यामुळे अशक्य ते शक्य झाले होते.

लग्नसमारंभ पडला आणि एक रिक्तपणा निर्माण झाला. कुठलीही गडबड किंवा चैतन्यदायी घटना घडली की, त्यानंतरचा काही काळ असाच उदास जातो. आपल्या हक्काच्या व्यक्ती दुसऱ्याच्या मालकीच्या होतात. ज्यांच्या आयुष्यात आपण एके काळी महत्त्वाचे स्थान मिळविले, ते स्थान आता अपरिचित व्यक्तीने मिळविलेले पाहून आपले मन अकारण तुटते. हे सारे अपरिहार्य आहे, हे एका बाजूने कळत असते; पण मन समजून घ्यायला तयार नसते.

घरातल्या पाहुण्यांची सर्व वर्दळ संपली. हॉटेलमध्ये उतरलेले पाहुणे आपापल्या घरी गेले. फुलांनी आणि विद्युत प्रकाशांनी शोभिवंत केलेला स्टुडिओ आता ओकाबोका झाला होता आणि एक दिवस असा आला की– घरात मी, चंद्रकला व मेघना एवढे तिघेच उरलो. जबाबदारी व श्रमामुळे आणि त्याहीपेक्षा मुलींच्या विरहामुळे मेघना उदास झाली होती. ती अंथरुणावर पडली होती. मी सोफ्यावर सिगारेट ओढत विवाहानिमित्त आलेल्या तारा पाहत बसलो होतो. आलेल्या प्रेझेंट्सनी एक खोली पूर्ण भरून गेली होती. अजून ती खोली आम्ही उघडली नव्हती. तळमळत अंथरुणावर पडणाऱ्या मेघनेकडे बघून चंद्रकला म्हणाली, ''बाई, अंग दुखत असलं, तर मी चेपून देते.''

''छे गं! तसं काही नाही.''

''उगाच लाजू नका. मी चेपलं म्हणून काही बिघडत नाही. नाही तर असं करू का– तुम्ही पालथ्या झोपा. मी पायाळू आहे, असं म्हणतात. मी तुमच्या पाठीवर पाय देते. तुम्हाला हलकं वाटेल.''

तिला प्रतिकार करून विरोध करण्याच्या आतच ती चक्क उभी राहिली. पायात साडी येऊ नये म्हणून तिने ती चक्क वर सावरून घेतली आणि ती हळूहळू तिच्या पाठीवरून खाली सरकू लागली. ती एक तर अभिजात नर्तिका होतीच; त्यामुळे तिला हलक्या पायानं पदन्यास कसे करावेत, हे माहीत होते. पण त्याहीपेक्षा, तिचे नाजूक आणि रेशमासारखे असलेले तळवे कमरेच्या आणि पाठीच्या स्नायूंवरून जेव्हा हलू लागले, तेव्हा मेघनेला खरोखरीच बरे वाटू लागले. त्यांचे हे एकमेकींचे कोडकौतुक आनंदभरल्या डोळ्यांनी मी पाहत होतो. मी एवढेच म्हणालो, ''मेघना, माझ्यापेक्षा तू भाग्यवंत आहेस.''

''ती कशी काय?'' उशीत मस्तक रुतविलेल्या अवस्थेतच मेघना म्हणाली.

''हे पाहा, अशी सेवा काही माझ्या वाट्याला आलेली नाही.''

"तर– तर! न यायला काय झालं? तुम्ही लुच्चे आहात. माझ्या वाट्याला नुसती तिची पावलं आली, तर तुम्हाला मत्सर वाटतो; तुम्ही तर हा मार्दवाचा खजिना किती वेळा लुटला असेल, कुणाला ठाऊक!''

हे बोलताना तिला हसू आवरत नव्हते. मेघनेला माझा अनुभव कमी नव्हता. त्यामुळे मी चंद्रकलेला कसकसा त्रास दिला असेल, हे तिला सहज समजण्यासारखे होते. तिला हसताना आवरले नाही, म्हणून ती कुशीवर वळायला गेली, त्यामुळे पाय सरकून चंद्रकला तिच्या अंगावरच पडली. तिचा तो स्पर्श होताच मेघनेने तिला घट्ट मिठीत घेतले आणि अनावर वात्सल्याने तिला आवळून घेत तिचे मुके घेतले. इतक्या उत्कटतेने की, चंद्रकलेचा श्वास कोंडायची वेळ आली!

आम्ही मग तिघेही जण एकत्रच मुंबईला आलो. माझा मुलगा अमेरिकेला जायला निघणार होता, त्याला निरोप द्यायचा हे तर कारण होतेच; पण मेघनेला मद्रासला एकटे ठेवायचे नाही, असे मी ठरवून टाकले. मी कितीही कामात असलो, तरी मुंबईत मी मेघनेसाठी वेळ काढू शकत होतो. शिवाय मेघनेच्या वडिलांचे घर मुंबईतच होते. एक मुलगीही मुंबईत असल्यामुळे तिला केव्हाही बोलाविणे शक्य होते. जरी मेघनेचा मुंबईशी संबंध बराच काळ तुटलेला असला, तरी तिचा जन्म मुंबईचा– शिक्षण मुंबईत झालेले होते. त्यामुळे मुंबईत तिचा वेळ जाणे सहज शक्य होते. तिला चित्रपटाच्या कुठल्या तरी कामात काही तरी स्थान दिले, तर मग तिचा वेळ चांगल्या प्रकारे जाणे अधिक शक्य होते.

मला हवी होती ती विश्रांती आता मिळाली होती. काही ना काही तरी नवे करण्यावाचून गत्यंतर नव्हते. काही क्षेत्रे अशी असतात की, तुम्ही सतत टोकावर जाऊन पोचले पाहिजे; नाही तर तुमची जागा घ्यायला लोक टपून बसलेले असतात. फार काळ तुम्ही निष्क्रिय राहू शकत नाही. मुंबईत आम्ही आलो, थोडे स्थिरस्थावर झालो. एक-दोन चित्रपटांच्या तयारीलाही लागलो. पण तेवढ्यात एक भलतेच प्रकरण उद्भवले आणि त्याने आमचे मन:स्वास्थ्य पार बिघडून गेले.

आमच्या साऱ्या वाटचालीत अजिंक्यकडे तसे थोडे दुर्लक्ष झाले होते. आरंभी-आरंभी त्याला माझ्यापासून जाणीवपूर्वक दूर ठेवले होते. दादाजींच्या मृत्यूनंतर त्याला मसुरीच्या रेसिडेन्शियल स्कूलमध्ये ठेवण्यात आले होते. पुढे माझे आणि चंद्रकलेचे संबंध घनिष्ठ झाले, तेव्हा अजिंक्य हा आमच्या स्नेहसंबंधांना अडथळा वाटत असल्याने त्याच्याकडे दुर्लक्ष झाले. त्याला पैसे व्यवस्थित

पाठविले जात. त्याला दिल्लीचे डिस्ट्रीब्युटर सुटीच्या वेळी घरी घेऊन येत. अधून-मधून चंद्रकलाही त्याला मसुरीला भेटत असे. हे जरी खरे असले, तरी त्याला घर या संस्थेची ओढ लागावी असे वागविले गेले नव्हते, ही गोष्ट खरीच होती. प्रत्येकाला आपापल्या स्वार्थासाठी त्याची पुरेशी आठवण झाली नव्हती. नाही म्हणायला, माझ्या मुलीच्या लग्नात त्याला मुद्दाम माणूस पाठवून बोलावून आणले होते. अठरा वर्षांचा तरुण उमदा मुलगा माझ्यासमोर जेव्हा उभा राहिला, तेव्हा माझा मीच आश्चर्यचकित झालो. क्षणमात्र मला माझेच बालपण साक्षात समोर उभे आहे, असे वाटले. उतरणीला लागलेल्या माझ्यात आणि उगवू लागलेल्या अजिंक्यात बाह्यत: काही साम्य दिसत नव्हते. पण सूक्ष्मतेने पाहिले, तर हे साम्य सहज लक्षात येण्यासारखे नव्हते.

अजिंक्य तसा कुढाच वाटला. तो फारसे कुणाशी बोलत नसे. त्याची फारशी कुणाची ओळखही नव्हती. तो माणसांत वावरताना अवघडल्यासारखा वाटे. माझ्यासमोर तो सहसा येतच नसे. तो कॉलेजच्या दुसऱ्या वर्षाला होता. खरे पाहायला गेले तर असले निरर्थक शिक्षण घेण्यापेक्षा ज्या व्यवसायात त्याला पडायचे आहे, त्याचे शिक्षण त्याने घेणे हे अधिकच सुज्ञपणाचे झाले असते. चंद्रकलेला मी तसे सुचवून पाहिले. तिला ती कल्पना काही फारशी आवडली नाही. मी मनाशी विचार केला की, चित्रपटविद्येचा एखादा डिप्लोमा त्याने घेतला, दोन-तीन वर्षं चित्रपटव्यवसायात उमेदवारी केली; तर स्टुडिओ त्याच्या ताब्यात देण्याइतकी त्याची क्षमता वाढली असती. नाही तरी माझ्या मुलांपैकी कुणालाही चित्रपटव्यवसायात यायचे नव्हते. चित्रपटव्यवसायात येण्यासारखा एकच म्हणजे, अजिंक्यच उपलब्ध होता. शिवाय दादाजींचा तो वारस होता. त्या न्यायानेही राजहंस कलामंदिर त्याच्या स्वाधीन करणे, हे माझे कर्तव्य होते आणि जर मी दादाजींच्या मालमत्तेचा विश्वस्त असेन, तर ती मालमत्ता मृत्युपत्रातील अटीप्रमाणे अजिंक्यला मिळणेच क्रमप्राप्त होते.

मात्र, अठरा वर्षांपर्यंत त्याला चित्रपटसृष्टीपासून अगदी दूर ठेवले होते. तो परत जायच्या आदल्या दिवशी मी त्याला बोलावून घेतले. ट्रस्ट डीडमधली अट त्याला समजावून सांगितली. त्याची इच्छा असेल, तर अजूनही त्याला योग्य असे शिक्षण मिळवून देणे शक्य आहे, हे त्याला सुचविले. त्याची मूक संमती गृहीत धरून मी त्याला अमेरिकेत चित्रपटव्यवसायाच्या शिक्षणासाठी पाठवायचे ठरविले होते.

ठरल्याबरहुकूम त्याला न्यूयॉर्कच्या डान्स-ड्रामा इन्स्टिट्यूटमध्ये प्रवेशही

मिळाला. आमच्या ओव्हरसीज डिस्ट्रीब्युशनचे जॉन केंडल यांच्यामुळे ही गोष्ट सुलभ होऊ शकली. अमेरिकेच्या दुसऱ्या टोकाला माझा मुलगा उच्च शिक्षणासाठी गेलेला होता. आपण आपल्या कर्तव्यात चूक केली नाही, असा समज करून घेऊन मी त्या प्रकरणातून दूर झालो.

माझे आणि चंद्रकलेचे घनिष्ठ संबंध अजिंक्यच्या लक्षात आले असले पाहिजेत. अगदी लग्नाच्या ऐन गर्दीतसुद्धा काही तरी विचारण्यासाठी म्हणून चंद्रकला माझ्या अगदी निकट येई आणि बोलून झाले की, निघूनही जाई. तसेच सार्वजनिक ठिकाणी आम्ही काळजीपूर्वक वागत होतो, तरी आमच्या नात्यातील वेगळेपण जाणतेपणाने पाहिले, तर सहज लक्षात येण्यासारखे होते. अजिंक्यची मन:स्थिती जर मला त्या वेळेस कळली असती, तर मी कदाचित थोडा वेगळा वागलो असतो; पण माणसे आपल्या नादात असतात. माझ्या, चंद्रकलेच्या आणि मेघनेच्या आयुष्यात काहीच गुंतागुंत नसल्यामुळे आमच्या वागण्यात एक तृप्त मनमोकळेपणा येत होता. आपल्याला कळत नाही, पण हक्क दाखविण्याच्या कित्येक जागा आपण नकळत निर्माण करीत असतो. कदाचित असेही असेल की, आमच्या नात्याबद्दल अजिंक्यच्या मनात अगोदरच काही किल्मिष निर्माण झाले असेल; त्याला आमच्याचपैकी कुणी तरी खतपाणी घातले असेल, कदाचित माझ्या लक्षात न येता उत्तर हिंदुस्थानातील काही चित्रपट नियतकालिकांत आमच्या दोघांच्याबद्दल काही गावगप्पा प्रसिद्धही झाल्या असाव्यात. आईच्या मायेपासून आणि संरक्षित कवचापासून दूर राहिलेल्या मुलाचे एकटेपण भयानक असू शकते. आमच्या नादात आम्ही होतो, त्यामुळे आमच्या काही लक्षात आले नसेल. शिवाय अजिंक्य जरी दूर मसुरीच्या ठिकाणी राहिला असला, तरी चित्रपटात एके काळी अग्रभागी असणाऱ्या माणसाचे नाव तो लावत होता. लोक दादाजींचा मुलगा म्हणूनच त्याला ओळखत होते. कुणी सहानुभूतीतून, तर कुणी कुचाळी काढण्याच्या हेतूने दादाजींच्या पत्नीबद्दल– म्हणजेच चंद्रकलेबद्दल खरे-खोटे सांगत असणे शक्य होते. या सगळ्याचा नेमका परिणाम अपक्व बुद्धीच्या अजिंक्यवर काही ना काही तरी नक्कीच होत असणार. आम्हाला वाटत होते की, आम्ही गुप्तपणाने जे काही जीवन जगतो, त्यामुळे आम्ही स्वत:ला सुरक्षित ठेवतो; पण ते तेवढेसे खरे नव्हते. आम्ही आमचे समाधान करून घेत होतो, इतकेच फार तर म्हणता येईल.

अजिंक्य अमेरिकेत शिकायला गेला आणि हे प्रश्न थोडे मागे पडल्यासारखे झाले. आमचे दिनक्रम पूर्वीच्याच गतीने चालू राहिले. एक-दोन वर्षानंतर अजिंक्य

परत येईल आणि राजहंस कलामंदिर हळूहळू त्याच्या स्वाधीन द्यायचा आपण प्रयत्न करू आणि मनापासून निवृत्त होऊ; वाटले तर मद्रासला, वाटले तर अलिबागला– जिथे आवडेल तिथे शांततेने निवृत्त होऊन राहू, असा मी विचार करू लागलो. तशी म्हातारपणाची मला जाणीव व्हायला लागली होती, असे नाही. पण वयाच्या दहाव्या वर्षापासून माझा देह मी प्रमाणाबाहेर राबविला होता. नाना महत्त्वाकांक्षांचे अग्निबाण पेटवून मी आयुष्यात भराऱ्या मारल्या होत्या. अनेक स्त्रियांशी माझे संबंध आले होते आणि नाही म्हटले, तरी प्रत्येक सुखाचा उन्माद आपल्या आयुष्यातले काही ना काही तरी चैतन्य खर्ची टाकत असतोच. कोट्यवधी रुपयांचे व्यवहार मी हसत-खेळत केले. धोक्याचा काळ संपला होता.

'राजनर्तकी' चित्रपटाचा असा एकच जुगार होता की, ज्या जुगारात मी माझ्या आयुष्याची सारी पुंजी पणाला लावली होती. तो जुगार हरला असता, तर तसे काहीच बिघडले नसते. पण जी संपत्तीची सूज माझ्या आयुष्यावर आली होती, ती मात्र उतरली असती. आता मात्र मी असला जुगार पुन्हा खेळणारच नव्हतो. मी आज असे म्हणतोय खरा; पण ते तितकेसे खरे नाही, कारण असली आव्हाने न स्वीकारता चित्रपटसृष्टीत राहताच येत नाही. या मायावी दुनियेचा दस्तूर असा आहे की, तुम्हाला अग्रभागीच राहावे लागते. त्यासाठी झगडावे लागते. धोक्याची सारी वळणे पार करावीच लागतात. सुखी आणि स्वास्थ्यमय जीवन उद्ध्वस्त करण्याची नशा या व्यवसायात एवढी मोठी आहे की, मी हिशेबी यश सतत मिळवू शकेन, असे म्हणणे कुणालाच जमलेले नाही.

एके काळचे या चित्रपटसृष्टीचे बादशहा उत्तरकाळात कुठल्या तरी बेहोशीच्या नादात खंकही झालेले आहेत. दुसऱ्याच्या पैशाने धंदा करणारी माणसे त्या मानाने सुरक्षित असतात; परंतु प्रत्येक गोष्ट स्वत:च्या पैशांनी करण्याचा आग्रह धरणारी दादाजींसारखी किंवा माझ्यासारखी माणसे सतत ज्वालांतच उभी असतात. सावधगिरीचे आमचे यंत्र शाबूत असते, ही गोष्ट खरी; पण ती आम्हाला एकाकीपणानेच शिकविलेली असते. शिवाय आमच्या मालकीचे चित्रपट स्टुडिओ, डिस्ट्रीब्यूशन ऑफिस, जाहिरातसंस्था ही सारी आमची संरक्षणकवचे असतात.

माझ्या या शांत बॅलन्स्ड अशा आयुष्यक्रमाला एक झणझणीत थप्पड बसली. ती थप्पड इतकी अनपेक्षित बसली की, क्षणमात्र मी गोंधळून गेलो. माझ्या ओव्हरसीज डिस्ट्रीब्युशनचे केंडल यांचे एक दिवस पत्र आले. पत्र दहा-वीस ओळींचेच होते. पत्रात लिहिलेले होते–

तुम्हाला कळविताना मला दु:ख होत आहे की, तुम्ही माझ्याकडे पाल्य म्हणून ठेवलेला अजिंक्य कामत हा मुलगा माझ्या माहितीप्रमाणे एका स्त्रीत गुंतलेला आहे. ही स्त्री तशी आमच्या जगात बदनाम झालेली आहे. तिचे आतापर्यंत दोन-तीन डायव्होर्सही झाले आहेत. श्रीमंतांच्या मुलांना नादी लावून त्यांच्याकडून पैसा उकळण्याची तिची खोड आहे. वेळच्या वेळी मी तुम्हाला सावध करीत आहे. आताच तुम्ही काही प्रयत्न केलात, तर तुमच्या मुलाची सुटका होण्याची शक्यता आहे. कारण या बाईच्या तावडीत सापडलेली मुले बराच फटका बसल्याशिवाय सुटलेली मला तरी माहिती नाहीत. काय. तो निर्णय लवकरात लवकर घ्यावा. माझ्याकडून तुम्हाला वेळच्या वेळी ही गोष्ट कळली... एवढा आनंद मला पुरेसा नाही. त्या स्त्रीचा पत्ता खालीलप्रमाणे.... ही स्त्री अजिंक्य कामत यांच्यापेक्षा कमीत कमी दहा तरी वर्षांनी मोठी आहे. अधिक मदत हवी असल्यास कृपया पत्रव्यवहारात वेळ न घालविता कुणी तरी जबाबदार व्यक्तीने प्रत्यक्ष इथे आलेले चांगले.

कळावे.
आपला स्नेहांकित,
जॉन केंडल.

हे पत्र जेव्हा आले, तेव्हा मी चक्रावूनच गेलो. कारण एवढासा मुलगा हे असले काही उपद्व्याप करील, अशी शक्यताच माझ्या मनाला शिवली नव्हती. ज्या अर्थी केंडलसारखा माणूस सावधगिरीची सूचना देतो आहे, त्या अर्थी या लिहिण्यात काही तरी तथ्य असलेच पाहिजे. आम्ही तातडीने निर्णय घेतला आणि मी अन् चंद्रकला न्यूयॉर्कला जाण्यासाठी निघालो.

आम्ही न्यूयॉर्कला पोचलो. एका परीने माझा व चंद्रकलेचा हा एकत्र असा अमेरिकेचा प्रथमच दौरा होता. तो एरवी अतिशय आनंदाचा वाटला असता. परंतु हाती जे काय होते, त्याचा विचार करता हा प्रवास एकंदरीत दु:खाचाच होता. विमानतळावर केंडल आला होताच. त्याने आमची चांगल्या हॉटेलात सोय केली. त्याने या प्रकरणाची जेवढी शक्य असेल तेवढी माहिती मिळविलेली होती. अजिंक्यला नादी लावणाऱ्या त्या महामायेचे वेगवेगळ्या अवस्थांतले, पूर्वीच्या सगळ्या अफेअर्सचे फोटो त्याने मिळवले होते. तिने कोर्टातून अशाच

एका कोवळ्या तरुण मुलाकडून आपल्याला मूल झाले आहे म्हणून मिळविलेल्या भरपाईची प्रचंड रक्कम– हे सारे तपशील अमेरिकन इफिशियन्सीने त्याने माझ्यापुढे हजर केले. त्याने एक छोटीशी फिल्महीही मला दिली. त्यात बनावट गिऱ्हाइकाशी तिने केलेल्या शरीरसंबंधांची दृश्ये होती आणि त्यापासून तिने पैसे मिळवले होते. आपल्या परीने त्याने जय्यत तयारी केली होती. एक नामवंत वकील जोसेफ कर्झन यांनाही त्याने या कामी नेमले होते.

कायद्यातील पळवाटा, स्त्रीत्वाचे आकर्षण, परदेशात एकाकी वावरणाऱ्या अजिंक्यची मन:स्थिती– या सर्वांचा विचार करून आम्हाला काही पवित्रे ठरविणे भाग होते. अजिंक्यची गाठ-भेट घेण्यापूर्वी कर्झन यांच्या सूचनेनुसार आम्ही त्या बाईची म्हणजे मार्थाची गाठ-भेट घ्यायचे ठरविले. बोलण्याचे काम फक्त कर्झन यांनी करावे, असे ठरले आणि आम्ही कोणतीही पूर्वसूचना न देताना त्या बाईच्या अपार्टमेंटमध्ये अवचितपणे जाऊन पोचलो.

आम्ही गेलो तेव्हा मोठ्या नाइलाजाने मार्थाने आम्हाला अपार्टमेन्टमध्ये प्रवेश दिला. आम्ही कोण हे जरी तिला कळले नाही तरी चंद्रकला कोण, हे तिच्या ताबडतोब लक्षात आले. असले प्रसंग तिच्यावर वारंवार ओढवले असले पाहिजेत, कारण बाई निर्ढावलेली होती. कर्झन यांनी शांतपणाने आपण का आलो आहोत हे सांगितले, तेव्हा ती बाई म्हणाली, "माझ्या खासगी गोष्टीत लुडबुडण्याचे तुम्हाला कारण नाही. त्यातून तुम्ही काही त्रास देण्याच्या विचारात असाल, तर माझ्या वकिलांशीच बोललेलं बरं."

कर्झन शांतपणे म्हणाले, "पहिली गोष्ट अशी आहे, ही गोष्ट खासगी नाही आणि तुम्हाला कोणताही त्रास देण्याची आमची इच्छा नाही. समजुतीने हा प्रश्न मिटला, तर आम्हाला हवाच आहे. अजिंक्य कामत हा एक भारतीय नागरिक आहे आणि तो वयात आलेला नसल्यामुळे त्याची जबाबदारी त्याच्या आईकडे आहे. त्याच्या नावावर कोणतीही मालमत्ता नाही, त्यामुळे त्याला नादी लावून त्याच्याकडून पैसे मिळतील, हा भ्रम तुम्ही सोडून द्या. तुमचे आणि त्या तरुण मुलाचे संबंध आलेत, या गोष्टीचे प्रत्यक्ष पुरावेच मी गोळा केले आहेत. एका वयात न आलेल्या कोवळ्या मुलाला नादी लावून त्याच्याकडून पैसे मिळवावेत, हा जो तुमचा हेतू आहे, हा अजिबात यशस्वी होण्यासारखा नाही. कारण तुम्ही मनात आणले तरी तो पैसे देऊ शकणार नाही. शिवाय कायद्याच्या दृष्टीनं हा गुन्हाही ठरेल. तुमचं सगळं पूर्वचरित्र या फोल्डरमध्ये त्याला नीट समजेल अशा पद्धतीनं फोटोंसहित आम्ही गोळा करून ठेवलेले आहे. आवश्यक

असेल तेव्हा आम्ही ते त्याला दाखवू. प्रश्न असा आहे की, खरोखरच त्याची आवश्यकता पडेल किंवा काय, याची आम्हाला शंका आहे. पण आम्ही त्याचा वापर केव्हाही जरूर करू. तुम्ही आपणहून या मुलाचा नाद सोडून दिलात, तर उत्तमच आहे. पण तुम्ही हे करणार नाही. तुमच्या हातात सापडलेलं हे सावज तुम्ही सहजगत्या सोडणार नाही, या सर्व गोष्टी आम्ही गृहीत धरलेल्या आहेत. त्यामुळे फौजदारी, दिवाणी अशा सर्व दाव्यांना तर आम्ही तुम्हाला तोंड द्यायला लावूच; परंतु परदेशातल्या कोवळ्या मुलांना नादी लावणारी एक कुटिल स्त्री असे तुमच्यावर केलेले फीचर तुम्हाला लवकरच वाचायला मिळेल. फिल्म इन्स्टिट्यूटमधून अजिंक्यची हकालपट्टी होईल. ती हकालपट्टी झाली की, त्याला अमेरिकेत राहता येणार नाही. म्हणजे, आपोआपच तो तुमच्या पकडीतून सुटून भारतात परत जाईल. अशा परिस्थितीत तुमचे सहकार्य किती मिळते, हे विचारण्यासाठीच आम्ही इथे आलो आहोत.

"हे पाहा, मला उगीच धमकावणी दाखवून तुम्ही घाबरवण्याचा प्रयत्न करताहात. अजिंक्यचं आणि माझं खरंखुरं प्रेम आहे. खरं तर आम्ही आजही लग्न करू शकतो. त्याला वयाची अट मुळीच नाही आणि एकदा आमचं लग्न झाल्यावर तुम्ही आमची फारकत करू शकत नाही. माझा प्रियकर हिंदुस्थानातल्या एका सर्वश्रेष्ठ चित्रपट-निर्मात्याचा एक मुलगा आहे. तुम्ही त्याला सुखानं मालमत्ता दिली नाहीत, तर तो कोर्टात जाऊन ती मिळविल्याशिवाय राहणार नाही. तुम्हाला काय करायचे ते करायला तुम्ही मोकळे आहात. तुम्ही जाऊ शकता."

ती बाई बनेल होती हे तर आम्ही ऐकलेलेच होते; पण तिला अशा तऱ्हेच्या दमदाटीचा अनुभवही असला पाहिजे. आम्ही ठरविलेल्या बेताप्रमाणे अजिंक्यला इन्स्टिट्यूटमधून काढून टाकण्याची व्यवस्था झालेली होती आणि इन्स्टिट्यूटमधला प्रवेश एकदा नाकारला गेला की, कायदेशीर दृष्ट्या त्याचा अमेरिकन व्हिसा संपत होता. प्रश्न असा होता– कोणत्याही कारणास्तव हे प्रकरण कोर्टात गेले असते, तर अजिंक्यला व्हिसाची मुदत वाढवून मिळाली असती. आम्हाला अजिंक्य आणि मार्था यांचे संबंध त्यांच्या वयातील अंतरामुळे गैर असले तरी अमेरिकन कायद्याप्रमाणे त्यात गैर काहीच नव्हते. अमेरिकेत लग्नाच्या वयाबद्दल मतभिन्नता होतीच. परंतु अजिंक्यसारख्या मुलाला त्याच्याहून सात-आठ वर्षांहून मोठी असणारी स्त्री लग्नबंधनात अडकविते आहे, यात कायद्याच्या दृष्टीनेही फारसे गैर नव्हते. एकच गोष्ट त्यातल्या त्यात आमच्या बाजूला होती. ती म्हणजे, कोणतेही अमेरिकन कोर्ट हिंदुस्थानात असणाऱ्या

अजिंक्यच्या मालमत्तेबाबत कसलाही निर्णय घ्यायला सर्वथा अपात्र होते. त्यामुळे अमेरिकेत राहून आपला हट्ट चालविणे, हे अजिंक्यला अजिबात सोईचे नव्हते –आणि तेच आम्ही केले. आम्ही मार्थाची आणि अजिंक्यची पुन्हा गाठ पडू न देता अजिंक्यला हिंदुस्थानात घेऊन येण्यात यश मिळविले. त्यासाठी त्याला विचार करायला फारसा अवधी ठेवला नाही. चंद्रकला आजारी असून तिला हॉस्पिटलमध्ये ठेवली आहे आणि तेवढ्याकरता तरी हिंदुस्थानाला परत जायला पाहिजे, या बतावणीवर तो भुलला. तो हिंदुस्थानात परत आल्यावर त्याचे स्वागत मेघनेने करावे आणि तूर्त त्याला मद्रासला घेऊन जावे, असे फोनवर ठरवून त्याप्रमाणे त्याची रवानगी मी स्वत:च करून दिली. मी बरोबर गेलो असतो; पण एक तर चंद्रकलेला बरोबर नेता आले नसते आणि त्याहीपेक्षा नाही म्हटले तरी त्याच्या मनात माझ्याबद्दल थोडी ना थोडी तरी तेढ असणारच, म्हणून त्याला मी विमानात बसवून दिले. तो हिंदुस्थानात परत पोचणे, हेच महत्त्वाचे होते. कारण त्याचे अमेरिकेकडे परतण्याचे सर्व रस्ते आम्ही बंद केलेलेच होते. दुसरी भीतीही होती की, ही मार्था त्याच्या मागोमाग हिंदुस्थानात आली असती तर तिच्या पकडीतून त्याला वाचविणे, हा आणखी एक उपद्रवाचा विषय होता. तिला हिंदुस्थानात निदान लगोलग प्रवेश मिळू नये याची व्यवस्था करण्यात आली.

वेगवेगळ्या कारणांनी भारताचे अमेरिकेतील राजदूत नटवरलाल यांच्याशी माझा परिचय झाला होता. त्यांनी काही दिवस तरी इंडियन पासपोर्ट तिला मिळणार नाही याची व्यवस्था करण्याचे मान्य केले. तरुण वयामध्ये कामक्रीडेत निष्णात असणाऱ्या स्त्रीची जी मोहिनी अजिंक्यवर पडली होती, त्यातून तो बाहेर पडेपर्यंत सावधगिरी बाळगायला पाहिजे होती. किती झाले तरी ती बाई वयाने खूप मोठी आहे; आपल्याला जाळ्यात पडकते आहे, या गोष्टीचे भान यायला थोडा वेळ जावा लागणारच होता. आम्हालाही लगोलग हिंदुस्थानात येणे भाग होते, कारण चंद्रकलेची आणि अजिंक्यची लवकरात लवकर गाठ पडण्यावाचून हा प्रश्न सुटणार नव्हता. इतके दूर आम्ही आलोच होतो म्हणून एक-दोन दिवस तरी न्यूयॉर्कमध्ये काढावेत. जमले तर जमेल ते पाहावे, काही खरेदी करावी– असा हेतू मनात होता. पण चंद्रकलाच त्या मन:स्थितीत नव्हती आणि म्हणून मीही फारसा आग्रह धरला नाही. परदेश मला नवीन नव्हता, तसाच तो चंद्रकलेलाही नव्हता. फक्त मी आणि चंद्रकला प्रथमच असे एकत्र आलो होतो. आम्ही लगोलग परत आलो आणि ठरल्याप्रमाणे मद्रासला अजिंक्यला

भेटण्यासाठी ताबडतोब रवाना झालो. अजिंक्य आमच्याच घरी राहत होता. तसे आमचे घर त्याला काही अपरिचित नव्हते. पण आपली आई आजारी आहे म्हणून तातडीने आपल्याला आणण्यात आले आणि इथे येऊनसुद्धा आपली आईशी गाठ पडली नाही म्हणून तो अस्वस्थ झाला होता. ही अस्वस्था प्रगट होण्यापूर्वीच आम्ही मद्रासला पोचलो. विमानतळावर मेघना आली होती. आणखी थोडे नाटक पूर्ण करावे, म्हणून मी चंद्रकलेला डॉक्टर वरदराजन यांच्या नर्सिंग होममध्ये ॲडमिट केले, आणि अजिंक्यची गाठ पडता-पडताच त्याला आईच्या खोट्या आजाराची कल्पना दिली. त्याची समजूत आईला भेटून आपण परत अमेरिकेला जायचे, अशी होती; पण त्याला आता परत जाता येणार नाही, कारण अमेरिकन सरकारने त्याचा व्हिसा रद्द केला आहे, हे मी त्याला सांगितले. सुखाच्या ताटावरून त्याला आम्ही ओढून आणलेले होते. आईची आणि अजिंक्यची गाठ पडली; तेव्हा तिने आपल्या रुग्णावस्थेचा अभिनय उत्तम केला. तरीसुद्धा तिचा आजार फारसा गंभीर नाही, निदान आपला अभ्यास सोडून तातडीने घेऊन यावे, एवढा तर तो निश्चितच गंभीर नाही, असे त्याला नक्की वाटले असावे. तो अस्वस्थ होता आणि त्याची अस्वस्थता दर दिवशी वाढत होती. केव्हा तरी त्याला सत्य समजणारच होते आणि ते त्याला सांगणे आवश्यकही होऊन बसले. आपल्याला अमेरिकेला परतता येत नाही, मार्थाची आणि आपली पुन्हा गाठ पडत नाही आणि आम्ही सर्वांनी त्याला फसविले आहे– या जाणिवेने तो बिथरला आणि कुणाला न सांगता तो मुंबईला गेला.

तसे मुंबईतसुद्धा त्याचे फारसे मित्र नव्हते. पण तो वारस होता दादाजींचा. त्यामुळे तसे त्याचे पुष्कळ परिचित होते. त्याच्या हालचालींवर लक्ष ठेवणे आवश्यक असले, तरी ते फारसे शक्य झाले नाही. अजिंक्यला मी तितकासा ओळखूही शकलो नाही. मला असे वाटले होते, तो एक अजाण पोर आहे; त्याला आपण सहज हव्या त्या मार्गाने वळवू शकू, परंतु माझा तो अंदाज पार चुकला. एक तर नैनितालसारख्या गावात बहुतेक बालपण एकट्याने गेले. एकट्याने वाढलेली मुले आत्मकेंद्रित असतातच, पण सावध निर्णय घेतात. तो पहिल्यापासून थोडा घुम्या होताच. आपण दादाजींचे वारस आहोत, तेव्हा प्रत्येक गोष्टीत आपल्याला काही विशेष वागणूक मिळणार, असे तो गृहीत धरून चाले आणि लोकही त्याला तशी वागणूक देत. तसा तो बुद्धिमान होता. अभ्यासात तो पहिल्या दोन-तीन नंबरांत नेहमी पास व्हायचा. खऱ्या अर्थाने जरी तो माझाच मुलगा असला तरी लौकिक अर्थाने तो दादाजींचाही मुलगा होताच आणि

आमच्या दोघांचेही पूर्ण जीवन अतिशय चिवट असल्याकारणाने तसेच रक्तगुण त्याच्यात उतरले असणारच. अजून तो एकवीस वर्षांचा झाला नव्हता. कायदेशीररीत्या त्याला अजून कोणताच अधिकार प्राप्त झाला नव्हता. तसा मी निश्चिंत होतो. पण एक दिवस त्याही बाबतीत माझे अंदाज पार चुकले.

मी आणि चंद्रकला मुंबईला परत आलो होतो आणि आपल्या दिनक्रमात व्यग्र होऊ लागलो होतो. अजिंक्य सॉलिसिटर काळ्यांकडे जाऊन आलेला आहे, असे मला कळले. काळे आता अगदीच वृद्ध झाले होते आणि त्यांची स्मरणशक्ती धोका देऊ लागलेली होती. व्यवसाय तर ते आता करीत नसत. तरीही मी, दादाजी, चंद्रकला, राजहंस कलामंदिर आणि म्हणूनच अजिंक्य-हेसुद्धा त्यांच्या जिव्हाळ्याच्या प्रश्नातले होते. मार्था मुंबईत येऊन पोचली होती. ते दोघेही जुहू हॉटेलमध्ये एकत्र राहत होते. संकट पूर्णपणे टळलेले नव्हते; उलट ते अगदी घराजवळ येऊन पोचले होते. मार्थासारख्या बनेल बाईला डायरेक्ट अमेरिकेकडून पासपोर्ट मिळालेला नसला, तरी अन्य देशात जाऊन तिथून पासपोर्ट मिळविणे फारसे कठीण गेले नसावे. माझ्याकडे, ट्रस्टकडे किंवा चंद्रकलेकडे पैसे मागितल्याशिवाय अजिंक्यला जगणेही शक्य नव्हते आणि आमच्याकडे तर त्याला यायला तोंडच नव्हते. आपल्या बापाचे मृत्युपत्र किंवा ट्रस्ट डीडची प्रत याविषयी अजिंक्यने चौकशी केली होती, असे काळ्यांनी सांगितले; तेव्हा धोक्याचा कंदील प्रथम मला जाणवला. ट्रस्टचा कारभार मी अगदी कायद्याचे काटेकोर पालन करून चालविला होता. ट्रस्टच्या गंगाजळीत खूप मोठी रक्कम जमा झाली होती. मध्यंतरीच्या काळात स्टुडिओत पाच-पन्नास लाखांची बांधकामेही झाली होती. चित्रपट तयार होत होते. डिस्ट्रीब्युशन ऑफिस उत्तम प्रकारे चालले होते. सप्रे अजूनही स्टुडिओचा कारभार जाणतेपणाने करीत होते. या साऱ्या प्रकारात खोच एकच होती- ती म्हणजे, कोणतेही कोर्ट झाले तरी ते दादाजींच्या मुलाला जगण्यासाठी लागणारी रक्कम देणारच होते आणि ती रक्कम थोडीथोडकी असणार नव्हती. मार्थाला त्या रकमेचा लोभ सुटणे अगदी सहज शक्य होते. शिवाय दोन वर्षांनंतर सगळीच स्टुडिओची मालकी अजिंक्यकडे आली असती, तर मग तिच्यासारखी भाग्यवंत तीच. प्रश्न काही दिवसांचा होता आणि इतक्या प्रचंड संपत्तीची मालकीण होण्यासाठी इतका वेळ थांबायला कुणीही तयार झाले असते.

राजहंस कलामंदिराच्या भवितव्याच्या दृष्टीने ही घटना अत्यंत धोक्याची होती. मार्थाच्या मगरमिठीतून अजिंक्यची सुटका कशी करायची, हा खरा पहिला

प्रश्न होता. अजिंक्यच्या आयुष्यात आलेली ही पहिली स्त्री. गोरी, तरतरीत, महत्त्वाकांक्षी आणि अनेक पुरुषांचा अनुभव घेऊन पुरुषांना खेळविण्यात वाकबगार असलेली स्त्री... आणि जीवनातल्या पहिल्यावहिल्या स्मरणक्षणांना वश होण्याइतका अजिंक्य भाबडा होता. त्याच्या तारुण्याला सारखे आवाहन करीत तिने त्याला कायमचे अंकित करून ठेवले होते. तिने अजिंक्यची सगळी माहिती आधी गोळा करून ठेवली असली पाहिजे. आज जरी अजिंक्यजवळ खेळता पैसा नसला, तरी अजिंक्य ही एक सोन्याची खाण आहे याचा त्या चतुर स्त्रीने मनाशी पक्का निर्णय केला असला पाहिजे.

सारा विवेक, व्यवहार विसरून जाण्याइतके आकर्षण मार्थाजवळ होते. एकाकी वाढलेल्या अजिंक्यला नाटकी असली तरी मिळालेली ही हळवी सोबत बांधून ठेवायला समर्थ होती. एखाद्या खेळण्याला जसे स्वेच्छेने हवे ते करायला लावावे, तसे मार्था अजिंक्यला करायला लावत होती. चंद्रकला अजिंक्यला एकदा भेटून आली. आई म्हणून आपल्या शब्दाचा मान राखला जाईल, असे तिला वाटत होते. पण आई म्हणून त्याच्याजवळ तिची काय योग्यता होती? तिने त्याच्यासाठी कोणत्या खस्ता काढल्या होत्या? कोणती सुखे नाकारली होती? त्या दोघांचे एकत्र राहणेसुद्धा एवढे थोडे झाले होते की, मातृत्वाचा अधिकार सांगावा, असे जिव्हाळ्याचे नातेच निर्माण झाले नव्हते. उलट, तिच्या आणि अजिंक्यच्या भेटीत नको त्याच गोष्टी घडल्या होत्या. आईचे चरित्र-चारित्र्य याच्याबद्दल तो पुष्कळांशी बोलून बसला असला पाहिजे. त्यातून आजचे माझे आणि चंद्रकलेचे नाते त्याला माहीत झालेच असले पाहिजे.

चंद्रकला जेव्हा त्याला मार्थाचे वय, इतिहास सांगायला लागली, तेव्हा अजिंक्य म्हणाला, "आई, म्हणून मोठ्या मनाने तू मला उपदेश करायला आलीस. पहिली गोष्ट– आईची कोणती कर्तव्यं तू पार पाडलीस? माझ्या बापाची कोट्यवधी रुपयांची मालमत्ता तुझ्या जाराला तू सुखेनैव लुबाडू दिलीस. माझ्या म्हाताऱ्या बापाशी लग्न करताना त्याच्या संपत्तीवर ताव मारायला मिळावा, याशिवाय तुझ्या मनात आणखी काय होते? आणि त्याच्याशी तरी तू इमानाने कुठे राहिलीस? तीस-पस्तीस वर्षांपेक्षा वयानं मोठ्या असलेल्या पुरुषाची कायदेशीर दृष्ट्या तू रखेली म्हणून वावरलीस! आणि तो मरतो न मरतो एवढ्यातच आपल्या जुन्या प्रियकराशी परत संबंध जोडलेस! तुझ्यापेक्षा मार्था लाख पटीनं चांगली. तिचं माझ्यावर खरंखुरं प्रेम आहे. आपला देश सोडून ती इथं माझ्यासाठी धावत आली. माझी आर्थिक कोंडी करून तुम्ही माझा छळ करू पाहाताहात;

याउलट मार्था माझा सगळा खर्च चालवतेय. मी हा स्टुडिओ ताब्यात घेऊ नये, म्हणून तुम्ही माझा अभ्यासक्रमच सोडायला लावून मला फसवून इथं आणलंत. पण लक्षात ठेवा की, मी तुमच्या पकडीतून ही सारी मालमत्ता ताब्यात घेऊन दाखवीन; निदान तुमच्या ताब्यात तरी राहू देणार नाही. मला हा दावा नादारीत चालविता येईल, कारण मला तुम्ही निष्कांचन करून टाकलं आहे. पण मार्था माझ्या मदतीला आहे. तिने आपलं सर्वस्व माझ्यासाठी द्यायचं ठरवलंय. तुम्ही तिच्याबद्दल मला काही सांगू नका. तिला मी पुरता ओळखून आहे. एका बावळट तरुण माणसाचं रूपांतर करून त्यातून एक कर्तबगार पुरुष निर्माण करायचं तिनं ठरविलं आहे. जा, तुझ्या प्रियकराला जाऊन सांग– जे काही लुटायचं आहे ते आत्ताच लुटून घे म्हणावं, कारण फार दिवस ही मालमत्ता तुमच्या ताब्यात राहणार नाही. परत तुझ्या जाराला मी मद्रासला पळवून नाही लावलं, तर मी दादाजींचं नाव लावणार नाही. पुन्हा माझी समजूत घालायला माझ्याकडे येऊ नकोस. केवळ जन्मच दिलाय म्हणून तू माझी आई; एरवी तू माझी वैरीण आहेस! तुमचे दिवस संपत आले आहेत.''

मायलेकांचे हे बोलणे म्हणजे पुढे काय घडणार याची एक प्रकारची नांदीच होती. तो म्हणाला त्यात तसे वावगे काहीच नव्हते. कानाला कटू लागले तरी ते सत्यच होते. कायदेशीर दृष्ट्या चंद्रकला ही काही दादाजींची बायको नव्हती. दादाजींचे आणि तिचे संबंध लोक दृष्ट्या अजिंक्य म्हणाला तसेच असले पाहिजेत. लोक आपल्या मागे हे असेच बोलत असणार. जीवनातली सुखे उपभोगत असताना आपण काही प्रत्येक गोष्टीची तात्त्विक छाननी करीत बसत नाही. आपल्याला सगळ्या गोष्टी यथाक्रम आणि अपरिहार्य वाटतात. गेल्या चाळीस वर्षांतील मागच्या सर्व घटनांवर तिऱ्हाईत दृष्टीने आपण विचार केला, तर आपल्यालाही काही कठोर सत्यापर्यंत जाऊन पोचावेच लागते. वास्तविक, राजहंस कलामंदिराची मालकी सोडल्यामुळे मी काही वाऱ्यावर पडणार नव्हतो. माझा स्टुडिओ होता, कलानिर्मितीची संस्था होती, एक कार्यक्षम असे डिस्ट्रीब्युशन ऑफिस होते आणि त्या सर्वांपेक्षाही एक यशस्वी दिग्दर्शक-निर्माता म्हणून मी एक चलनी नाणेही होतो. चंद्रकलासारखी एक गुणी, कलाचतुर नटी माझ्या स्वाधीन होती. तसा मी स्वतंत्र होतो. पण तरीही दादाजींनी आणि नंतर मी रक्ताचे पाणी करून वाढविलेली राजहंस कलामंदिर ही संस्था रक्ताचे नाते सांगणाऱ्या आणि तेही खरे नसणाऱ्या अजिंक्यसारख्या पोराच्या स्वाधीन करायची? हे मला अपमानास्पद होते. अजिंक्यचा राजहंस कलामंदिराशी काही संबंध

नाही; कारण तो दादाजींचा मुलगाच नाही, हे फक्त मला आणि चंद्रकलेलाच माहीत होते. लोक दृष्ट्या राजहंस कलामंदिराचा मी पालक होतो, मालक नव्हतो; तेव्हा अजिंक्यचे स्वामित्व नाखुशीने का होईना, पण मला मान्य करावे लागणार होते.

मुंबई सिटी सिव्हिल कोर्टात अजिंक्यच्या वतीने गरगाट आणि कंपनीने एक अर्ज दाखल केला होता. त्यात नाना तऱ्हेचे आरोप केलेले होते. मी आपल्या अधिकाराचा अतिक्रम करून राजहंस कलामंदिराच्या मालमत्तेची लुटालूट केली, हा त्यात पहिला आरोप होता. आपली आई चंद्रकला ही बदफैली स्त्री असून तिने आपल्या बापाचा– म्हणजेच दादाजींचा विश्वासघात करण्यासाठी माझ्याशी संगनमत केले, असा दुसरा आरोप होता. दादाजींच्या मृत्युबद्दलसुद्धा संशयाला पुष्कळ जागा आहे, अशा तऱ्हेचे विधान त्या अर्जात केले होते. आपल्या चैनीच्या आड येऊ नये म्हणून आपल्याला एकटे ठेवून, जाणीवपूर्वक आपल्याला दूर ठेवण्याचा प्रयत्न करण्यात आला, असेही विधान त्यात होते. आपले अधिक नुकसान होऊ नये आणि आपण वयात येण्यापूर्वी मालमत्तेची विल्हेवाट लावता येऊ नये म्हणून कोर्टाने ताबडतोब रिसीव्हरची नेमणूक करावी, अशीही मागणी त्या अर्जात होती. गेल्या पंधरा वर्षांचे सर्व हिशेब कोर्टाने मागवून घ्यावेत आणि ट्रस्टच्या देण्या-घेण्याचे हिशेब पुरे करायला भाग पाडावे, अशी विनंती अर्जात केली होती. अर्जाची सारीच भाषा उपमर्दकारक व थोडी-फार बदनामीकारक होती. आपल्याजवळ कोणतेच पैसे नसल्याकारणाने आपल्याला त्या अर्जाच्या मागणीसाठी नक्की रकमेचा दावा करता आलेला नाही. परंतु आपल्या बापाची– म्हणूनच आपली मालमत्ता एवढी मोठी आहे की, कोर्टाने निकाल दिल्यानंतर कोर्ट स्टॅम्पची जी आकारणी करायची, ती कोर्टाने अवश्य करावी; ती देण्याची आमची तयारी आहे, असेही अर्जात म्हटले होते.

खरे तर हा अर्ज केवळ मालमत्तेचा ताबा मागण्यासाठी किंवा आजपर्यंत हिशेब मागण्यासाठी केलेला नव्हता; तर जो काही व्यत्यय मी आणि चंद्रकला यांनी अजिंक्य-मार्थासंबंधात आणला होता, त्याविरुद्ध सूड घेण्याचा हा प्रयत्न होता. त्यात माझी आणि चंद्रकलेची बदनामी करण्याचा तर प्रयत्न होताच; पण एका अल्पवयीन पोरक्या मुलाला आम्ही निष्कांचन अवस्थेत जाणीवपूर्वक छळत आहोत, असा एकंदर सूर त्या अर्जात जाणवत होता.

अर्ज अर्थात खूप मोठा होता. त्याची रचना विचारपूर्वक केलेली होती. अनेक तपशील, फोटोग्राफ्स, कात्रणे त्यात जोडलेली होती. स्टुडिओतून काढून

टाकलेल्या काही कर्मचाऱ्यांचा साक्षीदार म्हणून त्यात उल्लेख केलेला होता. सॉलिसिटर काळे यांनाही या दाव्यात प्रतिवादी म्हणून दाखविले जाणार असल्या-कारणाने त्यांनीही आमच्याशी संगनमत केले आणि व्यावसायिक दृष्ट्या अनीतीकारक कृत्य केले, असाही आरोप करण्यात आला होता. आपण अज्ञानी आहोत, त्यामुळे कोर्टानेच आपले पालक म्हणून संरक्षण करावे आणि न्याय मिळवून द्यावा, अशीही अर्जात मागणी करण्यात आली होती.

कोर्टात हा अर्ज दाखल झाला, तेव्हा सारा चित्रपटव्यवसाय हादरून गेला. दादाजी, राजहंस कलामंदिर आणि मी व माझी चित्रपटनिर्मिती यांच्याबद्दल आदर बाळगणाऱ्या सर्वांनाच या प्रकरणात धक्का बसला. नाना तऱ्हेने उलट-सुलट बातम्या वृत्तपत्रांतून प्रसिद्ध होऊ लागल्या. वास्तविक, काळे आता खूपच वृद्ध झाले होते. प्रोफेशनल एथिक्स न पाळल्याचा त्यांच्यावरील आरोप हा गंभीर स्वरूपाचा होता. त्यांनी आम्हा सर्वांना आपल्या घरी बोलावले. स्वत: वकील म्हणून त्यांना हजर राहणे शक्यच नव्हते; एवढेच नव्हे, तर त्यांच्या सॉलिसिटर फर्मतर्फेसुद्धा त्यांना ही केस चालविता येत नव्हती. म्हणून त्यांनी एक निष्णात कायदेपंडित ॲडव्होकेट कांगा यांनाही त्या प्रसंगी हजर ठेवले होते. सर्व जण जमल्यानंतर खटल्याच्या संदर्भात काय काय करायला हवे, हे जेव्हा वयोवृद्ध काळे यांनी सांगायला आरंभ केला; तेव्हा माझ्या लक्षात आले की, म्हाताऱ्याची बुद्धी अजूनही तीक्ष्ण आहे. सप्रे सर्व गोष्टींच्या नोट्स व्यवस्थितपणे बघत होते. जवळजवळ दोन तासांपर्यंत खटल्याचे स्वरूप, त्यात उत्पन्न झालेले प्रश्न आणि त्यांना उत्तरे देण्यासाठी कोणकोणत्या गोष्टींचा पुरावा जमा करण्याची आवश्यकता आहे, याचे त्यांनी कांगांना अचूक मार्गदर्शन केले. ट्रस्ट डीड आणि मृत्युपत्र यातील सर्व अधिकारपदाची त्यांनी चिकित्सा केली. ट्रस्टीजनी वेळोवेळी घेतलेल्या सभांचे वृत्तांत, घेतलेले निर्णय, राजहंस कलामंदिर या संस्थेची दादाजींच्या मृत्यूनंतर दर वर्षी इन्कमटॅक्सला सादर केलेली हिशेब-पत्रके, ट्रस्टच्या मालमत्तेत झालेली वाढ, माझ्या वाट्याला आलेला नफा– या सर्व गोष्टींचा ऊहापोह त्यांच्या प्रतिपादनात होता. माझ्या आणि चंद्रकलेच्या बाबत जे वैयक्तिक आरोप केले होते, त्यांना उत्तर देण्याचा प्रयत्न करू नये, असे त्यांनी निक्षून सांगितले आणि शेवटी ते म्हणाले, की जर मृत्युपत्रातील मृताच्या इच्छेचा आदर करायचा असेल, तर अपक्व बुद्धीच्या अजिंक्यकडे ट्रस्टचा ताबा जाता कामा नये. स्वत:पेक्षा वयाने मोठ्या असलेल्या एका स्त्रीच्या नादी लागून तिच्या पैशाच्या बळावर चारित्र्यहनन करण्याच्या हेतूनेच अजिंक्यने जे आरोप केले आहेत,

त्यामुळे ट्रस्टच्या प्रतिष्ठेला फार झळ पोचली आहे. ट्रस्टची काही पर्यायी व्यवस्था कोर्ट करीत असेल, तर त्या ट्रस्टींचा काही विरोध नाही. दादाजींनीच जाणीवपूर्वक आपला जो मानसपुत्र– म्हणजे मी– त्याच्या स्वाधीन ट्रस्टचा कारभार दिलेला आहे. वास्तविक, माझा स्वत:चा चित्रपटनिर्मितीचा स्वतंत्र कारभार सोडून केवळ दादाजींच्या ऋणातून मुक्त होण्यासाठी मी राजहंस कलामंदिराची जबाबदारी स्वीकारली आणि ती कठोरपणाने नियमांत राहून पार पाडली, असे सर्व ट्रस्टींचे मत आहे.

काळ्यांचे बोलणे तळमळीचे होते. पण त्याहीपेक्षा केस जिंकण्याच्या दृष्टीने त्यांनी प्रत्येक आरोपांबाबत जो स्वतंत्रपणे विचार केला होता, त्याचे महत्त्व अधिक होते. ज्याप्रमाणे माझ्यावर अन् चंद्रकलेवर जे अनैतिक आरोप केले होते आणि खासगी गोष्टी चव्हाट्यावर आणल्या होत्या, तशाच स्वरूपात अजिंक्य आणि मार्था यांच्या संबंधांना शक्यतोपर्यंत आमच्या जबाबात स्थान देऊ नये, अशी सूचना काळ्यांनी केली.

कांगांनी अगोदरच सर्व कागदपत्रे वाचलेली होती. एवढेच नव्हे तर आपल्याला कोणकोणत्या पुराव्यांची आवश्यकता आहे, त्याचीही यादी केलेली होती. पण त्याचबरोबर ते हेही म्हणाले, ''जनमानसात आपल्याबद्दल प्रतिकूल मत होणार; कारण वारसाहक्काने जी मालमत्ता खरी अजिंक्यच्या मालकीची आहे, ती आपण त्याला द्यायला विरोध करण्याची भूमिका घेणार. त्यामुळे वृत्तपत्रांची सहानुभूती अजिंक्यकडेच जाण्याची शक्यता आहे. हा खटला जिंकला, तरीही काही प्रमाणात होणारी बदनामी टाळता येणार नाही. त्यापेक्षा ट्रस्टचे सर्व हिशेब सादर करून कोर्टाला जर आपण अशी विनंती केली की, जर अजिंक्यच्या हातात ट्रस्टचा कारभार असणं हे ट्रस्टच्या तरतुदीनुसार कोर्टाला योग्य वाटले, तर ताबा देण्याची आपली तयारी आहे; कारण नाही म्हटले तरी ट्रस्टनिर्मितीच्या वेळच्या मालमत्तेत आज दुपटीहून अधिक वाढ झालेली आहे. ही मालमत्ता आपल्याकडे टिकविण्याच्या आग्रहापेक्षा आपण जर ती कोर्टाच्या इच्छेप्रमाणे योग्य त्या व्यक्तीच्या हाती देण्याची तयारी दाखविली, तर दाव्याचा निकाल लागेपर्यंत कोर्ट रिसीव्हर म्हणून आहे तीच व्यवस्था कोर्ट पुढेही चालू ठेवील. आपलाही नि:स्पृहपणा कोर्टाच्या लक्षात येईल आणि दाव्याचा निकाल लागायला पाच-सात वर्षे तरी लागणार असल्यामुळे आपल्याला अजिंक्यला जेरीला आणता येईल. कदाचित तोपर्यंत मार्था अजिंक्यला सोडूनही देईल. तिच्यामुळे या दाव्याला अकारण महत्त्व येत आहे. ती या दाव्यात जो गुप्त सहभाग घेते आहे, त्यामुळे

तुमचा सर्वांचा विरोधही तीव्र आहे. एक चांगला, श्रीमंत धनिक माणसाचा मुलगा आपल्या कह्यात सापडला आहे, त्याला ती सुखासुखी सोडणार नाही आणि तिच्यावर आपण अन्य काही दडपणही आणू शकत नाही.

सर्व गोष्टींचा ऊहापोह झाल्यानंतर डिफेन्सची लाईन ठरली आणि त्याप्रमाणे सप्रे, काळे व कांगा यांनी जबाब तयार करावेत असा निर्णय घेतला गेला. कंपनीच्या रेकॉर्डमधून आवश्यक ते सर्व तपशील, हिशेब-पूरक अशी प्रतिज्ञापत्रके करण्याचे काम सुरू झाले. दाव्यात द्यावयाचा जबाब कमीत कमी शब्दांचा असावा आणि फक्त मुद्द्यापुरते उत्तर देण्यात यावे, असेही ठरविण्यात आले.

ही जी कायदेशीर तयारी होत होती, ती जाणत्या माणसांकरवीच होत होती. त्यामुळे तेथे काही चिंता नव्हती. पण वृत्तपत्रांनी जी माझ्याबद्दल व चंद्रकलेबद्दल किंवा राजहंस कलामंदिराच्या कारभाराबद्दल आघाडी उघडली होती, तिचा परिणाम आमच्या दैनंदिन आयुष्यावर होत होता. चंद्रकलेला मेघनाने स्वीकारली, माझे आणि चंद्रकलेचे नाते लक्षात घेऊनसुद्धा. मामला खासगी होता तोपर्यंत तिलाही कमीपणा वाटण्याचे कारण नव्हते; पण आता त्याची जाहीर चर्चा होऊ लागली. एका सिनेमावाल्याची बायको खरी– पण मेघनेचे प्रतिष्ठित संस्कार या बदनामीमुळे दुखावले जात होते. हा खटला सुरू झाल्यापासून मेघनेने आपले वास्तव्य मुंबईतच आणले आणि चोवीस तास ती माझ्याबरोबर राहू लागली. वास्तविक, आम्ही सर्वार्थाने एकरूप होतोच. तिच्यात आणि माझ्यात कसलाही मतभेदाचा मुद्दा नव्हता. पण आता तर ती माझी अधिकच काळजी घेत होती.

लोक दृष्ट्या माझे आणि चंद्रकलेचे संबंध तिने पार तोडून टाकले. याचा अर्थ चंद्रकलेला मी भेटत नव्हतो, असा नाही. पण समाजात आम्ही दोघे एकत्र दिसत नव्हतो. मुंबईच्या आमच्या निवासस्थानी किंवा शनिवार- रविवारी अलिबागच्या आमच्या घरात आम्ही एकत्रच राहत होतो. आम्हाला अधून-मधून एकांत मिळावा याची योजना सुज्ञपणे मेघना करी. मुळात मेघना गंभीर प्रकृतीची होतीच. आत्ताच्या या आपत्तीत तिचे प्रौढ शहाणपण वाढीला लागले होते. या दाव्याची कोणतीही चर्चा करायची नाही किंवा या दाव्यासंबंधी वृत्तपत्रात जे काही प्रसिद्ध होत होते, ते अजिबात वाचायचे नाही, असा तिने आमच्यावर निर्बंध घातला. संकट गंभीर होते, पण या संकटात आमच्या दोघांच्याहीपेक्षा मेघना अधिक थंडपणाने वागू शकत होती. माझा मुलगा अमेरिकेत होता, त्याच्या कानावर या गोष्टी जाण्याची शक्यता नव्हती; पण मुली हिंदुस्थानातच होत्या. त्यांची इच्छा असो वा नसो,

त्यांच्या कानावर या गोष्टी जातच होत्या. माझ्या मुलींच्या मनात काही विकल्प आला नाही तरी जावयांच्या-व्याव्ह्यांच्या मनात विकल्प येणे शक्य होते. तिथेही मेघनेचे चातुर्य कामाला लागले. वेगवेगळ्या कारणाने ती मुलींना, जावयांना आणि व्याह्यांनाही मुंबईला किंवा अधून-मधून मद्रासला जेवायला बोलवी. चंद्रकलेला तिथे मुद्दाम जाणीवपूर्वक हजर ठेवी आणि चंद्रकलेला ती इतक्या आपुलकीने वागवी की, इतरांच्या मनात जे किल्मिष निर्माण व्हायची शक्यता होती, ती शक्यताच तिने नष्ट करून टाकली. सख्ख्या बहिणींपेक्षा त्यांचे वागणे समंजसपणाचे असे. चंद्रकलाही मेघनेचा अशी काही सेवा करी, इतकी निष्कपट वागे की, वृत्तपत्रांत रकानेच्या रकाने भरून आमच्या दोघांच्याबाबत जो मजकूर येई, तो तिऱ्हाइताला खराच वाटत नसे.

मला माझ्या आयुष्याची गंमत वाटते. लोक दृष्ट्या मी पुष्कळ अनैतिक गोष्टी केल्या, अनेक स्त्रियांशी माझे संबंध आले; परंतु माझ्या सांसारिक जीवनावर त्याचा काही परिणाम झाला नाही. जो काही परिणाम झाला, तो चंद्रकलेबाबतच झाला. चंद्रकलेनेही कधी आक्रमक भूमिका घेतली नाही, संपूर्ण मालकीचा हक्क धरला नाही आणि मेघनेने तर सौहार्दाची कमालच केली. तिच्या चांगुलपणामुळेच ही वाटचाल शक्य झाली. तिने जर कडवा विरोध केला असता, तर तो विरोध मला मोडून काढणे शक्यच झाले नसते आणि कोणत्याही विवाहित स्त्रीला आपल्या सुखात वाटेकरी असलेला कसा चालेल? मग मेघनेने ही उदार भूमिका का घेतली, असा मला नेहमी प्रश्न पडे. आपली जागा चंद्रकला कधी घेऊ शकणार नाही, या खात्रीने तिने या माझ्या प्रमादाकडे काणाडोळा केला, असे म्हणावे; तर तसाही फारसा दाखला अन्यत्र कुठे दिसत नव्हता. पूर्वीची चंद्रकला आणि नंतरची चंद्रकला यांच्यातला फरक जाणवला, म्हणून तर मेघना विरघळली नसेल? चोरटेपणाने स्त्रियांशी संबंध ठेवणे, हे तर मी जन्मभर करीत आलो. व्यवसायाची ती अपरिहार्य गरज आहे, अशी मी कितीही समजूत करून घेतली तरी त्याला काही अर्थ नव्हता. स्त्रियांची एकदा चटक लागली की, माणूस काही तरी पळवाटा काढीत असतो; मला तर त्याही काढाव्या लागल्या नाहीत. चित्रपटसृष्टीचा दरवाजा ठोठावणाऱ्या कोवळ्या, सुकुमार मुली सर्वस्व द्यायला तयार असतात. पण तिथे हिशेब असतोच. एक तर या क्षेत्रात येऊ पाहणाऱ्या अपवादात्मक घरंदाज स्त्रिया सोडल्या, तर बाकीच्या स्त्रियांच्या दृष्टीने देह ही एक देव-घेवीची वस्तू आहे, असे मानले जाते.

आपल्या कच्छपी एखादी व्यक्ती लागली अन् थोडी शारीरिक जवळीक

निर्माण झाली की, तिच्या उमलत्या तारुण्याचे पडद्यावर प्रदर्शन करताना अधिक सोपे जाते. दादाजीसुद्धा प्रत्येक नायिकेला तेवढ्यापुरती स्वामित्वाने बांधून टाकत. त्यांच्या लेखी ती गरजच होती. एक तर त्या स्त्रीची संपूर्ण निष्ठा लाभत असे आणि त्याहीपेक्षा एकांतात सर्वांगांनी भोगलेले ते सौंदर्य अत्यंत चोखंदळपणे लोकांपुढे सादर करू शकत. त्यांच्याकडे काम करणाऱ्या नायिका पुढे मोठ्या झाल्या; पण दादाजींच्या चित्रपटात गाठलेली कलेची उंची त्या कधीच गाठू शकल्या नाहीत. मी दादाजींच्या योग्यतेचा चित्रपट दिग्दर्शक नव्हतो. माझा खास असा ठसा चित्रपटसृष्टीवर मी उमटविलाही नव्हता. पण 'राजनर्तकी' या त्रिखंडात गाजलेल्या चित्रपटाच्या वेळेस मात्र दादाजींच्या काही चातुर्याचा मी वापर केला होता. चंद्रकलेने माझ्याकडे कामे केली, इतरत्रही कामे केली, पण 'राजनर्तकी'त तिचे काही वेगळेच दर्शन मी घडवू शकलो होतो. ते मला सोपे झाले याचे कारण, चंद्रकलेचे अंतर्बाह्य सौष्ठव एकांतात मी वेळोवेळी टिपून ठेवत होतो. कित्येकदा मला वाटे, 'राजनर्तकी' या चित्रपटातल्या चंद्रकलेच्या नव्या दर्शनामुळे मेघनासुद्धा कदाचित विस्मयचकित झाली असेल.

पण त्याहीपेक्षा एक गोष्ट मला जाणवत होती. ती म्हणजे, माझ्याप्रमाणेच मेघना आता उतरणीला लागली होती. तिने आपले सौष्ठव काळजीपूर्वक जपले होते. वयाचा परिणाम तिने आपल्या देहावर कमीत कमी होऊ दिला होता. तीन मुले होऊ देऊनसुद्धा तिचे दर्शन अजूनही चैतन्यदायी वाटेल, असेच होते. परंतु माझ्याच शरीराने मारलेली हाक तर दिवसेंदिवस तिच्या कानी पोचत नव्हती किंवा पोचली तरी तिचे शरीर आता असहकार करू लागले होते. आपला नवरा सौंदर्याचा शोध घेणाऱ्या धंद्यात काम करत होता. तो वयाने वाढला तरी त्याची कला वयाने वाढून चालणार नाही. चित्रपट पाहणारा त्याचा प्रेक्षक ज्या वयाचा असतो, त्याच मानसिक अवस्थेत त्याला वावरायला हवे. म्हणजेच त्याला साद घालता यायला हवी किंवा घातलेली समजायला हवी. मग त्यातल्या त्यात सुरक्षित आणि त्याच्या आयुष्यात एकदा हलचल उडवून गेलेली चंद्रकलेसारखी स्त्री तिला सुरक्षित वाटली असावी. नाही म्हटले तरी तिला चंद्रकला माझ्याहून वीस-बावीस वर्षांनी माझ्याहून लहान होती. ती माझे तारुण्याचे आव्हान कायम ठेवू शकण्याइतकी केवळ तरुणच नव्हती, पण शहाणीही होती.

तिच्या आयुष्यातल्या दादाजींच्या प्रवेशामुळे तिचा अवखळ तारुण्याचा उन्माद संपुष्टात आलेला असणार, हे तिने मनोमन ओळखले असावे आणि ते खरेही होते. अगदी एकांतात येईपर्यंत, चंद्रकलेच्या डोळ्यांत कधीच निमंत्रण

जागे होत नसे. सुरक्षित आणि बंदिस्त खोलीत ती मला दहा-पंधरा वर्षांनी तरुण करू शकत असे. तिची करवंदी तेजस्वी काया पॉलिश केलेल्या शिसवी लाकडाप्रमाणे त्या वेळी लकाकून उठत असे. काही घेण्यापेक्षा देण्याचीच इच्छा तिच्या ठायी आता निर्भर झाली होती. सागराचा खळखळाट आणि धुंदी डोळ्यांतून व्यक्त होत नसे; उलट एका शांत सरोवराने एके काळी खवळलेल्या सागराची जागा आता घेतली होती. मला सुख कसे लागेल इकडे तिचे लक्ष असे आणि त्या सुखात जेवढे सुख आपल्या वाट्याला येई, त्यावर ती तृप्त असे. आता आमच्या तिघांच्यात तसा दुरावा काही राहिला नव्हता. एखादे वेळेस सुस्नात होऊन आपले काळे कुळकुळीत लांबसडक केस झटकत चंद्रकला जेव्हा बाथरूमबाहेर अपुऱ्या वस्त्रानिशी येई, तेव्हा मेघना जवळपास असूनसुद्धा मी तिला सहज जवळ घेत असे. कधी कधी लाडिकपणाने मेघनासुद्धा तिची दृष्ट काढी. कारण लाघवीपणाने, नम्रतेने, चंद्रकलेने मेघनेला केव्हाच जिंकून टाकली होती.

खरे म्हणजे, जुन्या जमान्यातल्या त्या सवती-सवतीच होत्या. एकीला मुले होत नाहीत म्हणून दुसरीशी संबंध आला, अशातलाही भाग नव्हता किंवा एकीशी पटत नव्हते म्हणून दुसरी आयुष्यात आली, असेही घडले नव्हते. चंद्रकला माझ्या आयुष्यात इतकी हळूहळू आली की, तिने आपल्यावर स्वामित्व गाजविलेले आहे, हे माझ्या लक्षातही आले नाही. भ्रमर वृत्तीच्या पुरुषांना हा कदाचित पराक्रम वाटेल, तसे माझ्या बाबतीत नव्हते. कारण जिथे रोज नाजूक-कोवळे मांस आपणहून विकणाऱ्या मुलींची रीघ लागली होती; तिथे केवळ स्त्रीचे नावीन्य काय असणार? आरंभी तरी एक गंमत म्हणून हे प्रकरण सुरू झाले, तरी मधल्या व्यत्ययानंतर त्यात एक आपुलकीची, अनुनयाची आणि शरणभावाची प्रवृत्ती निर्माण होत होती. पुरुष आणि स्त्री या संबंधांत– विशेषत: तरुण स्त्री आणि प्रौढ पुरुष अशा संबंधांत– तरुण स्त्रीचे वर्चस्व असते. एक तर वासनेचे यज्ञकुंड तिथे सदैव पेटलेले असते. प्रौढ वयाला या यज्ञकुंडाचे आकर्षण तर असतेच, पण त्याचे भयही असते. तारुण्याला मनोमय प्रौढत्व हे भीत असतेच. सराईतपणाच्या जोरावर आपला वरचष्मा ठेवता येतो; नाही असे नाही. पण पुरुष आणि प्रकृती शारीरिक दृष्ट्या समान पातळीवर नसली, तरी एक प्रकारचा शरणभाव प्रौढत्वाला स्वीकारावा लागतो.

पण आमच्या संबंधांत हे असे घडले नाही. आपल्याला एक चिरस्थायी आधार मिळाला आहे, ही कृतज्ञतेची भावना चंद्रकलेजवळ होती. जी काही तिच्या आयुष्यात प्रतिष्ठा आली, ती केवळ माझ्यामुळे आणि उदार मनाने

मेघनेने आमच्या लौकिक प्रमादाकडे दुर्लक्ष केल्यामुळे आली होती. एक सुरक्षित संसार चंद्रकलेच्या वाट्याला आला होता. स्मरणक्षणातला एक भागीदार म्हणून माझ्याबद्दल तिने ओसंडून प्रेम करावे, हे ठीक होते. पण माझ्याहीपेक्षा मेघनेची ती काळजी घेई; ती पाहिली म्हणजे, एक सामान्य बाजारू मुलीचे एका शहाण्या-सुसंस्कृत जोडीदारात कसे रूपांतर झाले आहे, याचे आश्चर्य वाटे. तिच्याजवळ एक लाघवी संभाषणचातुर्य निर्माण झाले होते. कितीही धकाधकीचा दिवस असला, तरी ती नृत्याचा व्यासंग सोडत नसे. वृत्तपत्रांचे आणि ग्रंथांचे वाचन ती अव्याहतपणे करी आणि हे करत असताना घरातील माझ्यासंबंधीची व मेघनेसंबंधीची सर्व कर्तव्ये ती पार पाडीत होती. एवढे करून डिस्ट्रीब्युशन ऑफिसमध्ये ती किमान दोन तास तरी जात असे. स्टुडिओतही तिचा एक फेरफटका असे. प्रसन्नवदन अशा चंद्रकलेला इकडे-तिकडे वावरताना पाहणे, हा एक सुखद अनुभव होता. स्वत:च्या मुलाबद्दल तिचा भ्रमनिरास झाला होता, कारण त्याने आम्हा तिघांवरही संकट आणलेले होते. माझ्या इतर मुलांशी तिचा संपर्क बरोबरीच्या नात्याने राहिला आणि त्यांनाही चंद्रकला आपल्या अधिक जवळची वाटे.

जरी समजा– मला स्टुडिओ सोडावा लागला असता, तरी आमच्या तिघांच्या आयुष्यात म्हणण्यासारखा काही फरक पडला नसता. आर्थिक दृष्ट्या तर काही प्रश्न नव्हताच, पण व्यावसायिक दृष्ट्याही तसा फारसा फरक पडला नसता. जो काही फरक पडणार होता, तो फक्त या प्रकरणात आमची मानहानी झाली असती, त्यामुळेच. ती टाळण्याचे जे ट्रंफकार्ड माझ्या हातात होते. ते म्हणजे, मुळात वाद ज्या कारणाने होत होता, ते दादाजींचे वारसापदच चॅलेंज करणे. खऱ्या अर्थाने अजिंक्य हा दादाजींचा मुलगा होताच कुठे? पण हे गुपित सिद्ध करणे कठीण होते आणि त्याहीपेक्षा ते उघड करणे कदाचित अधिक बदनामीकारक झाले असते. ते गुपित उघड करण्यात धोका असा होता की, दादाजी असतानाच माझे आणि चंद्रकलेचे अवैध संबंध होते, हे उघड-उघडपणे मान्य करण्यासारखे होते, आणि याचाच अर्थ, अजिंक्यने आपल्या अर्जात आमच्या संबंधांवर जे आरोप केले होते, ते मान्य करण्यासारखे होते. हे रहस्य केवळ माझ्यात आणि चंद्रकलेतच राहिले होते; त्याला प्रत्यक्ष पुराव्याची जोड मिळविणे, ही अशक्यप्राय गोष्ट होती.

वृत्तपत्रांतील विविध तऱ्हेचे गॉसिप्स, कव्हरस्टोरीज येत. त्यांच्या पार्श्वभूमीवर हळूहळू खटला आकाराला येत चालला. खटल्यात आम्ही चौघेही प्रतिवादी

होतो. सर्व प्रकारची कागदपत्रे आता कोर्टात हजर झाली होती. कोर्टात मार्था उपस्थित राहत नसे. कोर्टाचे मत आमच्याविषयी प्रतिकूल होण्याची शक्यता आम्हाला गृहीत धरावी लागली. याचे कारण एकोणीस-वीस वर्षांचा एक तरुण मुलगा स्वत:चा वारसाहक्क सिद्ध करण्यासाठी आपल्या आईविरुद्ध आणि वडिलांच्या विश्वासू सहकाऱ्यांविरुद्ध कोर्टात उभा होता. आम्ही आमच्या कैफियतीत ट्रस्टच्या सुरक्षिततेसाठी कोर्टाचा निकाल लागेपर्यंत सर्व हिशेब कोर्टाला सादर करण्याचे आश्वासन दिलेलेच होते. जेवढी जेवढी माहिती या प्रकरणात आवश्यक असणार होती, तेवढी सर्व कोर्टाने मागणी करण्यापूर्वीच आम्ही आमच्या कैफियतीत, आपणहून दिलेली होती. प्रत्येकाची स्वतंत्र प्रतिज्ञापत्रे होतीच, पण ट्रस्टच्या वतीने एक सामुदायिक प्रतिज्ञापत्रही होते. जे भाराभार कागद कोर्टात दाखल केले गेले आणि ज्या मागण्या केल्या; त्यावरून ठाकूर कोर्टाने जे इश्यूज फ्रेम केले, ते खालीलप्रमाणे होते.

१. ट्रस्ट मूळच्या अटींनुसार चालविला जातो आहे किंवा काय?

२. ट्रस्टचे आरंभापासूनचे अगदी अद्ययावत हिशेब पाहून ट्रस्टचा कारभार ट्रस्टच्या हिताच्या दृष्टीने चालतो किंवा काय?

३. अजिंक्य वयात येण्यापूर्वी ट्रस्टची फेररचना करण्याची आवश्यकता आहे किंवा काय?

४. ट्रस्टचा कारभार सांभाळण्याइतपत अजिंक्य याने पात्रता निर्माण केली आहे किंवा काय?

५. मी स्वत: आणि इतर ट्रस्टीज– विशेषत: चंद्रकला– यांनी संगनमत करून अजिंक्य याचे हितसंबंध धोक्यात आणले आहेत किंवा काय?

६. अजिंक्यच्या शिक्षणाची किंवा चरितार्थाची चंद्रकलेकडून आबाळ झाली आहे किंवा काय?

या मुद्द्यांमुळे चंद्रकलेचे आणि माझे जे काही संबंध होते, त्याला कोर्टाच्या दृष्टीने काही महत्त्व राहिले नाही आणि जे मुद्दे विचारात घेऊन पुरावा सादर करायचा होता; ते मुद्दे आमच्याविरुद्ध जातील, असे मला वाटत नव्हते.

परंतु, हा आमचा अदमास चुकीचा निघाला. ठाकूर कोर्टाचे आमच्याबाबत प्रतिकूल मत का झाले, हे कळणे फार कठीण होते. ही गोष्ट खरीच होती की, अजिंक्यचे गरगाट कंपनीचे वकील श्री. अजित देसाई हे निष्णात कायदेपंडित होते. त्यांच्या बोलण्यात एक प्रकारचा आक्रमक उद्दामपणा होता. मधून-मधून ते

जे भाष्य करीत, त्यामुळे या युद्धाचे स्वरूप एक तरुण एकाकी मुलगा आणि त्याला लुबाडणाऱ्या चार सराईत व तथाकथित प्रतिष्ठित समजल्या जाणाऱ्या लोकांचा कट– असे होई. कोर्टही अधून-मधून जे प्रश्न विचारी, त्यावरून कोर्ट या साऱ्या प्रकारात आमच्याविषयी प्रीज्युडिस झालेले आहे, हे अगदी सहज लक्षात येई. श्रीमंत आणि सत्ताधीश व्यक्तींबद्दल एक छुपा राग नाही तरी बहुतेक कोर्टांच्या मनात असतोच. कारण श्रीमंती आणि सत्ता या दोन्हींच्याही ठायी दुसऱ्यावर अन्याय करण्याचे सामर्थ्य असते. वास्तविक, ट्रस्टच्या कारभारातील आर्थिक व्यवहारावर तक्रार करावी, अशी फारशी जागा नव्हती. पण एकूण उत्पन्नाच्या दहा टक्के रॉयल्टी ट्रस्टला वर्ग करूनसुद्धा माझे उत्पन्न लक्षात येण्याइतके मोठे होते. एकट्या 'राजनर्तकी' या चित्रपटाने मला एक कोट रुपयांपेक्षा अधिक रक्कम मिळवून दिली होती आणि ती कुणालाही मत्सर वाटायला पुरेशी होती. सप्रे हे जुने व्यवस्थापक एक प्रकारे माझे आज्ञांकित होते. त्यांना पगारादाखल जरी पाच हजार रुपये मी देत असलो, तरी माझ्या खासगी हिशोबातून मी त्यांना पाच टक्के भागीदारीही दिली होती. त्याचीही रक्कम गेल्या दहा-पंधरा वर्षांत वीस लाखांवर गेली होती. चंद्रकला तर दादाजींची पत्नी, डिस्ट्रीब्युशन ऑफिसची एकमेव मालक. तिचेही उत्पन्न कुणालाही हेवा वाटावा इतके मोठे होते. तिच्या उत्पन्नाच्या मानाने अजिंक्यवर तिने केलेला खर्च तसा नगण्य होता. शिवाय अजिंक्यची सारी जबाबदारी तिच्यावरच होती. आजपर्यंत अजिंक्यवर केलेला सर्व खर्च लक्षात घेतला, तर त्याच्या परदेशी गेल्यानंतर झालेल्या खर्चाव्यतिरिक्त त्याच्यावर दरमहा दीड-दोन हजार रुपये खर्च झाले होते. सॉलिसिटर काळे यांच्या लीगल चार्जेसमुळे त्यांच्याही खात्यावर बरीच मोठी रक्कम खर्ची पडली होती आणि आता ते प्रत्यक्ष व्यवसाय करीत नसले; तरी राजहंस कलामंदिराचे, माझे आणि चंद्रकलेच्या स्वत:च्या मालमत्तेचे काम त्यांची फर्म करीत होतीच. त्यांनाही काही लाख रुपयांचा मोबदला आमच्याकडून दिला गेला होता. आमच्या उत्पन्नांचे जे कागदोपत्री आकडे होते, त्याच्यावर अजिंक्यच्या वकिलांनी तुच्छतापूर्वक भाष्य केले होते.

एका हिअरिंगला काळे आधार घेत-घेत कोर्टात आले होते. तेव्हा मोठ्या नाटकीपणाने अजिंक्यचे वकिलांनी बोट दर्शवून त्यांचा उल्लेख केला आणि ते म्हणाले, "हे माझे सन्माननीय वकील मित्र आता जरी प्रत्यक्ष वकिली व्यवसाय करीत नसले, तरी त्यांच्या सुपीक डोक्यातून दादाजींच्या मृत्युपत्राचा आणि ट्रस्ट डीडचा मसुदा लिहिला गेला आहे. त्यांनी आपली सर्व बुद्धी वापरून सर्व सत्ता

राघवकडे गेली पाहिजे याची काळजी घेतली आहे. हे चौघेही जण या कटातले भागीदार आहेत. सर्वांनी एकत्र येऊन दादाजींची संपत्ती लुटलेली आहे. सर्वसामान्यत: ज्या कामासाठी हजार रुपये वकील, फी म्हणून आकारता आली असती, त्या ठिकाणी यांना दहा हजार रुपये मिळत गेल्यामुळे त्यांनी आपल्या वकिली-व्यवसायातील नीतितत्त्वांना मुरड घातली आहे. प्रतिवादींनी सादर केलेल्या हिशोबावरून हे लक्षात येईल की, त्यांनी लाखो रुपयांची वाटणी परस्परांत करून घेतली. या एकाच गोष्टीमुळे कोर्ट रिसीव्हर नेमून सारी मालमत्ता ताब्यात घेण्याची आवश्यकता आहे. माझे विद्वान मित्र सॉलिसिटर काळे यांच्याबद्दल मला आदर आहे. त्यांनी आपल्या व्यवसायात खूप मोठी प्रतिष्ठाही मिळविली आहे. पण वाढत्या वयामुळे आपण काय करतो आहोत, याचं भान त्यांना उरलेलं नाही. हा खटला पाच-दहा वर्षं रेंगाळत राहील आणि त्यानंतर राजहंस कलामंदिर अस्तित्वात असेलच, अशी काही हमी देता येणार नाही. शिवाय दादाजी विकलांग होते, शेवटच्या घटका मोजत होते; तेव्हा आपण काय मृत्युपत्र करतो किंवा ट्रस्ट डीडच्या रूपाने आपण कोणते अधिकार कुणाला देतो याचे भान त्यांना असणं शक्य नव्हतं. त्या परिस्थितीचा उघड-उघड गैरफायदा घेतलेला जाणवतो आहे. म्हणून आमची मूळ मागणी आहे की, कोर्टाने मालमत्ता रिसीव्हरच्या ताब्यात ताबडतोब द्यावी, म्हणजे मालमत्ता सुरक्षित राहील. माझे अशिल अजिंक्य कामत हे वयात येईपर्यंत आणि ट्रस्टच्या चौथ्या कलमानुसार ट्रस्टची पुनर्रचना होईपर्यंत मालमत्तेचा नीट सांभाळ होईल.''

कोर्टाने सॉलिसिटर काळ्यांना प्रश्न विचारला की, रिसीव्हर नेमायला तुमची काही हरकत आहे काय? तेव्हा थरथरत काळे उभे राहिले आणि म्हणाले, ''दादाजींचा मी चाळीस वर्षांहून अधिक काळ अत्यंत विश्वासपात्र असा कायदेशीर सल्लागार आहे. ट्रस्ट डीड व मृत्युपत्र हे त्यांच्या सांगण्यावरूनच मी केलेले आहे आणि हे जेव्हा मी केलं, तेव्हा दादाजींची मन:स्थिती व शरीरप्रकृती अगदी खणखणीत होती. ब्रीच कँडी हॉस्पिटलच्या डीनसमोरच ही दोन्ही कागदपत्रे वाचून दाखविली गेली. दादाजींनी ती पसंत केली आणि उत्साहाने त्यांनी त्यावर सह्या केल्या. माझे तरुण वकील मित्र माझ्यावर कट-कारस्थान केल्याचा आरोप करतात, हा माझा वैयक्तिक अपमान आहेच; पण वकिली व्यवसायाच्या प्रतिष्ठेवरही आघात आहे. त्याबद्दल जे काही करायचं, ते बार कौन्सिलपुढे हे प्रकरण मी नेऊन करीनच. आपल्या अशिलाचे हितसंबंध सांभाळणं, हे जसं त्यांचं कर्तव्य आहे; तितकंच वकिली व्यवसायाची प्रतिष्ठा सांभाळणं, हेदेखील त्यांचं कर्तव्य

आहे. परंतु सभ्यता ही गोष्ट कुणी कुणाला शिकविण्यात अर्थ नाही. आम्ही आमच्या पहिल्या जबाबातच म्हटले आहे की, आहे यापेक्षा चांगली व्यवस्था न्यायमूर्तींना करावीशी वाटत असेल, तर ती करायला हरकत नाही. पण आहे यापेक्षा अधिक चांगली व्यवस्था करणे शक्य असते, तर आम्हीच ती केली नसती का? दादाजींच्या मृत्यूनंतर योग्य त्या माणसाच्या अभावी स्टुडिओची वाताहत झाली होती. कामगार संपावर गेले होते. चित्रपटनिर्मिती थांबली होती. माझे सहकारी श्री. राघव हे एक नामवंत दिग्दर्शक, लेखक आणि निर्माते होते. त्यांना कामगारांनी आणि आम्ही सर्वाधिकार देऊन बोलाविले, म्हणून त्यांनी स्टुडिओची जबाबदारी घेतली. ही जबाबदारी घेण्याची त्यांना मुळीच आवश्यकता नव्हती. पण दादाजींनी त्यांना आपला मानसपुत्र मानलं होतं; एवढेच नव्हे, तर आपला मुलगा हयात असताना स्वत:चा अंत्यविधी राघव यांनी करावा, असं लिहून ठेवलेलं होतं. राघव दादाजींचे शिष्य आहेत आणि म्हणून राजहंस कलामंदिराची प्रतिष्ठा त्यांच्यामुळेच वाढली, ही वस्तुस्थिती आहे. आज आम्हा सर्वांनाच मिळालेले पैसे तुम्हाला दिसतात; पण पैसे काही आपोआप उत्पन्न होत नाहीत. राघव यांनी प्राणपणाने आणि निष्ठेने कारभार केला, म्हणून ही सुबत्ता तुम्हाला दिसते आहे. त्यांनी राजहंस कलामंदिराची तिजोरी भरून काढली, ती नवनवे चित्रपट निर्माण करून. हे त्यांचं एकट्याचं यश नाही. कुणा मत्सरग्रस्त माणसानं मागचा सारा इतिहास लक्षात न घेता बिनबुडाचे काही आरोप केले, तर कोर्टानं ते विचारात घ्यायचं काही कारण नाही. राजहंस स्टुडिओ हे एक कलामंदिर आहे; हा काही लोखंडी सामानाचा कारखाना नाही. कोणतीही कलानिर्मिती हा एक प्रकारचा जुगार असतो आणि या जुगाराची झळ राजहंस कलामंदिराला लागू नये, म्हणून नफ्या-तोट्यात राजहंस कलामंदिराला भागीदार करू न देता एकूण अर्थव्यवहाराच्या दहा टक्के एवढी मोठी रक्कम राजहंस कलामंदिरात जमा होत आहे. या रकमेतूनच आणखी एका स्टुडिओचा फ्लोअर बांधला गेला, नवनवी मशिनरी आली आणि जवळपास एक कोटी रुपयांहून अधिक भर पडली. दादाजींनी राघववर विश्वास टाकला, त्याचं राघवनं चीज केलं. राघव, श्रीमती चंद्रकलाबाई आणि व्यवस्थापक सप्रे यांच्याइतकी निष्ठावंत मंडळी शोधूनही सापडणार नाहीत. दादाजींचा मुलगा अजिंक्य या खटल्यातील वादी-यास या व्यवसायात येता यावं, त्याची पात्रता वाढावी म्हणून त्याचं शालेय शिक्षण झाल्यावर त्याला अमेरिकेत चित्रपटविद्या शिकण्यासाठी पाठविण्यात आले. ट्रस्ट्रींचा हेतू जर अजिंक्यला स्टुडिओचा कारभार मिळू नये असा असता,

तर त्याला या फिल्म इन्स्टिट्यूटमध्ये पाठविलेच गेले नसते.

"कोर्टाला माझी अशी विनंती आहे की, आताच्या व्यवस्थापनात कोणताही बदल करणं म्हणजे राजहंस कलामंदिर बुडविण्यासारखंच आहे. कलानिर्मिती ही कोर्ट रिसीव्हरची जबाबदारी कशी काय होऊ शकणार? आणि कोणत्याही निर्मितीमागचा धोका कुठलाही सरकारी अधिकारी घेऊ तरी कसा शकणार? चित्रपटाचा व्यवसाय हा एक जुगारी व्यवसाय आहे, याचा विसर पडू देता कामा नये. धोका तर त्यात आहेच. व्यवसाय जर थांबला; तर डिस्ट्रीब्युशन ऑफिस बंद करावं लागेल, कामगारांना काढून टाकावं लागेल, यंत्रसामग्री गंजत पडू लागेल आणि नाना प्रकारच्या समस्या निर्माण होतील की, ज्यांचे निवारण कोर्ट किंवा कोर्टाचा प्रतिनिधी यांना करणं शक्य होणार नाही. फार तर कोर्टाने महिन्याच्या महिन्याला हिशेब सादर करायला सांगावेत. त्याचप्रमाणे ट्रस्ट आणि ट्रस्ट प्रॉपर्टी यावर कोणताही नवा बोजा निर्माण होणार नाही, याबद्दल हमी मागावी; परंतु चालत्या गाड्याला खीळ घालू नये."

कोर्टाने मध्येच हस्तक्षेप करून विचारले, "चारही ट्रस्टीजना या व्यवहारात अवाजवी नफा होता, ही गोष्ट तर प्रतिवादींनी सादर केलेल्या आकडेवारीतूनच सिद्ध होते. शिवाय प्रतिवादींशिवाय अन्य कोणी हा स्टुडिओ चालवू शकणारच नाही, हे म्हणणं अतिशयोक्त आहे. नवीन चित्रपट निर्माण केलेच पाहिजेत, असं थोडंच आहे? स्टुडिओ भाड्यानं देऊनही स्टुडिओचा कारभार करणं कोर्ट रिसीव्हरला शक्य होईल. शिवाय त्यामुळे यंत्रसामग्री गंजत पडणार नाही, उत्पन्नही चालू राहील. स्टुडिओची मालमत्ता मोजून स्टुडिओ दीर्घकालपर्यंत कुणाला चालवायला दिला आणि त्याबद्दल योग्य ती हमी कोर्टानं मिळविली, तर अल्पवयीन अशा दादाजींच्या वारसावर अन्याय होणार नाही. शिवाय चित्रपटनिर्मिती थांबली, तर डिस्ट्रीब्युशन ऑफिस बंद पडेल अशी भीती आपण मला दाखविता, डिस्ट्रीब्युशन ऑफिस हे चंद्रकलाबाईंच्या खाजगी मालकीचे आहे– ते चालविण्याची ट्रस्टची जबाबदारी नाही. त्यांनी वाटल्यास अन्य चित्रपट डिस्ट्रीब्युशनसाठी घ्यावेत. माझ्या असं कानावर आलं आहे, अर्थात त्याची खात्री मी करून घेईनच– ते हे की, अनेक चित्रपटनिर्मात्यांची स्टुडिओ भाड्यानं घेण्याची तयारी आहे. सुट्ट्या सोडून जे सर्व कामांचे दिवस आहेत, त्यांच्या दोन्हीही शिफ्ट्स भाड्याने घेण्याचा करार करायला या क्षेत्रातले मातब्बर प्रोड्यूसर तयार आहेत. कोणत्याही परिस्थितीत या स्टुडिओची मॅनेजमेंट मी आता आहे या ट्रस्टींच्याकडे ठेवू शकत नाही. एक-दोन वर्षांचाच प्रश्न आहे. तोपर्यंत दादाजींचा

वारस अजिंक्य हा वयात येईल. तेव्हा ट्रस्टची फेररचना करायची, ट्रस्ट रद्द करायचा, स्टुडिओ विकून टाकायचा किंवा तो चालवायचा– या गोष्टींचा निर्णय घेता येईल. जवळपास पंधरा वर्षांहून अधिक काळ स्टुडिओ तुम्हा मंडळींच्या ताब्यात आहे. तुम्ही कारभार वाईट केलायत, असं मी म्हणणार नाही; पण तो स्टुडिओच्या दृष्टीनं अधिक किफायतशीरपणे करता आला असता, असं म्हटलं तर गैर ठरू नये. पण माझ्या लेखी मूळ प्रश्न आहे तो वेगळाच. किती झालं तरी अजिंक्य कामत हे या देशातील परंपरेनुसार दादाजींच्या मालमत्तेचे एकमेव वारस आहेत. त्यांना आपली मालमत्ता सुरक्षित राहणार नाही, अशी भीती वाटते. ट्रस्ट डीड आणि मृत्युपत्र कोणत्या परिस्थितीत आले, याची चौकशी पुढे होईल आणि जर असे सिद्ध झालं की, त्या वेळेस दादाजींची प्रकृती आणि मन:स्थिती निर्णय घ्यायला पात्र नव्हती, तर मग हा ट्रस्ट रद्दच करावा लागेल आणि ट्रस्ट रद्द झाला, तर आपोआपच दादाजींचा एकमेव वारस म्हणून ट्रस्ट मिळकतीचा अजिंक्य हा एकमेव मालक होईल. साक्षी-पुरावे होतील तसतशी खरी परिस्थिती लक्षात येईल आणि मगच काय तो अंतिम निर्णय घेणे शक्य होईल. पण तोपर्यंत ट्रस्टचे व्यवस्थापन बदलावे असा जो माझ्यापुढे अर्ज आला आहे, तो नाकारायला मला तरी समर्थ कारण दिसत नाही.''

वृत्तपत्रातून या साऱ्या खटल्याची जी वृत्ते प्रसिद्ध होत होती, त्याचा नाही तरी जज्ज ठाकूर यांच्या मनावर परिणाम झाला होता. त्यामुळे सर्व ट्रस्टींच्या विरुद्ध त्यांचे मन कलुषित झालेले असावे. जरी जज्ज ठाकूर यांनी व्यवस्थापन बदलायचे ठरविले, तरी वरिष्ठ कोर्टात दाद मागता आली असती; परंतु जनमानसावर त्यांचा आणखीनच विचित्र परिणाम झाला असता. पण काळ्यांनी आमच्याकडे पाहिलेसुद्धा नाही. ते पुन्हा उभे राहिले आणि म्हणाले, ''माझ्या परीनं न्यायालयास सर्व वास्तव परिस्थिती समजून सांगायचा मी प्रयत्न केला. न्यायालयानं माझं म्हणणं मानलं असतं, तर नाइलाजानं आता मला जे करावं लागणार आहे, ते करावं लागलं नसतं. ट्रस्ट डीड आणि मृत्युपत्र हे मी स्वत: ड्राफ्ट केले आहेत, दादाजींच्या सल्ल्यानंच. पण तरीही दादाजींचं समाधान झालेलं नसावं. मला, चंद्रकलाबाईंना किंवा कुणालाही विश्वासात न घेता त्यांनी अन्य वकिलांच्या साह्यानं आणखी एक कागद केलेला आहे. त्या बंद पाकिटात नेमकं काय आहे, हे मलाही माहीत नाही. परंतु ट्रस्टवर जेव्हा गंडांतर येईल आणि कलानिर्मितीच थांबण्याची शक्यता निर्माण होईल; तेव्हा तो बंद लखोटा योग्य त्या अधिकाऱ्यांच्या समोर मी सादर करावा, अशी त्यांनी मृत्यूपर्वी मला विनंती केली आहे. हा

लखोटा सीलबंद केलेला आहे. त्याच्यावर हायकोर्टाचे निवृत्त न्यायाधीश बाळ यांची स्वाक्षरी आहे. दादाजींची आणि ॲडव्होकेट साळगावकरांचीही त्यावर स्वाक्षरी आहे. अगदी अपवादभूत परिस्थितीतच हा लखोटा मी वापरावा, अशी त्यांची सूचना असल्यामुळे मला हा लखोटा सादर करताना मनापासून दु:ख होत आहे. मी माझ्या अशिलाचा वचनभंग तर करीत नाही ना, या भीतीनं मला अतिशय खंत वाटते. दादाजींचे व माझे संबंध केवळ अशील आणि वकील असे नव्हते; फार घनिष्ठ असे आमचे संबंध होते. माझ्या सल्ल्याशिवाय कोणताही व्यवहार त्यांनी कधी केला नाही. ह्या एकुलत्या एक बंदिस्त दस्तऐवजाबाबत मात्र त्यांनी अशी गुप्तता का बाळगावी, हे मला समजत नाही. मला असं वाटतं की, आजचा प्रसंग हा दस्तऐवज या न्यायालयापुढे हजर करण्याजोगा आहे, कारण दादाजींच्या सदिच्छांचा आज कळत-नकळत अपमान होण्याची शक्यता आहे. इतके दिवस जतन करून ठेवलेली ही ठेव मी आता कोर्टाच्या स्वाधीन करणार आहे. कमीत कमी लोकांना या दस्तऐवजातील माहिती कळावी, अशी दादाजींची इच्छा होती. म्हणून मी कोर्टाला विनंती करतो की, त्यांनी हा दस्तऐवज आमच्या सर्वांच्यासमोर फोडावा, तो वाचावा आणि जेवढ्या लोकांना हा दस्तऐवज दाखविणं आवश्यक आहे, तेवढ्याच लोकांना हा दस्तऐवज दाखवावा.''

कोर्टातले वातावरण एकदम गंभीर झाले. कोर्टातच सर्व संबंधित हजर होते. आपल्या ब्रीफकेसमधून काळ्यांनी एक मोठा जाडजूड लखोटा काढला. तो लाख लावून सर्वार्थाने बंदिस्त केलेला होता. कुणालाही तो फोडता येऊ नये, एवढ्यासाठी कव्हर जिथे चिकटविलेले होते; तेथे जस्टिस बाळ, ॲडव्होकेट, मॅजिस्ट्रेट यांच्या स्वाक्षऱ्या आणि शिक्के होते. या लखोट्याच्या मागच्या बाजूस केवळ अपवादभूत परिस्थितीतच हा लखोटा फोडला जावा, अशी दादाजींच्या स्वाक्षरीची सूचना होती. लखोटा न्यायमूर्ती ठाकूर यांच्याकडे देताक्षणीच त्यांनी त्याच्यावर आपली सही आणि तारीखही नोंदविली. मग कात्रीने लखोट्याचा एक कोपरा त्यांनी कापला आणि लखोट्याच्या कोणत्याही भागाचा नाश होणार नाही, अशा तऱ्हेने तो लखोटा उघडला. त्या लखोट्यात दुसरा एक लखोटा होता. त्याचीही पूर्वीच्या लखोट्याप्रमाणेच सर्व काळजी घेतलेली होती आणि तिथेही संबंधितांच्या स्वाक्षऱ्या होत्या. त्यावर न्या. ठाकूर यांनी स्वाक्षऱ्या केल्या आणि तारीख घातली व तोही लखोटा उघडला. तो लखोटा उघडल्यानंतर सात-आठ फोलिओचा जाड कागदावरील दस्तऐवज बाहेर आला. कुठल्या तरी

चांगल्या घरंदाज सॉलिसिटरकडेच हा दस्तऐवज निर्माण झालेला असावा– असे जे त्या दस्तऐवजांचे अस्पष्ट दर्शन झाले, त्यावरून कुणाच्याही लक्षात आले असते.

दस्तऐवज आमच्या सर्वांच्या समोर वाचू नये, अशी काळ्यांनी केलेली विनंती कोर्टाने मान्य करायचे ठरविले असावे. कारण त्या दस्तऐवजावर पुन्हा कोर्टाची स्वाक्षऱ्या व शिक्का-तारीख होताच कोर्ट उठले आणि चेंबरमध्ये गेले. पंधरा-वीस मिनिटे सारे जण नुसतेच बसून राहिले. मग कोर्टाचा शिपाई वादीच्या वकिलांना– देसाईंना बोलवायला आला. वादीचे वकील आत गेले. पुन्हा पंधरा-वीस मिनिटे गूढ शांतता निर्माण झाली. पंधरा-वीस मिनिटांनंतर कोर्टाचा चपराशी सॉलिसिटर काळे यांना बोलावून घेऊन त्यांना आत घेऊन गेला. अर्धा तास तसाच गेला; मग कोर्टाचा शिरस्तेदार टाईपरायटर घेऊन आत गेला आणि अर्ध्या-पाऊण तासानंतर कोर्ट परत आपल्या स्थानावर येऊन बसले आणि सर्वांना उद्देशून म्हणाले,

"माझ्यापुढे करण्यात आलेले अर्ज विनाशर्त परत घेण्याचं वादीने ठरविलं आहे. एवढंच नव्हे तर दादाजींच्या मालमत्तेबद्दल यापुढे केव्हाही कोणताही वाद निर्माण न करण्याचे आश्वासन दिलेलं आहे. जी काही ट्रस्टची आज व्यवस्था आहे, ती अशीच कायम राहावी, असा अर्ज वादी यांनी स्वतःच लिहून दिलेला आहे. त्यामुळे हा वाद आता संपला आहे, असे समजून हा अर्ज आता मी निकालात काढून टाकला आहे. कोर्टाचा योग्य तो हुकूम याबाबत होईलच. जो दस्तऐवज अनपेक्षितपणे माझ्यासमोर आला, त्यामुळे या खटल्याचं सारं चित्रच आता बदललं आहे. पण हा दस्तऐवज कुणालाही पाहता येऊ नये किंवा त्यावर काही चर्चा करता येऊ नये, म्हणून तो पुन्हा सीलबंद करून कोर्टाच्या ताब्यात ठेवण्याचा मी हुकूम देत आहे."

कोर्ट उठले. कोर्टाचे कामकाज पाहण्यासाठी आलेले पत्रकार या अनपेक्षित निर्णयाने चकित झाले! आपण गाजविलेला हा खटला काही चमत्कारिक कलाटणीने संपुष्टात आला याची खंत तर प्रत्येकाला वाटत होतीच; पण त्याहीपेक्षा या घटनेमागचे रहस्य आपल्याला समजू शकले नाही, याची खंत अधिक होती. आज ना उद्या आपण हे रहस्य शोधून काढू, असा जरी त्यांनी विश्वास बाळगला असला; तरी हे रहस्य माहीत असणारे वादीचे वकील, वादी, कोर्ट आणि सॉलिसिटर काळे यांच्यापैकी कुणाकडून खरे वृत्त आपल्याला मिळेल, हे शोधायच्या मागे ते लागले. माझी, चंद्रकलेची आणि मेघनेची मात्र या निर्णयामुळे फार

पंचाईत झाली. नेमके काय घडले आहे, याचा तर आम्हाला पत्ता नव्हता. संकट टळले, हे खरे असले तरी त्याचे असणारे रहस्यमय कारण आम्हाला बुचकळ्यात टाकणारे होते.

कोर्टातून आम्ही उठलो, तेव्हा पत्रकारांनी आमचा पिच्छा पुरविला. आम्हाला खरोखरीच काही माहिती नाही, ही गोष्ट त्यांपैकी कुणालाही खरी वाटली नाही. आम्ही सर्व जण काळ्यांच्या घरी आलो. काळे थकले होते. कित्येक दिवसांत त्यांनी एवढे श्रम केलेले नव्हते. ते थोडा वेळ विश्रांतीसाठी आत गेले. काळ्यांचे घर तसे मला नवे नव्हते. त्यांचा मुलगा विजय अलीकडे काळ्यांची फर्म सांभाळीत होता. त्याच्याशी आम्ही इतर गप्पा मारीत बसलो. थोड्या वेळाने थोडे ताजे टवटवीत होऊन काळे दिवाणखान्यात आले. इतका वेळ दाबून ठेवलेली आमची उत्कंठा आता दाबून ठेवणे शक्यच नव्हते. ते येताक्षणीच मी म्हणालो, "काळे, असा काय चमत्कार घडला की, ज्यामुळे आपल्याविरुद्ध जात असलेला खटला आपण जिंकला?"

ते म्हणाले, "खरं सांगू? तुम्हीही फार खोलात जाऊन चिकित्सा करू नये. झालं-गेलं गंगेला मिळालं. हे रहस्य कुणाला समजावं, अशी दादाजींची इच्छा नव्हती. मग आपण तरी दादाजींच्या इच्छेचा अनादर का करावा? आता सगळं व्यवस्थित झालंय. आता उगीचच तुम्ही तरी नको ती उत्सुकता कशाकरता दाखविता? माझा सल्ला ऐकणार असाल, तर हे प्रकरण विसरून जा; तेच तुमच्या हिताचं आहे. फक्त मी एवढंच सांगतो– ते म्हणजे, मलासुद्धा कल्पना आली नाही इतके दादाजी पाताळयंत्री होते. इतकी वर्षे मी या माणसाचा कायदेशीर सल्लागार होतो, मित्र होतो; पण हा मनुष्य काही मला समजला नाही आणि एका परीनं झालं ते बरंही झालं. कारण दादाजींनी या प्रकरणात मला विश्वासात घेतलं असतं, तर कदाचित मी या ट्रस्टवर कामच केलं नसतं. दादाजी समजायला फार अवघड माणूस होता. माझ्या नकळत त्यांनी अशी काही कारवाई करून ठेवली की, या ट्रस्टला कोणालाही धक्काच लावता येणार नाही. मी-मी म्हणणाऱ्या माणसाला गुंग करून टाकेल, असं दादाजींचं वागणं होतं.''

सॉलिसिटर काळे हे माझे निकटचे सहकारी– मला वडिलांसारखे. जे यश मी मिळविले, त्याची मुक्तकंठाने स्तुती करणारे. माझ्यापासूनसुद्धा गुपित ठेवावे असे त्यांना वाटत असले, तर त्याला काही सबळ कारण असावे. तरी पण मी म्हणालो, "काळेसाहेब, तुम्ही आता ऐंशी पार करून खूप पलीकडे

गेलात. तुम्हाला मिळवायसारखे आता काहीही राहिलं नाही. तुम्ही तृप्त आयुष्य जगलात. मीही तुमचं अनुकरण करण्याचा प्रयत्न करतो, परंतु तुमची तृप्ती माझ्यासारख्याला कधी लाभणार नाही.''

''बरोबरच आहे. तुमचा व्यवसायच असा आहे राघव की, त्या व्यवसायात गुंतागुंत फार असते. शिवाय एकदा यश मिळवून तुमचं भागत नाही; रोज नवनवीन शिखरे पादाक्रांत करण्याची आकांक्षा तुमच्या मनातून लोपणार कशी? तुमची काही चूक नाही. जरी आपण खटला जिंकलो असलो, तरी तुम्ही अजिंक्यला आपल्या हाताखाली घ्या; म्हणजे तुमच्यामागे चित्रपटनिर्मिती अखंड होत राहील. कितीही झालं, तरी अजिंक्य हा दादाजींचा मुलगा आहे याचा आपण विसर पडू देऊ नये. अजिंक्य वाहवला, एका बाईच्या नादी लागला, ही गोष्ट खरी; पण त्याला सावरलं पाहिजे. आता मालमत्ता मिळत नसल्यामुळे त्याच्या मागं लागलेली मार्था त्याला सोडून निघून जाईल, मग तो एकाकी पडेल; त्याला मार्गावर आणा. तुमच्या हाताखाली चार-पाच वर्षं तो राहिला, तर तो तयार होईल. लवकरात लवकर त्याचं लग्न करून टाका. लक्षात ठेवा, तो दादाजींचा मुलगा आहे. तेव्हा त्याची वासना प्रदीप्त असणारच. तुम्ही त्याला घरात ठेवून घ्या. त्याच्यावर प्रेमाची पाखर घाला. चंद्रकलाबाई आणि त्यांचा मुलगा यांच्यात जो काही दुरावा निर्माण झाला आहे तो दूर कसा होईल ते पहा. कायद्यानं काय निर्णय दिला, याला महत्त्व देऊ नका. मी हयात आहे तोपर्यंत अजिंक्य मार्गी लागलेला जर मला पाहायला मिळाला, तर दादाजींच्या ऋणातून मी मुक्त होईन. माझी म्हाताऱ्याची एवढी एक मागणी तुम्ही पुरविली पाहिजे.''

''काळेसाहेब, ही मागणी आम्ही का पुरविणार नाही? दादाजींचं नाव लावणारा वारस हयात असताना दादाजींनी कर्तृत्वानं निर्माण केलेली मालमत्ता उपभोगायचा आम्हाला नैतिक अधिकार नाही. खरं विचाराल, तर हा खटला दाखल झाला; तेव्हाच माझ्या मनात माघार घेऊन त्यांच्या इच्छेनुसार मालमत्ता रिसीव्हरच्या ताब्यात द्यावी, असं मला खरोखरच वाटलं होतं. मलासुद्धा आता फारसा उत्साह राहिलेला नाही. लोकांना चित्रपट हा करमणुकीचा विषय वाटतो. पण खरं सांगू? हा अगदी जीवघेणा व्यवसाय आहे. स्पर्धेत टिकायचं, नव्या काळाशी जमवून घ्यायचं, हे सोपं आहे म्हणता की काय? तुमच्या इच्छा मी पुऱ्या करीन. देवानं तुम्हाला एवढं आयुष्य जरूर द्यावं. दादाजींची जी खुर्ची मी अजून खाली ठेवली आहे, त्या खुर्चीत अजिंक्य बसलेला तुम्हाला तुमच्या

डोळ्यांनी पाहायला मिळेल. तरी पण एका गोष्टीचा खुलासा तुम्ही केलेला नाही. एक विषय तुम्ही टाळताहात. तो म्हणजे, दादाजींनी लिहून ठेवलेल्या अखेरच्या दस्तऐवजात असं काय होतं की, ज्यामुळे दावा मागे घ्यावा असं अजिंक्यला व त्याच्या वकिलांना वाटलं?''

''ते गूढ तसंच राहू दे. ते तुम्हाला समजण्याची आवश्यकताही नाही. योग्य काळ येईल, तेव्हा तुम्हाला ते समजेल; पण मुद्दाम म्हणून तुम्ही ते शोधण्याचा प्रयत्न करू नका.''

आम्ही कितीही विचारले तरी त्यात काय आहे ह्याचा त्यांनी थांगपत्ता लागू दिला नाही आणि नाइलाजाने त्यांचा निरोप घेऊन आम्ही स्टुडिओत परतलो.

उद्याच्या वृत्तपत्रांत कोर्टात घडलेल्या घटनांचे वृत्त कसे काय येते, याबद्दल मला जिज्ञासा होती. वार्ताहारांपैकी कुणी ना कुणी तरी या प्रकरणाची खोलवर चौकशी करणारच; तेव्हा काय ते आपल्याला समजेल, असे मानण्यापलीकडे मी तरी काय करू शकत होतो? रात्रीच्या नीरव एकांतात मी, मेघना आणि चंद्रकला गप्पा मारत बसताना हा विषय निघत होताच. माझ्या मनात एखादी शंका आली, तरी ती मेघनेसमोर बोलून दाखविण्याची मला हिंमत नव्हती. अर्थात शंका एवढीच होती की, अजिंक्यच्या जन्माचे रहस्य दादाजींना ज्ञात असले पाहिजे आणि आपल्यापासून अजिंक्यचा जन्म झालेला नाही, ही गोष्ट त्यांनी त्या दस्तऐवजात नोंदलेली असेल; तर मग दाव्याला काही कारणच उरत नव्हते. असेच काही तरी घडले असले पाहिजे, कारण दुसरे काही स्पष्टीकरण देता येण्यासारखे नव्हते. दादाजींना तरी हे रहस्य कसे कळले असेल? आपल्याला मूल होणार नाही, या गोष्टीची दादाजींनी आधीच तपासणी करून घेतली असावी. दस्तऐवज पाहिल्याशिवाय याबाबतचा काही निर्णय लागणे शक्य नव्हते.

पण दादाजींना तरी अजिंक्य कोणापासून झाला आहे, हे कळणे शक्य होते? कारण चंद्रकला आणि मी हॉटेलात जे सात-आठ वेळा भेटलो, ते अगदी गुप्तपणाने भेटलो होतो; त्यानंतर चंद्रकलेचा आणि माझा पुष्कळ दिवस संबंधही आलेला नव्हता. मेघनेला तर ही गोष्ट सर्वस्वी अज्ञात होती. उगीच डोक्याला शीण देण्यापेक्षा जेव्हा कधी हे कोडे उलगडेल, तेव्हा ते उलगडू द्यावे, अशा निष्कर्षाप्रत मी आलो.

-०-०-०-

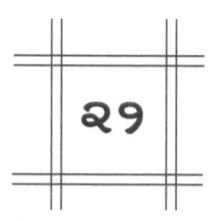
२१

सॉलिसिटर काळ्यांनी जी सूचना केली होती– ती म्हणजे, अजिंक्यच्या जबाबदारीची– ती पार पाडल्यानंतर काही काळ पूर्ण विश्रांती घ्यावी, असे मी ठरविले. मार्था आता फार दिवस हिंदुस्थानात राहणार नाही, ही गोष्ट सूर्यप्रकाशाइतकी स्पष्ट होती. पण ती असेतोपर्यंत पुढचे पाऊलही टाकता येत नव्हते. ती चवताळलेली असणारच. शरीरकष्टाने तिने मिळविलेल्या बऱ्याच मोठ्या रकमेची या जुगारात वाताहत झालेली होती आणि आम्ही अंदाज केल्याप्रमाणे मार्था दोन-तीन दिवसांत अमेरिकेला परतली. सप्रे यांचे या सर्व प्रकरणाकडे लक्ष होतेच आणि त्यांनाच अजिंक्यचे मन वळवून त्याला परत घरी आणण्याची कामगिरी पार पाडणे शक्य होते. त्यांनी नेमके काय काय केले, हे मी विचारीत बसलो नाही; पण मार्था हिंदुस्थान सोडून गेल्याबरोबर अठ्ठेचाळीस तासांच्या आत स्टुडिओमधील माझ्या केबिनमध्ये अजिंक्य हजर झाला.

या एवढ्या उंचनिंच वाढलेल्या माझ्याच मुलाला पाहून माझ्या अंत:करणात कालवाकालव झाली. अगदी निराधार आणि एकाकी अवस्थेत या घटकेला अजिंक्य होता. हॉटेलची बिले भागविण्याइतका पैसाही त्याच्याजवळ नव्हता. सप्रे यांनीच सर्व बिले भागविली. सर्व सामानसुमान बांधून त्याला ते कायमच्या निवासासाठी माझ्याकडे घेऊन आले. 'बस' म्हणून सांगितल्यावर तो ताठरपणे खुर्चीवर बसला. मी त्याला आपादमस्तक न्याहाळून पाहिले. पूर्वीइतका तो आता कोवळा दिसत नव्हता. त्याच्याशी संभाषण कसे सुरू करावे, या विचारात असतानाच तो म्हणाला,

"तुम्ही जिंकलात; मी हरलो."

"जिंकण्या-हरण्याचं राहू दे. त्याला एवढं महत्त्व देऊ नकोस. पण तू आता पुढं काय करायचं ठरविलं आहेस?"

"काय ठरविणार? मला आता कुठे तरी नोकरी

बघावी लागेल.''

"नोकरी बघण्याची काय आवश्यकता आहे? तू या स्टुडिओतच राहा. आईचा तू अपमान केलेला असलास, तरी कोणतीही आई अशा अपराधाबद्दल मुलाचा सूड घेणं शक्य नाही. मी तर म्हणेन, तू आईबरोबर राहा. तुला आवडेल ते काम तू इथं कर. चित्रपटव्यवसायातली सगळी माहिती नाही तरी कोणत्याही स्कूलमध्ये किंवा इन्स्टिटयूटमध्ये मिळतच नाही. अनुभवातून शिकायचा हा धंदा आहे. चार-पाच वर्षांच्या अवधीत तुला धंद्याचे गणित समजू लागेल. मी तुला जमेल तितके मार्गदर्शन करीनच; पण सदाशिव मानेबरोबर तू नेहमी काम करायचंस. खूप कष्ट करावे लागतील, शूटिंग चालू नसलं तरी वेगवेगळ्या खात्याचं ज्ञान तुला मिळवावं लागेल; त्याशिवाय तुला फिल्म इंडस्ट्रीमध्ये नावच काढता येणार नाही. किती झालं, तरी तू दादाजींचा मुलगा आहेस.''

"नाही– नाहीऽऽ मी दादाजींचा मुलगा नाही... मी एक बेवारस मुलगा आहे! निदान दादाजींचा तर मुलगा नक्कीच नाही! कोर्टात जो दस्तऐवज दाखल करण्यात आला, त्यात दादाजींनीच आपल्या हातानं हे विधान केलेलं आहे. त्यामुळे कायद्याच्या जोरावर दादाजींच्या मालमत्तेत मला हस्तक्षेप करताच येणार नाही. त्यामुळे जे काही तुम्ही मला देऊ करताहात, ती तुमची कृपा आहे; नाही तर या घटकेला तरी मी एक अनाथ आणि निराधार मुलगा आहे!''

"तू असं मानणं बरोबर नाही. तू दादाजींचा मुलगा नाहीस, ही गोष्ट खरी असलीच, तर ती कितीशा लोकांना माहीत आहे? आमच्यापैकी तर कुणालाच माहीत नाही. सॉलिसिटर काळे, न्यायमूर्ती ठाकूर, तुझे वकील अतुल देसाई, आमचे वकील कांगा यांना फार तर ही गोष्ट माहीत असेल; ही गोष्ट गुप्त ठेवण्याचा ही सारी मंडळी प्रयत्न करतीलच. कारण ती उघड करण्यात कुणाचाही फायदा नाही. दादाजींचा तुला आजवर मिळालेला वारस नाकारावा, अशी माझी, चंद्रकलेची किंवा कुणाचीही इच्छा नाही. आम्हाला कुणालाही या स्टुडिओचा काडीइतकाही लोभ नाही. लोकांच्या दृष्टीने तू दादाजींचा मुलगा आहेस आणि तेच खरं आहे, असं आम्ही धरून चाललो आहोत. अपक्व स्थितीत एवढा प्रचंड कारभार तुझ्या हाती जावा, असं वाटत नसल्यामुळं आम्ही तुझ्या सर्व तऱ्हेच्या तुझ्या शिक्षणाची सोय केली. तुझ्या वागण्यावर सर्व काही अवलंबून आहे.''

"पण ज्याच्या बापाचा कुणाला पत्ता नाही, अशा माझ्यासारख्या एका भंगड मुलासाठी तुमच्या ताब्यात कायमची राहू शकेल अशी ही मालमत्ता

तुम्हाला सोडण्याचं काही कारण नाही. नोकर म्हणून फार तर मी इथं राहीन–
तेही तुम्ही ठेवलंत तर. तुम्ही शिकवाल ते शिकेनही; पण मला मात्र या
मालमत्तेचा धनी होण्याची इच्छा नाही.''

'ठीक आहे, ते पुढचं पुढं पाहू; आता त्याची काही गरज नाही. तुला
प्रथमच तुझ्या आईबरोबर एका घरात राहायला मिळणार आहे. अनुभवानंच तू
काय ते ठरव. पूर्वग्रह सर्व विसरून जा. जे काही मधे घडलं, त्याचीही आठवण
येऊ देऊ नकोस. अजून तू लहान आहेस. जीवनात गुंतागुंत का निर्माण होते, हे
तुला समजणार नाही. आईचं अंत:करण जेव्हा तुझ्या ध्यानात येऊ लागेल,
तेव्हा तुझा भरकटलेला स्वभाव शिस्तमय होऊन जाईल. तुझ्या हातून जे झालं,
तो तारुण्यातला एक खळखळाट होता. आता तुझ्याजवळ सर्व तऱ्हेच्या सोई
आम्ही उपलब्ध करून देत आहोत. जगात पुष्कळ नशा आहेत. पण कलेच्या
क्षेत्रात आणि चित्रपटनिर्मितीच्या क्षेत्रात मिळणारी नशा काही औरच असते.
दादाजी या नशेत जगले, मीही जगलो आणि तुलाही जगायला एक चांगली संधी
आम्ही उपलब्ध करून देत आहोत. आम्ही उपकार करतो आहोत, अशी भावना
तू डोक्यातून काढून टाक. आपला बाप कोण, हे तू आईलाही कधी विचारू
नकोस. या साऱ्या प्रकरणात तिला खूप-खूप दु:ख झालं आहे. तिला योग्य
वाटेल, तेव्हा तीच तुला ते रहस्य सांगेल.''

''पण खरं सांगू? मी ते काम करीन– तुम्ही सांगता ते सर्व करीन.
आईलाही नव्यानं दु:ख देण्याचा रस्ता शोधणार नाही; पण माझा पिता कोण
आहे, हे मला कळायला हवं... त्याशिवाय माझं चित्त स्वस्थ होणार नाही.
आपण आश्रितासारखं इथं जगत आहोत, या भावनेनं मला सुख लागणार नाही.
आई आपणहून आपल्या पूर्वेइतिहासातील घटना मला कशी सांगेल? आणि मी
तरी तिला कोणत्या तोंडाने विचारू? शिवाय तुमचे आणि आईचे संबंध आज
जगजाहीर आहेत. जवळपास नवरा-बायकोसारखेच एकत्र राहता, ही गोष्ट काही
गुप्त नाही. आईनं असं का केलं, हा प्रश्न तिला कोण विचारणार? पण जोपर्यंत
माझं जन्मरहस्य मला कळत नाही तोपर्यंत माझी अस्वस्थता कमी होणार नाही.
तुम्हाला तरी ते नक्कीच माहीत असेल. तुमच्यापेक्षा आईला दुसरं ओळखणारं
असं कोण आहे?''

मी आवंढा गिळला. संभाषण नको त्या दिशेने चालले होते. मला वाटलं
होतं, तितका काही अजिंक्य उद्धट नव्हता. निदान या घटकेला तरी मला तो
जाणवला नाही. जे सत्य आता कुणाला कळण्याची आवश्यकता नाही, त्या

सत्याचा गौप्यस्फोट केला; तर त्याचे परिणाम काय काय होतील याचा मी विचार करीत होतो.

तेवढ्यात अजिंक्य पुन्हा म्हणाला, "तुम्ही गोंधळलेले दिसता, यावरून तुम्हाला सारं सत्य माहीत आहे. ते जर तुम्ही मला सांगितलंत, तरच मी इथं राहण्याचा विचार करीन; नाही तर अनौरस मुलाचं जे होतं, ते माझंही होईल आणि झालं तरी काही बिघडत नाही. मी तरी असा कोण आहे, की तुमच्यासारख्याकडून विशेष वागणूक मिळावी?"

माझा चेहरा अगदी पडला असताना कसोटीचा क्षण जवळ येत चालला. सत्य हे अग्नीसारखे असते. ते हातात घेतले तर चटका बसतो आणि ते टाळण्याचा प्रयत्न केला तर ते आपली मानगूट सोडत नाही. जगावे की मरावे– हा हॅम्लेटला जो यक्षप्रश्न पडला, तोच प्रश्न आता माझ्या पुढे होता. मी काय करू?

माझ्याच रक्तमांसातून उत्पन्न झालेल्या एका मुलाच्या भवितव्याचा प्रश्न मला आता सोडवायचा होता. मी सांगणार त्या सत्याचा अजिंक्यच्या मनावर काय परिणाम होईल, याचा मी अंदाज घेत होतो. मी हे सत्य उघड करण्याचे नाकारले असते तर अजिंक्य म्हणाला त्याप्रमाणे तो खरोखरीच तळमळत जगत राहिला असता का? मी सांगितलेले सत्य त्याला पेलता आले असते का?

अखेरीस निर्धाराने मी म्हणालो, "खरं तर तुला यातलं काही सांगावे, असे मला वाटत नाही. पण तुझा आग्रह आहे; किंबहुना, तुला जर हे कळलं नाही तर कदाचित तुझ्या आईबद्दल तुझ्या मनात कधीच प्रेम निर्माण होणार नाही. मोठा धीर करून मी नाइलाजाने काही गोष्टी सांगणार आहे. तू अजून लहान आहेस. सगळंच काही तुला मला समजावून सांगता येणार नाही. पण तुला जो इतिहास अर्धवट माहीत आहे, तो मी सविस्तर सांगतो आहे. गोष्ट फार जुनी आहे. आता त्याला पंचवीस वर्षांहून अधिक वर्षं उलटून गेली आहेत. मद्रासमधल्या माझ्या स्टुडिओत एक दिवस काही काम मिळावं म्हणून तुझी आई आली आणि माझे-तिचे संबंध निर्माण झाले. ते कायमही राहिले असते. पण सुस्थिर, प्रतिष्ठित असं आयुष्य हवं– निदान लग्नाच्या बायकोसारखं तरी राह्यची तिची इच्छा होती. पण मी उघडपणे तिच्याबरोबर तसा राहू शकत नव्हतो. मग ती मुंबईला आली. मीच तिची दादाजींशी ओळख करून दिली आणि ध्यानी-मनी नसताना दादाजी तिच्या प्रेमात सर्वार्थानं पडले. त्यांनी तिच्याशी लग्नाचा

विधी केला. लग्नाच्या बायकोसारखी तिला वागविली. त्यांचं तिच्यावर खरंखुरं प्रेम होतं. तुझ्या आईनं तितकंच उत्कट प्रेम दादाजींवर केलं. त्या प्रेमाची परिणती म्हणून दादाजींना आपण वारस दिला पाहिजे, असं तिला वाटलं. दादाजींच्या पहिल्या बायकोला मूलबाळ काही झालंच नाही आणि तीन-चार वर्षे एकत्र राहून चंद्रकलेलाही मूल झाले नाही. तिनं आपली शारीरिक तपासणी करून घेतली. तपासणीचा निष्कर्ष तिच्यात काही दोष नाही असाच आला. मग तिला वाटलं की, दादाजींच्यात काही तरी दोष असेल. तिनं त्यासाठी एक साहसी कर्म करायचं ठरविलं. तिला हे धारिष्ट्य कसं झालं, कुणास ठाऊक? तिनं त्यासाठी एका परपुरुषाची मदत घेतली, ती निसर्गनियमानुसार गर्भवती झाली. तिच्या पोटी जे मूल जन्मालं आलं, ते तू! दादाजींनीही तुझ्या जन्माप्रीत्यर्थ खूप मोठा समारंभ केला, तुझं कोडकौतुक केलं; यावरून दुसऱ्यापासून अपत्य निर्माण झाले आहे अशी शंकासुद्धा त्यांच्या मनात आली नसावी, असा कयास चंद्रकलेनं केला. मी दादाजींनी केलेला दस्तऐवज पाहिलेला नाही. त्यामुळे हे रहस्य दादाजींना कसं माहीत झालं, हे कळायला काही मार्ग नाही. आता कोर्टात तू दादाजींचा मुलगाच नाहीस असं सिद्ध झाल्यामुळं तुझा त्यांच्या मालमत्तेवरचा हक्क संपुष्टात आला. पण आमच्या लेखी ही वस्तुस्थिती विचारात घेण्याचं कारण नाही. दादाजींचाच तू मुलगा आहेस, असं गृहीत धरून आम्ही तुला वागविणार आहोत.''

''प्रश्न तो नाहीय– माझा जन्म कुणापासून झाला, हे मला कळायला हवं.''

''त्याची काय आवश्यकता आहे?''

''हे तर सर्व आपण आरंभीच बोललो आहोत. पुन्हा आपण त्याच डेडएंडपाशी येणार असू, तर आपण ही चर्चा तरी कशासाठी करतो आहोत?''

''तसं नाही– ज्या पुरुषाशी तुझ्या आईनं केवळ एक गरज म्हणून संबंध जोडला, त्याच्याशी नंतर कसलेही संबंध ठेवले नाहीत. खरोखरीच अगदी गरजेपुरताच हा संबंध निर्माण झाला. तुझ्या आईनं दादाजींना जास्तीत जास्त निष्ठा देण्यासाठी त्या माणसाला दूर राखलं. पुढे दादाजी वारले. त्यांना या घटनेची सर्व माहिती होती, असं दिसतंय. तरीही कुणापासून तुझा जन्म झाला, ही गोष्ट त्यांना माहीत नसावी. त्या माहितीची त्यांना गरज वाटली नाही, तर आपल्याला तरी वाटण्याचं कारण काय?''

अजिंक्य एकदम खुर्चीवरून उठला आणि म्हणाला, ''तुम्हाला खरं काय

ते मला सांगायचं नाहीय, हे माझ्या लक्षात आलं. ठीक आहे. तुमचा रस्ता तुम्हाला खुला आहे. मी मात्र इथं येणार नाही आणि तुम्ही दिलेला आश्रय स्वीकारणार नाही. इतर चारचौघांसारखंच आयुष्य जगायचा मी प्रयत्न करणार आहे. तुमचं रहस्य तुमच्याजवळच ठेवा. मी चाललो–''

"अजिंक्य, असा आततायीपणा करू नकोस. मला सत्य सांगायचं नाही असं नाही. मी ते सांगीनही– पण तुला ते झेपेल की नाही, याचा विचार मी करतोय.''

"माझी काळजी तुम्ही मुळीच करू नका.''

"मग कुणाची करू अजिंक्य? अरे वेड्या मुला, मीच तुझा बाप आहे.''

अजिंक्य एकदम अवाक् झाला. काय बोलावं, हेच त्याला कळेना. आपण आपल्याच बापाबद्दल आणि आईबद्दल किती गलिच्छ आरोप केले होते, हे आठवूनही तो खंतावला असेल. टेबलावर डोके ठेवून तो चक्क ओक्साबोक्शी रडायला लागला.

मी माझ्या खुर्चीवरून उठलो, त्याच्याजवळ गेलो आणि त्याच्या मस्तकावर हात ठेवला. त्याबरोबर त्यानं मला एकदम मिठी मारली. अनेक वर्षे दुरावलेला माझा मुलगा अशा विपरीत अवस्थेत मला भेटत होता. त्याचं सांत्वन कसं करावं, त्याच्यावर माया कशी दाखवावी– हेसुद्धा मला समजत नव्हतं. पण माझ्याभोवती पडलेली मिठी मला सांगत होती की, रक्त बोलत आहे; सांगायचे ते सर्व काही सांगितले आहे. आता जग काय म्हणेल, मेघनाला धक्का किती बसेल, चंद्रकलेची प्रतिक्रिया काय होईल– हे सारे प्रश्न गौण झाले होते. पिता आणि पुत्र यांच्या या गाठी-भेटीनंतर सगळ्याच सुख-दुःखांना वेगळे अन्वयार्थ प्राप्त झाले. माझ्याच रक्तमांसाचा मुलगा यापुढेही दादाजींचा मुलगा म्हणून वावरणार असला, तरी त्याला रक्ताचा शोध लागलेला होता. कलेचा वारसा तो सांभाळणार होता. राजहंस कलामंदिर पूर्वीच्याच दिमाखाने यापुढेही अस्तित्वात राहणार होते. ज्योतीने ज्योत पेटवावी आणि स्वतः विलीन व्हावे, म्हणजे प्रकाशाचा अखंड प्रवास चालूच राहतो. दादाजींनी माझ्या ठिकाणी कलानिर्मितीची ज्योत पेटविली आणि आता मी ती अजिंक्यच्या अंतःकरणात पेटवणार होतो. एका नव्या हुरुपाने मी अजिंक्यचा हात हातात घेतला आणि मेघनेला व चंद्रकलेला भेटण्यासाठी जिन्याच्या पायऱ्या चढू लागलो.

- ०- ०- ०-